ब्रीदिंग वॉल्स

एक हटक कथासंगह

देशी फिरंगी

notionpress.com

INDIA • SINGAPORE • MALAYSIA

Notion Press Media Pvt Ltd

No. 50, Chettiyar Agaram Main Road,
Vanagaram, Chennai, Tamil Nadu – 600 095

First Published by Notion Press 2021
Copyright © Ravindra Joshi 2021
All Rights Reserved.

ISBN 978-1-68586-675-4

अनुक्रमणिका

मूनप्पा आणि साडे तीन बायका

पुण्याला बदली झाल्यानंतर पहिल्यांदा सोलापूरला जायचा योग आला. सलूजा, ज्याच्याकडून मी चार्ज घेतला होता तो मला परिचय करून द्यायला करायला आला होता पहिल्या दिवशी.

इन मिन तीन च कस्टमर्स होते सोलापूरला... पण बरेच मोठे होते. कोटीभास्करांचे संभाजी सहकारी संयंत्र. फारच प्रसिद्ध होते कारण त्या पंचक्रोशीत रोजगार देणारे ते पहिलेच...

तसं बघायला गेलं तर संभाजीला त्याचं नावं त्या कंपनीला दिलेलं अजीबात आवडलं नसतं... कारण फारचं गलथान कारभार होता कंपनीचा. कोटीभास्करांचे जावई देशपांडे हे संभाजी सहकारी संयंत्र चे MD होते.

साधारण तीन च्या सुमारास आम्ही संभाजी ला पोचलो... परचेसचेचे पवार, अकाऊंटस् चे परचुरे असे सगळ्यांना भेटत शेवटी 2 नंबरच्या प्लॅन्टला पोचलो.

सहकारी संयंत्र मॅनेजर लोकूर ह्यांच्या अस्वच्छ अशा केबिन मध्ये मोडक्या खुर्चीवर स्थानापन्न झालो.

लोकूर साधारण माझ्याच वयाचे... एक दोन वर्ष सीनीअर. त्यांच्याकडे बघून वाटतचं नव्हतं की हा गृहस्थ IIT चा पदवीधर आहे. किरकोळ शशीरयष्टी... थोडं वाकून चालायची सवयं...

सलूजा कडे दुर्लक्ष करून लोकूर माझ्याशी मराठीतच बोलत होते. पाचचं मिनीटात... चला प्लॅन्ट दाखवतो म्हणून मला

बाहेर घेतले. तासभर फिरवले... माहिती दिली... "बरे झाले तुम्ही आलात... मराठी माणूस असलं की बोलायला जरा बरं पडतं इंग्लिश पेक्षा..." असं म्हणत आम्ही परत त्यांच्या कळकटलेल्या खोलीत आलो.

चहा मागवतो... लोकूर म्हणाले.

"अहो नको चहा... पुढच्या खेपेस घेईन ना." गचाळपणा बद्दल मनात अढी असल्यामुळे. मी नको म्हणालो.

"अहो... मी घरून मागवतोय... काळजी नका करू..." लोकूर हासत म्हणाले.

"मूनप्पा sss...!!!" लोकूरांनी हाक दिली.

दोनच मिनीटात... पांढरा स्वच्छ शर्ट, पांढरी टोपी आणि पांढरी स्वच्छ पॅन्ट घातलेला... केश्टो मुखर्जीच्या चेहऱ्याचा एक पावणे पाच फूटी असामी आत आला...

"सार... तुमी हाक मारली"

"अरे मूनप्पा काय करतो आहेस अत्ता तू"

"सार वट्टचं ते फायली लावतोय बगा"

"ते सोड... घरी जा आणि चार चहा घेऊन ये... आणि 3 कप पण आण... काय?"

"हो की हो"

"काय सांगशील..."

"हेच की हो... वट्टच तीन चा आणि चार कप्प की"

"अरे... चार चहा आणि तीन कप... बरं दोन्ही पण चार चारच आण... काय?"

मान डोलाऊन मूनप्पा बाहेर जायला लागला...

"आणि चहा आज हवाय उद्या नाही"

पान तंबाखूनी रंगलेले दात दाखवत मूनप्पा हसला... मान डोलावत गेला.

"कॅरेक्टर आहे तो" असं म्हणून लोकूरांनी विषय बदलला... पहिली इन्ट्रॉडक्टरी व्हिजीट झाली.

पुढची व्हिजीट जरा सविस्तर होती. प्लॅन्ट एकचे WM कुलकर्णी आणि प्लॅन्ट दोनचे लोकूर. Intricate production प्लॅन्ट दोनला व्हायचं आणि रेग्यूलर प्लॅन्ट एकला. त्यामुळे लोकूरांकडेच जास्त जाणे व्हायचे.

दुसर्या भेटीत पण लोकूरांनी मूनप्पाला बोलावले. एव्हाना मूनप्पा कानडी असल्याचे मला जाणवलेच होते.

मूनप्पा आत आल्या आल्या मी त्याला विचारले... “हेसरू येनप्पा”

Without blinking his eye... मूनप्पा म्हणाला... “मूनप्पा हणमंतप्पा मूडबिद्री”

चकित होउन लोकूर म्हणाले... “तुम्हाला कानडी येतं वाटते...”

“येत होतं आता विसरलो”

परत मूनप्पा कडे वळून त्याला विचारलं... “निमद् ऊर यावदं” (गाव कुठलं)

मुनप्पाने कुठल्यातरी खेड्याचं नाव सांगितलं...

लोकूर म्हणाले... “अहो इथून 2 तासांच्या अंतरावर आहे.”.

मूनप्पाला चहा आणायला सांगितला आणि आम्ही आमचे संवाद सुरू केले. एक तास झाला तरी मूनप्पा आला नाही म्हणून लोकूरांनी घरी फोन लावला. घर कंपनीच्या आवारातच होते.

त्यांच्या बायको नी सांगितलं की मूनप्पाला जाऊन अर्धा तास झाला. आणखीण दहा मिनीटांनी मूनप्पाची स्वारी चहा घेऊन आली.

“काय रे चहा आणायला गावात गेला होतास का?”

“नाही साहेब ते रामायण बगतं होतो वहृचं. आज ते इंद्रजीत आलं होतं बगा लडायला... ते राम आणि अर्जून ला एकदम बेजार करून सोडतयं बगा”

“अरे रामायणात अर्जून कुठे आला... लक्ष्मण असेल”

“हां तेच ते कि हो”. “कसलं अंड्याचं बाण आणि मग सापाचं बाण सोडतयं ते”

"अंड्याचं बाण?"

"होय की... बाण सोडलेलं बगा की त्याच्यातून अंड निघतयं आवाज पण करतयं की हो"

मी आणि लोकूर दोघही हासलो.

"अरे रामायण तर कधीच संपलं... तू कुठं होता एव्हढ्या वेळ...? त्या गंगी बरोबर गूळ पाडत बसला होतास ना"

ह्यावर मूनप्पा चक्क लाजला... "ते मध्येच भेटलं बगा की हो"

मूनप्पा ला समजू नये म्हणून मी ईंग्लिश मध्ये लोकूरांना विचारले... who is this Gangi".

लोकूर म्हणाले "his third and half..."

मी गोंधळलेलं बघून लोकूर म्हणाले...... "तुम्हीच विचारा त्याला..."

"मूनप्पा... यार अद गंगी... नीमद् हेणती?" (तुझी बायको आहे का)

"इलरी सार... इवक्ते इल्ला... इरबौध" (नाही अजून नाही... होईल बहुतेक)

मूनप्पा गेल्यावर मी लोकूरांना विचारलं हे third and half काय आहे. आणि मूनप्पा तर वयस्क दिसतोयं... चार पोरांचा बाप.

लोकूर हासले... म्हणाले... "अहो याला अगोदरच 3 बायका आहेत. गंगी 4 थी होईल... झाली नाहीये म्हणून three and half... म्हणतो."

मी तर उडालोच... तीन बायका... कसं काय शक्य आहे?

"अहो पहिल्या लग्नात दोन बायका मिळाल्या... नंतर आणखीन एकीला गाठली... आताही. प्लॅन्ट वर काम करणार्या लेबर बायकांना हा गडी पटवतो... बसं फावल्या वेळात तेच काम आहे. 6 पोरं आहेत अगोदरच"

"त्याला परवडतं कसं पण"

"अहो हे पात्र साधं नाहीये. शेती आहे भरपूर. 6 ऑटो आहेत ह्याचे, 2 ट्रक्स आहेत... शिवाय आणखी पण उद्योग आहेत."

"आणि हे पहिल्या लग्नात दोन बायका ही काय भानगड आहे"

"हा मुलगी बघायला गेला होता म्हणे. त्या जुळ्या होत्या. ह्याला विचारलं तुला कुठली आवडली... तर हा म्हणे दोन्ही... तर सासर्‍याने दोघींशीपण लग्न लाऊन दिलं म्हणे... असं हा सांगतो. खरं खोटं देवच जाणे. Buy one get one free असं झालं"

मला हसावं का काय काहीच कळेना...

लोकूर एकदम क्रिकेटभक्त होते. मॅचेस सुरू असताना घरी टी व्ही सुरू असे आणि ठरावीक अंतरानी लोकूरांना अपडेटस् मिळत असे.

एकदा त्यांनी मूनप्पाला चहा आणायला सांगितला आणि स्कोअर बघून यायला सांगितले.

अर्ध्या तासाने मूनप्पा आला...

"काय रे काय झाला स्कोअर"

"ते काय आपले चार गेले म्हणे बाई"

लोकूरांच्या घशात गरम चहा अडकला आणि त्यांना ठसका लागला. हार्ट अटॅक आल्या सारखे ते म्हणाले... ऑ... चार गेले... अरे...

त्यांनी लगेच घरी फोन लावला...

"काय गं काय झाला स्कोअर" लोकूरांचा आवाज रडवेला झाला होता.

"32 फॉर नो लॉस"

"म्हणजे विकेट गेलेली नाहिये?"

"नाही"

"मग हा मूनप्पा काय म्हणतोय... तू चार गेले म्हणून सांगितले"

"अहो मी त्याला सांगितले आता चार झालेत... गेलेत नाहीत... त्या मूर्खाला काही कळतयं का" बायको तडकली

लोकूर सुटकेचा श्वास सोडत मूनप्पाला म्हणाले "अरे तू काही पण सांगतोस का... कुठं लक्ष होतं तुझं"

"ते काय खेळायं लागलं की बॉल वट्टच पायाला लागतयं म्हणून ओरडाय लागलं की... आणि ते पाठीमागचं अंपायर पण नाचाया लागलं बगा"

"अंपायर... की विकेट कीपर"

"हां, तेच ते हो"

"अहो त्याचं काय ऐकता... तो त्या चंद्रीशी बोलण्यात मग्न होता" बायको फोनवर सांगत होती

"कायरे ए... ही चंद्री कोण"

"पवारांची मेड" बायको...

लोकूरांनी मूनप्पाला हात जोडले आणि म्हणाले काय रे... आहेत त्या पुरे नाहीत का... जा काम कर जा...

मला म्हणाले "पहिल्या दोन खेड्यावर असतात, तिसरी इथेच असते... चौथीचं काय होणार माहित नाही... आणि ह्याची हुंगेगरी चालूच राहणार."

पुढची व्हिजीट जरा वादळी होती. आमचे एक नवीन प्रॉडक्ट ची ट्रायल यशस्वी झाली होती. मी MD देशपांडेना भेटून त्याबद्दल सांगत होतो. ते म्हणाले... "लोकूरांनी मला सांगितलयं. I am quite ok with this... Lokur likes to use standard products from standard companies to have best quality... while Kulkarni is always trying to save a penny at the cost of quality... म्हणून पवारचं (purchase head) आणि कुलकर्ण्यांचं जमतं. Anyway meet Pawar and get the PO and start supplies... I have told Lokur to go ahead"

मी खाली पवारकडे गेलो.

"ट्रायल झाल्या आता PO द्या पवार साहेब"

“ह्या रेट ला कोण देणार... मला 40% कमी भावात बाजारात हेच मटेरिअल मिळतयं”

“हो का... मग तेच घ्या. कोटीभास्करांची ऐपत नसेल तर त्यांनी आमच्या सारख्या स्टॅन्डर्ड कंपनी कडून माल घेउ नये”

संभाजी कधी एव्हढा चिडला नसेल तेव्हढे पवार चिडले आणि ओरडून (संभाजी श्टाईल) म्हणाले...

“तारकुंडेsssss!!! तुम्ही कुणासमोर काय बोलतायं याची जाणीव आहे का तुम्हाला”

(संभाजी च असते तर... कोण आहे रे तिकडे... घेऊन जा ह्याला आणि द्या तोफे च्या तोंडी... हे पण म्हणाले असते).

देशपांडे, जे की माझ्या पाठोपाठ खाली आले होते... ते ओरडणे ऐकून परचेस डिपार्टमेंटला आले.

“पवार... ओरडताय कशाला” आतापर्यंत पवार रागाने काळे निळे लाल, जांभळे झालेले होते

“हे हे हे... हे तारकुंडे”

“मला माहिती आहेत तारकुंडे... त्यांच काय?”

“काय म्हणाले ते”

“काय म्हणाले”

“कोटीभास्करांची ऐपत नसेल तर स्टॅन्डर्ड कंपनी कडून माल घेऊ नये”

“बरं मगं... बरोबर तर म्हणाले... काय चुकलं... तुम्ही येडपटा सारखं काहीतरी बोलला असालं... कायं म्हणालात तुम्ही यांना”

“40% discount”

“पवार, त्यांच्या किमतीत PO काढा... जास्त चिडल्यानी BP वाढतयं... उगीच घासाघीस नका करू”

एव्हढे बोलून देशपांडे निघून गेले.

बलून मधली हवा जशी निघून जाते तसे पवार हताशपणे खुर्चित बसले आणि मला म्हणाले... “आता तुम्ही साक्षात

ब्रम्हदेवालाच पटवलयं तर मी काय करणार... चव्हाण काढा यांची PO"

ते आटोपून मी लोकूरांकडे गेलो... लोकूर एकदम खूश दिसले... म्हणे... तुम्ही तर औरंगजेबाची ऐसी तैसी केली म्हणे...

"ऑं, तुम्हाला कसं समजलं"

"आमचा गडी होता नं तिथे"

मूनप्पा तेव्हढ्यात चहा घेऊन आत आला. Even he was beaming ear to ear"...

मूनप्पानी पूर्ण किस्सा रंगवून सांगितला होता...

"येन अंतीनी मूनप्पा... मॅरेज आयता..."

"इनू आगिल्ला सार" मूनप्पा लाजत म्हणाला.

"लवकरच करावं लागेल... कारण आपल्या गड्यानी कार्यक्रम करून ठेवलायं... त्यामुळे गडी प्रेशर खाली आलाय लोकूर म्हणाले.

साधारण तेव्हाच माझ्या नवीन जॉईन झालेल्या सेल्स इंजीनीअरला मी परिचय करून द्यायला आणि अकाऊंट मॅनेज करायला आणले होते. जगदाळे... Engineering College. मधला फ्रेश, किरकोळ बारीक व्यक्ती...

जगदाळेच्या पहिल्याच solo व्हिजीट मध्ये पवार त्याला ओरडले तर जगदाळे घाबरला... It was but natural as it was his first solo visit.

पवारनी मला फोन केला म्हणाले... काय ते तुमचं नवीन पोरगं... जरा आवाज चढवला तर घाबरांयला लागलं बघा...!!!

मी पवारना म्हणालो... "पण तुम्हाला तर माझ्यासारखे लोक पण आवडतं नाही ना..."

पवार खळाळून हासले... "अहो तुम्ही तर खरे वाघ... पेशवे, नाना फडणवीस सारखे."

मी म्हणालो... "पवार साहेब ते सगळे कोकणस्थ होते...मी देशस्थ आहे..."

पवार हसले...म्हणाले... "तारकुंडे तुम्ही ना... असं करा, या एकदा आमच्या शेतीवर... मग करू पार्टी अन् बोलू."

पण तो प्रसंग आलाच नाही... कारण मी नवीन job/company जॉईन केली.

हस्तांतर करण्यासाठी मी माझ्या जागी आलेल्या माणसाला ओळख करून देण्यासाठी घेऊन गेलो होतो. शेख त्याचे नांव

पवारनी नाक मुरडले... ह्या म्लेंछाला मला भेटायचेच नाही म्हणून त्याला चव्हाणांशी बोलायला सांगितले.

लोकूर पण तसेच काहीसे बोलले. मूनप्पा भेटला नाही... लोकूर म्हणे तो डिलीव्हरी लीव्ह वर आहे...

शेवटी चवथे लग्न झाले की नाही हे समजलेच नाही... त्यामुळे ते प्रकरण साडे तीन बायकांवरच राहीले.

नंतर बर्‍याच वर्षांनी संभाजी सहकारी संयंत्र बंदच झाले... लोकूर, मूनप्पा, पवार आता फक्त मेमोरीतचं आहेत.

लग जा गले

सकाळी जाग आली तर अजून बाहेर अंधारच दिसला. घड्याळ साडे सहा वाजल्याचे सांगत होते... आणि मुख्य म्हणजे स्वयंपाक घरात भांड्यांचे आवाज येत होते... म्हणजे नक्कीच बाहेर आकाशात काहीतरी गडबड दिसत होती.

बेडरूमच्या बाल्कनीत आल्यावर बघितलं तर आकाश आभाळलेलं होतं आणि केव्हापण कोसळणार होतं. म्हणजे आज कार न्यावी लागणार होती.

कांदीवलीला मलुष्ट्याकडे आज ऑडिट चालू होणार म्हटल्या नंतर जाणे भाग होते. ऑडिट किक ऑफ करून मग जरा इंपेरिअल च्या मेहताकडे जाऊन एक रिव्हू घ्यायचा होता.

पाऊस नसता तर लोकल नी जाऊन लोकलनीच परत... ड्रायव्हींगची कटकट नाही... पण आता असं दिसत होतं की कार न्यावीच लागणार होती.

तयार होऊन निघेपर्यंत पावसाने धुवायला सुरवात केली होती. गाडी घेऊन जातो म्हटल्या नंतर बायकोने Do's आणि Dont's ची लिस्ट वाचली. माझ्यासारखीच CA आहे आणि म्हणून माझे अकाऊंटस् ची पण अगदी बारकाईने तपासणी होत असते. म्हणून मला तिच्या सूचनांकडे लक्ष द्यावं लागतंच.

वेस्टर्न एक्सप्रेस ला ट्रॅफिकची वाट तर लागलेलीच होती. कांदीवलीला मलुष्ट्याच्या फॅक्टरीत पोचता पोचता दहा वाजले

होते. ऑडिट टीम मधले कोणीच अजून उगवले नव्हते. मलुष्ट्या MD असून कधीच वेळ पाळत नसे.

"साब अभी आयेला नई" गेटकीपर वटवटला.

"कौन आया है... पटवर्धन आये है क्या"... कमित कमी फायनान्स चा मॅनेजर असला तरी चालेल... इती मी.

"ट्रेन का लफडा है... लेट व्हयंगा"

तेव्हढ्यात फोन वाजला... मलुष्ट्याचाच होता... "अरे Dips... listen ना... मला यायला वेळ लागेल रे... धाकटा जिन्या वरून पडला... माहिती नाही हाताला फ्रॅक्चर आहे का. चाललोय डॉक्टरकडे पटवर्धन आले असतील तर you can start off. त्याला ऑथॉरिटी आहे".

"अरे अजून कोणीच उगवलं नाहीये... मी वाट बघतो नाही तर उद्याला चालू करू. पावसानी घोळ घातला"

"Up to you" म्हणत मलुष्ट्या गेला.

आमच्या ऑडिट टीमला आधीच ऊल्हास... त्यात पाऊस म्हटल्या नंतर "sir... better to start tomorrow" म्हणत कलटी मारली.

मी मनातल्या मनात मलाच शीव्या घालत कार स्टार्ट केली. मेहताला फोन लावला...तो पण पावसामुळे अडकला होता. तसं बघितलं तर पाऊस धपाधप पडून गेला पण होता... पण...!!

मी चडफडत कार वळवली... मलुष्ट्याच्या गल्ली मधून बाहेर पडतांना असे वाटले की कार रस्यावर पडलेल्या एका पैशाच्या पाकिटा वरून (वॉलेट वरून) गेली आहे.

मी कार कडेला घेतली. इंजीन ऑफ करून बाहेर आलो. कारच्या पाठीमागे दहा पावलांवर एक लेदर वॉलेट पडलेलं दिसलं. उचलल्यावर वक्षात आलं की कार त्याच्यावरून गेलेली नव्हती.

लेदर जुने पण चांगल्या प्रतीचे होते. आत फक्त 150 रुपये आणि एक जुने पत्र पिवळ्या पडत चाललेल्या कागदावर.

मी द्विधा मनस्थितीत होतो की पत्र उघडून वाचावं की नाही... कारण बाकी काहीच त्या वॉलेट मध्ये नव्हतं. कार मध्ये येऊन बसलो आणि पत्र बाहेर काढलं.

पत्र बायकी अक्षरात इंग्रजीत लिहलं होतं... 15 Oct 1962. बापरे... म्हणजे 58 वर्ष जुने पत्र होतं ते.

पत्राची सुरवात... My Dearest पासून झाली होती आणि end... Yours Forever नी झालेला होता. थोडक्यात पत्राचा सारांश असा होता की लिहीणारी मुलगी त्या मुलाला तीच्या आईच्या आज्ञेप्रमाणे आता परत भेटू शकणार नव्हती आणि "she would ask her lord to protect him wherever he be... and that he should forgive her"

हममम्... म्हणजे ही लवस्टोरी 58 वर्ष जुनी होती... आणि अर्थात तो मुलगा (आता म्हातारा) तिला कधीच विसरला नव्हता... विसरू शकला नव्हता.

पण आता शोधायचं कुठं ह्या म्हातार्याला. रहदारीचा हा रस्ता... हजारो लोक ह्या रस्त्यावरून जातात... it was like finding needle in a haystack.

जाऊदे म्हणून मी ते वॉलेट बाजूला टाकले आणि गाडी स्टार्ट केली. ईंजीन बरोबर माझे मनं पण धावायला लागले... माझ्यातला Hercule Poirot जागा झाला होता.

घरी पोचेपर्यंत थोडाफार विचार झाला होता. घरी गाडी पार्क करून खालच्या खालीच मी स्टेशनला गेलो... चर्चगेटची लोकलं पकडली आणि निघालो...

विचार केला की दादरला उतरावं... अन् मी ते तसं स्वतःलाच सांगीतलं. कारण मी मनात Hercule Poirot सारखी facts लिस्ट करायला सुरूवात केली होती.

ती मुलगी ख्रिश्चन असायला हवी... कारण "ask my lord"... लिहलं होतं.

1962 मध्ये इंग्लिश मध्ये शिकणारी मुलगी बहुतेक कॉन्व्हेंट शाळे मधलीच असायला हवी...

मुलगा ख्रिशचन नसावा... कारण आईची आज्ञा म्हणून संबंध तोडले होते त्या मुलीने...

आईची आज्ञा... म्हणजे वडील बहुतेक नसावेत. कॉलेज मधलं हे प्रेम दिसत होतं...

1962 मध्ये कॉलेजेस दादर, माटुंगा भागात होती... तसेच कॉन्व्हेंट शाळा पण.

त्या भागात राहणारे गोव्याचे ख्रिश्चन्स खूप होते त्या काळात... मिल्स मध्ये काम करणारे भरपूर होते. ह्याचाच अर्थ की ती मुलगी... परळ, दादर, माटुंगा... ह्याच भागातली असायला हवी होती.

दादरला उतरता उतरता Hercule Poirot गायब झाला होता. येव्हढे ॲनालिसीस केले होते... आता शोधायला सुरूवात कुठून करायची? मग लक्षात आलं की पोटातून आवाज येत आहेत. मग दादरलाच पहिले पोटपूजा करायला रेस्टॉरंट गाठलं.

दोन घास पोटात पडेपर्यंत Hercule परतला होता खोपडीत... खाऊन होईपर्यंत मी इतका कॉन्फीडन्ट झालो होतो की मी माझा शोध फारच इफेक्टीव्हली करू शकणार ह्याची मला खात्री पटलेली होती. I had got all my ducks in order.

बील देऊन मी बाहेर पडलो. आज नाहीतरी काही बाकी काम करायची इच्छा नव्हतीच... त्यामुळे हा चांगला टाईमपास होणार होता...

दादरहून टॅक्सी घेउन मी परळला आलो. जुन्या मिल्स जाऊन तेथे अजस्त्र मॉल्स झालेले होते. खूपश्या जुन्या चाळी जाऊन आता त्या जागी मोठ्या अपार्टमेंटस् चे जाळेच झालेले होते... एके काळचं लोअर मिडल क्लास परळ आता हाय सोसायटी चं झालं होतं... तरीही एका बाजूला जुनं मोडकळीला

आलेलं लोअर मिडल क्लास परळ तग धरून ऊभ होतं. मी त्या जुन्या चाळींकडे मोर्चा वळवला.

घाणेरड्या गलिच्छ जुन्या बिल्डींग्ज... पाऊस पडून गेल्याने झालेला चिखल, भींतींना आलेली ओल आणि शेवाळं... कुबट वास... ते बघून मला वाटायला लागलं की कशाला मी ह्या भानगडीत पडतोयं. कोणाचं का असेना ते वॉलेट, मला काय पडलीयं... पण विक्रम वेताळ सारखा मी परत शोध घ्यायला निघालो.

पहिल्या बिल्डींग मध्ये काहीच माहिती मिळाली नाही... माझ्याकडे विचारायला पण काहीच नव्हतं... फक्त... कॉलेज मध्ये शिकणारी मुलगी, वडील नसलेली... ते पण 1960-62 मध्ये.

दुसर्या बिल्डींगमध्ये जाताना थबकलो... दोन नन्स (nuns) बिल्डींग मधून बाहेर पडतांना दिसल्या. च्यायला... पत्रातली मुलगी नन तर नसेल बनली. प्रेमभंग झाल्यावर ती नन बनू शकत होती... का नाही? दुसर्या बिल्डींग मध्येपण काहीच माहीती मिळाली नाही. बिल्डींगच्या बाहेर पडत असतांना एका फाटक्या जख्ख म्हातार्याने विचारले... काय शोधत आहे... आणि कशाला.

मी वकील आहे असे सांगून मला ठाउक असलेली माहिती त्या म्हातार्याला दिली.

“Those were the days...” म्हणत म्हातार्याने पूर्वीचं परळ डोळ्यासमोर उभं केलं. मी बरेचदा त्याला “लायनीवर” आणायचा प्रयत्न केला पण म्हातारा पेटला होता.

मी मूळ मुद्याकडे वळत म्हातार्याची गाडी परत रुळावर आणली. बडा फास्ट वरून ती आता “सब स्टेशन पर रुकेगी” झाली होती.

थोडावेळ विचार केल्यावर म्हातारा म्हणाला... एक सेडरिक (Cedrick) नावाचा मिल कामगार होता. तो अपघातात 1961/62 मध्ये गेला. बायको कॅथी (Cathy) आणि 2 मुली होत्या. मोठी एक दिवस अचानक गायब झाली. धाकटी शाळेत शिकवायची.

ह्या व्यतरिक्त दुसरे कोणी “without father” नव्हते... त्याला तरी माहीती नव्हती... आणि आठवत पण नव्हतं. त्या पोरींची नावं पण त्याला माहीती नव्हती.

त्याच्या पिण्याची वेळ झाली होती म्हणून त्याला OT च्या Nip साठी 500 रुपयाची नोट हातात ठेऊन बाहेर पडलो. म्हातारा गदगदला.

आता काय? कारण माहीती काहीच मिळाली नव्हती... फक्त एव्हढचं की मोठी मुलगी अचानक गायब झाली होती... च्यायला प्रेमभंग झाला म्हणून “अंग्रेज लोग करते है वो सुसाईड” तर नसेल केलं...? पण मनातल्या Hercule ला शक्यता हीच वाटत होती की ती बहुतेक nun झाली असावी.

दुसरी मुलगी तर शाळेत शिकवायची म्हणे... कुठल्या शाळेत नक्की? मोबाईल फोन मध्ये गूगल रावांना विचारलं की... कुठल्या कॉन्व्हेंट शाळा होत्या आणि आता आहेत? माटुंग्याला St Mary's Convent होते... असं गूगल साहेबांनी सांगितलं. मग टॅक्सी घेऊन तिकडे मोर्चा वळवला. एव्हाना पावसाची एक सर येऊन गेली होती.

शाळेत पोचल्यावर व्हिजीटिंग कार्ड प्रिन्सीपॉल कडे पाठवले. CA म्हटल्यानंतर लगेचचं प्रिन्सीपॉलनी आत केबीनमध्ये बोलावलं.

प्रिंन्सीपॉल एक वयस्क टक्कल असलेला पाद्री (father) होता.

“Yes Sir, how can I be of help to you?” म्हणून विचारलं... मला वाटलं होतं की “my child” वगैरे म्हणेल... पण सरळ Sir च म्हणाला...

माझे मिशन कशासाठी आहे हे सविस्तर पणे नमूद केल्यावर प्रिन्सीपॉल म्हणाला... की मी इथे येऊन फक्त 5 वर्षच झालेत. माझ्यापेक्षा आमच्या अकाऊंटस्च्या कारकूनाला जास्त “इन्फॉरमेशन” असेल. त्याला विचारा.

"Pl follow me" म्हणत तो मला त्यांच्या अंधार्या ऑफिस मध्ये घेऊन गेला. मला तर एकदम ड्रॅकुलाच्या महालातच प्रवेश केल्या सारखं वाटलं.

तो अकाऊंटस् क्लर्क एकदमच एक ॲन्टीक सॅम्पल होता. पण knowledge bank लईच मजबूत होती. बराच वेळ केस नसलेले डोके खाजवून तो म्हणाला की ती शिक्षिका आता रिटायर झाली असेल. ते ऐकल्यावर मला एव्हढं गहीवरून आलं की मला त्याला एक nobel prize च द्यावसं वाटलं!!!

"Yes... thank you for your most valuable information but does she have a name?" मी परत विचारलं.

आणखी बराच वेळ विचार केल्यावर आणि डोकं खाजवल्यावर... finally... तो म्हणाला... की तिचं नांव बहुतेक निकीता फर्नांडीस असावं.

"बाई ह्याच शाळेत शिकल्या. BA झाल्यावर ह्याच शाळेत teacher होत्या. कुठं गेल्या... माहीत नाही".

मला आता त्याचं टक्कल बघून चक्कर यायला लागली होती. आभार प्रदर्शनचा कार्यक्रम आटोपून मी बाहेर पडलो.

आता काय... बहिणीचे नांव कळले होते. काय उपयोग? कारण ती कुठे असते, सध्या काय करते कोणालाच माहिती नव्हते.

बाजूलाच चर्च दिसले... विचार केला आत जाऊन आतल्या "लॉर्ड" लाच विचारावे की कुठे आहे ती बाई. मनातल्या Hercule च्या ग्रे सेल्सची पॉवर संपली होती.

चर्चमधले फादर पण नवीन होते... ते म्हणले की मला काहीच ठाऊक नाही. बहुतेक त्यांची हार्ड डिस्क फॉरमॅट करून त्यांना पाठवलं होतं. ते म्हणे की curator ला विचारा. त्याला भरपूर माहिती आहे. मला विचारावसं वाटलं की curator चं नांव गूगल आहे का. पण मी तोंड सांभाळलं आणि curator ला शोधायला चर्च च्या बाहेर आलो. मी फार थकलो होतो आणि

कंटाळलो पण होतो. वाटलं घरी परत जावं. पण बायकोनी लेक्चर हाणलं असतं म्हणून परत “विक्रमादित्य” झालो.

Curator चर्चच्या पाठी असलेल्या स्मशानात थडग्याच्या सान्नीध्यात सापडला. तो 75 वर्षांचा होता. आभाळ आता काळं झालेलं होतं. वारा पण सुटला होता. केव्हापण पाऊस येऊ शकत होता. स्मशानातल्या थडग्यांकडे बघितल्यावर त्यातून आता बहुतेक ड्रॅकुला आणि त्याचे साथीदार बाहेर पडतील असे वाटूनच माझी कंडीशन “काटो तो खून नही” अशी झाली होती.

बराच वेळ विचार केल्यावर मला cemetery मध्ये घेऊन निघाला. थडग्यांच्या मधून चालत जात एका थडग्याजवळ तो थांबला... “Nikita Fernandes...” त्या दगडावर लिहीलेलं होतं. “Died 1999.”

म्हणजे मी खरचं डेड एन्ड ला येऊन पोचलो होतो. मनातल्या मनात मी त्या थडग्यातल्या बाईला म्हणालो की... एव्हढ्या वेळ मी घासतो आहे...जरा ह्या म्हातार्याला काही इन्फॉरमेशन तर दे.

एक विचार डोक्यात आला म्हणून curator ला विचारले की Nikita ची कोणी बहीण Nun होती का. थोडावेळ विचार केल्यावर तो म्हणाला... “निकीता किसी सिस्टर ॲन को मिलता था... बहोत बार. लेकीन वो उसका रिअल सिस्टर होता के नही हमको नही मालूम”

“सिस्टर ॲन किधर मिलेगा?”

“अपुनको नही मालूम. वो बहुत टाईम पहिलेही गया. कोई तो बोला की सिस्टर ॲन बीमार हुएला था. हॉस्पीटलमें था.”

“कब हॉस्पीटलमें था? कौनसे हॉस्पीटलमें था?”

“मालूम नही साब अपुनको”

मी कपाळावर हात मारून घेतला. आता संध्याकाळचे पाच वाजून गेले होते. पेशन्स पण संपला होता. मी टॅक्सी घेऊन दादरला गेलो... तिथून लोकल घेऊन घरी. पोचेपर्यंत सात वाजून गेले होते.

बायकोला पूर्ण दिवसभराची कहाणी सांगितली. "नसते उपद्व्याप कशाला करायचे... स्वतःचं काम सोडून" असे ऐकवून... "जेव अन् झोप" असा सल्ला देऊन... "येण्या अगोदर तिथल्या जवळपासच्या हॉस्पिटल्स मध्ये का नाही चौकशी केली?" हे पण सुनावलं.

दुसर्या दिवशी मलुष्ट्याचं ऑडिट kick off करून मी परत माहीम माटुंगा भागातल्या हॉस्पीटल्स मध्ये चौकशी करायला गेलो. दोन तास भटकंती केल्यावर माहीमच्याच एका हॉस्पीटल मध्ये एका वयस्क नर्सनी सांगितलं की एक नन महिनाभर पोटाची कसलीशी ट्रीटमेंट घेत होती. बहुतेक ॲन च नांव होतं. ती नंतर बोरीवलीला कुठल्याशा old age home मध्ये किंवा सॅनेटोलियम मध्ये गेली.

त्यापुढे कोणालाच काहीही माहिती नव्हती.

तिथून निघालो आणि मेहताला भेटायला बोरीवलीला गेलो.

बोलतांना मेहताला विचारलं की त्या एरियात old age home कुठे आहे का?

"Arre... it is just behind my place Dips... Take the next narrow lane on left and go straight. It will take you to the old age home." लेकीन तू तो अभी यंग है... why do you need an old age home? बिबीने हकाल दिया क्या?"

मी हसण्यावारी नेलं पण मनातून मी खूप उत्तेजीत झालो होतो. Hercule जोमाने ऊड्या मारत होता.

मेहताचं काम संपवून... लंच "politely decline" करून मी गाडी त्या old age home कडे वळवली.

चार मजली ऐसपैस इमारत होती... जुनी असली तरी स्वच्छ होती. गेटकीपर नी रजीस्टर मध्ये "एन्ट्री" करून गाडी गेटबाहेरच ऊभी करायला सांगून आत घेतलं.

रिसेप्शनिस्टला Sister Ann ला भेटायचं आहे म्हणून सांगितलं.

"Sorry sir, we don't have any Sister Ann living here" ती वटवटली.

"I am quite certain this was the address, maybe she is using another name" मी जरा आवाज चढवला. येव्हढ्या दूर येऊन ॲन भेटत नाही म्हणजे काय? संताप अनावर झाला होता.

आमचा आवाज ऐकून ड्यूटी मॅनेजर बाहेर आली...

"Can I help you Sir?"

मी सगळं निवेदन केल्यावर ती म्हणाली की "We have one Anita Fernandes... if you are referring to her as Sister Ann".

मी अक्षरशः याsssहू म्हणून ओरडणारच होतो... पण स्वतःला सांभाळलं.

"हो तीच आहे सिस्टर ॲन".

ड्यूटी मॅनेजर निशा मला दुसर्या मजल्यावर घेऊन गेली, तिथे recreation hall मध्ये एक खूपच अशक्त अशी एक बाई बसली होती. चेहर्यावर, हातांवर सुरकुत्या होत्या. शांतपणे बाहेर शून्यात नजर लाऊन बसली होती.

"She just listens to one song... that's it...लग जा गले" निशा सांगत होती

मी जवळं गेलो... "Sister Ann..."

ओल्या डोळ्यांनी तिने माझ्याकडे बघितलं.

"Anita Fernandes... do you recognize this"...मी ते वॉलेट तिच्या हातात ठेवलं.

ते वॉलेट बघून तिचा चेहरा असा उजळला की तिने जणू जीझस लाच बघितलं समोर उभा असलेला.

"Of course, I know this wallet. I had gifted this to Khurshid on his 20th Birthday."

तिने पुढे काही विचारायच्या आतच मी तिच्या हातात ते पत्र ठेवलं. तिने थरथरत्या हाताने पत्र हातात घेतले आणि उघडून बघितले. पत्र बघताच तिच्या डोळ्यातून अश्रू ओघळायला सुरूवात झाली. तिच्या सुरकुतलेल्या गालांवरून अश्रू वाहत होते.

मी तिला घडलेली पूर्ण शोधकथा सांगितली. ती शांतपणे ऐकत होती. माझं सांगून झाल्यावर ती म्हणाली.

"You are a god's gift. आता तू माझ्यासाठी खुर्शीदला पण शोध. मी हात जोडून तुझ्याकडे ही दयेची भीक मागते आहे. प्लीज नाही म्हणू नकोस रे. खुर्शीद फारच दयाळू स्वभावाचा आहे. खूप श्रीमंत असला तरी तो माझी फार काळजी घ्यायचा. खूप प्रेम करायचा रे तो माझ्यावर. माझ्या आईने हट्टाने नाहीच म्हटल्यावर माझा नाईलाज झाला. प्लीज शोध खुर्शीदला... माझ्यासाठी. मी हात जोडते रे."

मी फक्त तिला हो म्हणण्या शिवाय काहीच करू शकत नव्हतो. कारण तो कुठे असावा हे मला कसं समजणार होतं... कदाचित खुर्शीदलाच अनिता कुठे आहे हे माहीती होतं आणि तो ह्या एरियात खेटे मारत होता... तेव्हाच हे वॉलेट पडलं असाव कदाचित.

मी निशाला Thanks म्हणून निघालो. गेटच्या बाहेर पडतांना वॉलेट हातात घेऊन विचार करत बाहेर पडत होतो. गेटकीपरनी माझ्या हातातले वॉलेट बघितले आणि म्हणाला...

"साब ये पाकीट तुम्हारा है क्या"

"क्यूं"

"नही साब ऐसाच पाकीट हमारे खुर्शीद साब का भी है...कल खो गया है तबसे बहुत परेशान है"

कहा है तुम्हारे खुर्शीद साब"

“वो येही बिल्डींगमे तीसरे माले पे”

मी तर माझ्या लक वर विश्वासच करू शकत नव्हतो. हातात कळसा अन् गावाला वळसा अशी परिस्थिती होती.

मी त्याच पावली परत फिरलो आणि आत गेलो. निशा तिथेच रिसेप्शन जवळच होती. तिला मी खुर्शीदकडे घेऊन जाण्यासाठी विनंती केली.

आम्ही खुर्शीदकडे पोचलो तेव्हा तो त्याच्या खोलीत खिन्नपणे आढ्याकडे बघत बसला होता. मी म्हणालो...

“Mr. Khurshid”

माझ्याकडे बघून खुर्शीद शांतपणे उद्गारला... “Yes Dikra”...

मी काहीही न बोलता ते वॉलेट त्याला दिले. त्याचा चेहरा एकदम उजळला... लहान मुलासारखा... he jumped up with joy. ते वॉलेट घेऊन तो त्याचे मुके घेऊ लागला. वॉलेट ऊघडून पत्र आत आहे ह्याची खात्री केल्या नंतर तो गदगदल्या स्वरात म्हणाला...

“Thank you Dikra... you are awesome. Thank you for returning this. Where did you find this and how did you know it was mine?”

“Your gate keeper told me it is yours”

“What can I do for you Dikra?”

“I want you to meet someone I know. That person is also lonely. Perhaps you can be a good company... this is what I ask... that person is on the second floor”

“Ok Dikra, I will do that for you. So, this is why you came here... and you also found my wallet”

मी खुर्शीदला खाली दुसर्या मजल्यावर घेऊन गेलो.

सिस्टर ॲन, अनिता अजूनही तिथेच खुर्चीत बसली होती. मला बघितल्यावर ती उद्गारली...

"Oh...you are still here".

"Yes, but I would like you to meet someone" असं म्हणत मी खुर्शीदला समोर आणलं. खुर्शीद हळू हळू पुढे आला. खुर्शीदला समोर येतांना बघून अनिता खुर्चीला धरत हळूच उभी राहिली.

मी म्हणालो... "Let me have the pleasure of introducing you both. Sister Ann, Anita Fernandes, please meet Khurshid Dastoor."

नंतरचा सीन बघण्यासारखा होता. दोघही एकमेकांकडे विस्फारलेल्या डोळ्यांनी बघत होते. ते जे बघत होते त्यावर त्यांचा विश्वासच बसत नव्हता. चेहर्यावर आश्चर्याचे भाव क्षणा क्षणाला बदलत होते. हळू हळू परिस्थितीची खरी जाणीव होत होती आणि त्याच बरोबर दोघांच्याही डोळ्यातून अश्रू वहायला लागले होते.

दोघांनीही एकमेकांना घट्ट मिठी मारली आणि खुले आम मोकळेपणाने रडायला लागले. निशाच्या डोळ्यात पण पाणी होते. फारच इमोशनल सीन होता... बॉलीवूड सारखा... पण खराखुरा. गेले 15 वर्ष ते तिथेच रहात होते पण एकमेकांच्या नकळत.

मी पुढे काहीही न बोलता तिथून काढता पाय घेतला. निशा तिथेच डोळे पुसत उभी होती.

संध्याकाळी घरी गेल्यावर मी माझी सक्सेस श्टोरी बायकोला रंगवून सांगितली. त्यावर बायको म्हणाली... "ठीक आहे मिस्टर हरक्यूल पायरो... आता मी तुला माझ्या हरवलेल्या वस्तूंची एक यादी बनवून देते. त्या तू शोधून दे मला" मी कपाळावर हात मारला!!!

दुसर्या दिवशी सकाळी 11 च्या सुमारास मला निशाचा फोन आला "संध्याकाळी चार वाजता बायकोला. घेउन old age home मध्ये यायला" रिक्वेस्ट करत होती. कशाला म्हणून विचारल्यावर "इथे आल्यावर कळेलच" म्हणाली.

बायकोला घेऊन परत old age home ला संध्याकाळी चार वाजता पोचलो. पाऊस पडायला सुरवात झालीच होती.

आत एका छोट्या जागेत फुलं आणि फुगे लावले होते. खुर्शीद आणि अनिता चे "लग्न" लावल्या गेले. फक्त एकमेकांना हार घाले आणि लग्न पार पडलं. मी "बेस्ट मॅन" आणि "विटनेस" पण होतो.

लग्नानंतर खुर्शीद माझ्या बायकोला सांगत होता... "This dikra is an angel. You are extremely lucky to have him. He found my Anita for me."

बायको म्हणाली..." Yes, I know. I have already prepared a list of lost items for him." खुर्शीदला कितपत कळले देव जाणे. तो त्याच्याच विश्वात होता.

निघण्यापूर्वी अनिता आणि खुर्शीद नी मला मिठ्या मारून तोंड भरून आशिर्वाद दिले. Lord is great म्हणून त्याचे पण आभार मानले.

घरी परततांना जोरात पाऊस सुरू झाला होता... पण आता Angel च गाडी चालवत असल्यामुळे बायको काही सूचना न देता शांतपणे बसली होती.

ब्लॅक लाईव्हज मॅटर

सध्या सगळीकडे रेसीझम वर चर्चा अन् निदर्शनं सुरू आहेत. ब्लॅक लाईव्हज मॅटरचे बोर्ड लागलेले आहेत. मला लहान असतांनाचं काही आठवलं.

आमच्या घराच्या पाठी एक नाला होता आणि त्या पल्याड नाल्याला लागूनचं नथ्थूचा गोठा अन् झोपडीवजा घर.

सकाळी डेअरीचं दूध निळ्या पट्ट्या असलेल्या झाकणाच्या बाटलीतून यायचं. रेशन कार्डवर एक बाटली मिळायची. संध्याकाळी मात्र नथ्थूच्या म्हशींच ताजं दूध यायचं. नथ्थू 4-4.30 च्या वेळेस म्हशींच दूध काढायचा आणि साधारण 5 वाजता घरी दूध द्यायला यायचा.

कधी दूध जास्त हवं असेलं तर आजी दुसर्या मजल्यावरच्या गच्चीतून नाल्याकडच्या बाजूने नथ्थूला हाक मारून सांगायची.

मला वाटते मी 3 वर्षांचा असतांना नथ्थूचे लग्न झाले. नथ्थू तसा काळाच दिसायला... पण बायको मात्र गोरी होती. मोठ्ठा अंबाडा बांधायची केसांचा आणि एक मोठ्ठ फूल लावायची त्यावर. लग्नानंतर नथ्थूची बायकोच यायची दूध टाकायला.

आली की एक मांडी आडवी अन् एक उभी अशी बसायची आणि आजी बरोबर तिचा “gossip hour” चालायचा. वत्सला नांव होतं तिचं. मला घरात डांबून ठेवल्यामुळे मी तिथेच अवती भवती असायचो. माझ्या चेहर्यावरून बरेचदा हात फिरवून “फारच

शांत लेकरू हाये तुमचं" म्हणायची. हात रखरखीत होते अन् म्हशीच्या अंगाचा वास यायचा त्यांना.

मग लगेचचं त्यांना बाळ झालं. "कायं रे नथ्थू काय झालं" आजीचं over the नाला communication.

"मुलगी झाली बाई"

"हो का... छान. कोणासारखी रे"

"माझ्याचं सारखी हायं ती बाई एकदम"

"बापरे... काळी काय रे... आईचा रंग नाही घेतला का"

"रंग आता मोठं झाल्यावरचं कळलं की का रंग दाखवते ती"

वत्सलाबाई परत दूध टाकायला यायला लागल्या...

"का कराव ह्या पोट्टीले... माहा रंग घ्यायचा तर बापाचा घेतला. आता का का गून बापाचे घेते ही काळुंद्री कोनास ठावं"

"अगं मोठी झाली की ऊजळेल रंग"

"कसला ऊजळते... आता हिले नवरा कसा भेटल ह्याची काळजी लागून राहिली हायं मले"

"अगं अत्ता तर पैदा झाली अजून खूप वेळ आहे लग्नाला"

नांव ठेवलं तिचं रेमी.

"रेमी? हे कसलं नावं ठेवलं?"

"अवं तो स्नो भेटते ना रेमी स्नो...त्येच नांव ठेवलं. का माहित आता स्नो चोपडू चोपडू गोरी व्हते का नायं"

त्यांच्या झोपडीच्या समोरच्या अंगणात त्या रेमीला अंघोळ घालायच्या. खूप रगडायच्या. त्यामुळे ती रेमी जोराजोरात रडायची.

"कायले टेंबलते वं. आता नाही रगडलं तर ह्यो रंग कसा जाईल. राहशील नं अशीच काळतोंडी... कोन बायकू करून घील तुले" वस्तलाबाईंच्या तोंडाचा पट्टा सुरू असायचा.

थोडी मोठी झाल्यावर वत्सलाबाईंबरोबर यायची ती दूध टाकायला. मला बरेचदा त्या खरवस नाहीतर बासुंदी आणून द्यायच्या.

“अवं लेकरू हायं तोवर चं खानार पिनार... मंग त्ये आपल्या वार्याला पन ऊभं नाही राहणार.”

रेमी जवळच्याच म्युनिसीपालीटीच्या शाळेत जायला लागली. माझ्यापेक्षा तीन वर्ष पाठीमागे होती.

उन्हाळ्याची सुट्टी लागण्याच्या आतचं माझी आई पुढल्या वर्गाची पुस्तक कुठुन कुठून आणायची आणि माझा पुढल्या वर्षीचा अभ्यास उन्हाळ्यातच संपायचा.

हे वत्सलाबाईना आजीने बोलतांना सांगितले... तर लगेच माझी पाठीमागच्या वर्षीची पुस्तके वत्सलाबाई रेमी साठी घेऊन जात.

सकाळी नथ्थूचा एक तास दात घासण्याचा कार्यक्रम चालायचा. हागायला बसतात तसं बसून काळ्या दंत मंजनाने दात घासत बसायचा. आम्ही bcktp असं नांव दिलं होतं... (बंदर छाप काळी टूथ पावडर).

रेमी मात्र भर उन्हात लगोरी, टिक्करबिल्ला, दोरीवरच्या उड्या आणि विटीदांडू खेळत असायची.

“एsss... पोट्टे घरात येते का हानू तुले... सकाळ धरनं यक काम केलेलं नाहीये... अभ्यास नाही काय नाही... अगोदरचं काळुंद्री... आनखी ऊन्हीत खेळते... निर्लज्य म्हैस... अवो तुमी तरी वरडा ना”

“ऊन्हाळ्याच्या सुट्ट्या हायेत खेळू दे”

“सैपाक कोन सासू करणार हाय का हिची. कोन शिकवनार हायं? सासरचे माझं नाव उजागर करतील, म्हनतील हिच्या मायनं हिले काय नाय शिकवलं. तुमाले म्हनायले काय जाते”

सुरवातीला नथ्थू भांडायचा पण वत्सलाबाईंचा पारा अन् आवाज चढला की नथ्थू गारच व्हायचा.

पोरगी आपल्यासारखी गोरी अन् सुंदर न होता बापासारखी झाली ह्याचं त्यांना फार दुःख होतं.

मॅट्रिकला आली तेव्हा वत्सलाबाई म्हणाल्या "इंग्रजीसाठी आजोबांकडे येउ दे का पोट्टीले... कमितकमी मॅट्रिक तर पास होईल पोट्टी... जरा बरा नवरा तरी भेटलं"

"येऊ दे. काहीच हरकत नाही. अन् मिळेल नवरा अजून वेळ आहे. नशीबात जसा असेल तसा भेटेल"

"खरयं... आता माझ्या नशीबात ह्यो नथ्थूच लिवला होता. त्यायचं नशीब चांगलं की त्याले माझ्यासारखी गोरी, सुंदर बायको भेटली. पन गाढवाले गुळाची का चवं असनार हायं"

रेमी आजोबांकडे नियमीत यायला लागली... पण म्हणायची एक अन् लिहायची एक... r e j o i c e असं म्हणत rijeoce असं लिहायची.

मी कॉलेजला होतो. पण हे सगळं ऐकून मला हसू यायचं. "ए तू काऊन हासते बे मले" चिडून रेमी मला ओरडायची.

मुलांसारखीच सगळ्या शिव्या द्यायची. तुला मॅट्रिक झाल्यानंतर काय करायचयं असं एकदा आजोबांनी तिला विचारलं.

"मले कालेजला जायचयं BA करायचयं नाई तर माझी मायं माझं लग्न लाऊन देईल... मले अत्ता दादला नकोयं"

"मग तुला पहिले शुद्ध बोलायला आणि लिहायला यायला हवं नाहीतर तुला कोणीही कॉलेजमध्ये घेणार नाहीत" आजोबांनी सांगितलं

त्या दिवसापासून रेमीची जरा टरकली आणि ती व्यवस्थित अभ्यास करू लागली.

"तू तिले थोडं गणित बी शिकव ना... कच्च मडकं हायं ते... मॅट्रीक मंदी पास होन्यापुरतं" वतसलाबाई मला म्हणत होत्या.

Algebra आणि trigonometry मधे रेमीची पार बोंब होती. काही काही simple ठोकताळे समजाऊन दिले आणि काही शॉर्टकटस् दाखवले.

रेमीला काठावर मार्कस पडून कसाबसा फर्स्टक्लास मिळाला. रेमी अन् वत्सलाबाई आजोबांच्या पाया पडायला आल्या. माझ्यासाठी पातेलं भरून बासुंदी आणली होती. "तू नसता तर ही पोट्टी गणितात मेली असती"... म्हणून मला बासुंदी.

आता कॉलेजला जायची अन् सैपाक करायची नाही म्हणून वत्सलाबाईची नॉनस्टॉप बडबड सुरू असायची.

"तोंडाले जरा क्रीम गीम चोपडतं जा... आधीचं आपलं थोबाड काळं हायं... कोन पन ढुंकून बघनार नाही. चांगला नवरा भेटायचा असलं तर थोबाड जरा यवस्थित करं. अन् तुमी... नुसतं घरकोंबड्यावानी बसून रायतेत... जरा बगा की पोट्टे आपल्या काळुंद्रीसाठी. तुमच्यामुळंच माह्या डोक्याले ताव"

नथ्थू हू की चू न करता आपला डेरा हलवायचा. वतसलाबाई आणखी चिडायच्या.

"आजी, तुमच्या कोनी वळखीचं असलं तर बगत राहवा रेमी करता..."

"अगं तिचं BA तर होऊ दे"

"का करते BA करून... शेवटी काय पोट्टेचं पैदा करायचेत अन् सैपाक करून घरच्याईले जेऊ घालायचयं ना... त्यासाठी BA कायले लागते"

BA मराठीत करत असली तरी इंग्रजी होतचं... त्यामुळे आजोबांकडे तर यायचीच पण बाकी विषयांसाठी आता आईकडे पण यायची.

"मला लग्नच नाही करायचं... लग्न करून भांडत बसतात दिवसभर... नको" इती रेमी.

वत्सलाबाईच्या कानावर जाताचं पारा एकदम 200 च्या वर... "मंग का माह्या डोक्याशी बसून राहनार का जल्मभर... काय बी नाई... मी तिले लग्न करून घरातून भाहीर काढनारचं"

BA च्या शेवटच्या वर्षाला असतानांच रेमीला “दाखवण्याचा” कार्यक्रम झाला. पसंत पडली. लगेच डिसेंबर मध्येच लग्न करून टाकायची वत्सलाबाईंची घाई चालली होती.

पण आजीनी समजावलं की आणखी 5 महिन्यांनी तिचं BA संपेल मग करा लग्न. तसं पण त्या नवर्या मुलाच्या घरच्यांनी मे च्या तिसर्या आठवड्यातला मुहुर्त काढला होता. वतसलाबाईची चिडचिड झाली...

“जरा बरा नवरा भेटलायं हिले... निगून गेला म्हंजी... काय बी कळत नायं कोनाले... गोरी असती तर गोष्ट येगळी व्हती... हे आपलं पात्र काळं...”

शेवटी मे उजाडला. परिक्षा झाली. लग्न ठरलं पत्रिका घेऊन नथ्थू अन् वत्सलाबाई आले. पत्रिकेवर त्यांच्या खानदानायल्या 50-60 लोकांची नावं. मुलाचं नांव रमेश होतं

“मग काय रेमीला रम्या भेटला तर” मी म्हणालो.

“रेमीले रम्या?” वत्सलाबाई

“हो... रमेश नावं आहे ना... रमेश, रम्या... म्हणून रेमीला रम्या भेटला”

“हि हि ही ही ही... हा हा हा हा... लयंच भारी... माह्या लक्षातचं नायं आलं... भलतचं ईनोदी. तुझं डोकं लईचं चालतयं”

“तुमच्याच घरचं दूध पितो ना”

“मंग आमची म्हैस कायले नाही झाली तुह्यासारखी डोक्याने... काय नाई... आई बापाले डोस्कं लागते” नथ्थूकडे जळका कटाक्ष टाकत वत्सलाबाई फुत्कारल्या.

आजी गेली होती लग्नाला. लग्न व्यवस्थित झालं म्हणे. मी त्यावेळेस मुंबईला शिफ्ट झालेलो होतो.

वर्षभरानी एकदा घरी गेलो होतो... नेमकं त्याच दिवशी संध्याकाळी वत्सलाबाई आल्या. भलत्याच आनंदात होत्या...

“अवं आजी, आनंदाची बातमी हायं... रेमीले पोट्टं झालं... गोरं हाय एकदम छ्यान... पोरगी नायं तर देवानं नातू दिला गोरा. पेढे आनलेत तुमच्यासाठी” वत्सलाबाई चक्क रडत होत्या.

“काय करते रेमी...”

“साळतं मास्तरीन हायं तिचा दादला पन मास्तरच हाय... घरी ट्यूशन बी घेतेत... छ्यान चाललयं. आता नातू पन आलायं... छ्यान गोरा हाय माह्यावानी”

“मग त्याचं नांव काय सर्फ ठेवणार का”... मी

“सर्फ?”

“हो... गोरा आहे ना... सर्फ की धुलाई सबसे सफेद... म्हणून सर्फ”... मी

“छ्यान नावं हायं... ह्येच ठेऊ. रामेश्वर ठेवनार होते... पन सर्फ एकदम छ्यान नाव आहे... येगळं पण हायं “सर्फ गवळी”

वत्सलाबाई खूप खुश होऊन गेल्यात. दोन तीन वर्षांनी परत घरी गेलो तेव्हा त्या झोपडीत दुसरचं कोणी राहतांना दिसलं.

“अरे, नथ्थू गेला अचानक, मग वत्सलाबाईंनी म्हशी विकल्या अन् त्या रेमीच्या घराजवळच राहायल्या गेल्या. नातवाला सांभाळतात. घेऊन आल्या होत्या त्याला... त्यांच्याच सारखा दिसतो... गोरागोमटा... केस पण भरपूर आहेत... वत्सलाबाई खूश आहेत खूप... शेवटी मनाजोगतं झालं”

“हो शेवटी काय कलर मॅटर्स... गोरा कलर”

आता हे 40 वर्षांपूर्वीचं होतं... जग खूप बदललयं म्हणतो... पण ते सगळं वरवर... बुडाशी गाळं तसाच साठून आहे.

दामले गुरूजी

कोकणातल्या लाल मातीत, नारळ, पोफळी, सुपार्यांच्या आणि सह्याद्रीच्या कुशीत वसलेलं खोतवाडी हे बहुदा नकाशात कुठेच दिसलं नसतं. तसं पण ते एक निद्रीस्त, निरूपद्रवी गांव होतं. तसं गांव म्हणावं एव्हढी वस्ती पण नव्हती. पण नाही म्हणायला एक शाळा होती.

खरं तर तो एक गोठाच होता... पण त्याला शाळा म्हणायचे. त्यात गाई, डुकरं, कुत्रे, म्हशी आणि कबुतरं पण रोज हजेरी लावत. शाळेला लागूनच एक गटर, एक कचरा कुंडी, एक मैदान पण होतं... ते प्रातर्विधीसाठी वापरल्या जायचं... हे सांगायची जरूर नाही.

दामले गुरूजी त्या शाळेचे हेडमास्तर होते... किंबहुना ते एकटेच मास्तर होते... अगदी शाळेच्या पहिल्या दिवसापासूनच.

शाळेचे "चेअरमन" खोत... हे खरं तर खोतवाडीचेच चेअरमन कम् ओनर होते. त्यामुळे शाळेच नांव पण खोतांची शाळा असचं होतं.

आत्ता पण खोतांचे फर्मान आल्यामुळे दामले गुरूजी खोतांच्या समोर एखाद्या विद्यार्थ्यासारखे बसले होते.

"दामले गुरूजी, अहो मारुन आणि जबरदस्ती करुन शिकवण्याचे दिवस गेलेत आता. शिकवण्या पद्धतीत तुमच्या बदल करा आता"

“अहो मी नाही म्हणत नाहीये. पण हळु हळू तशा पद्धती सुरू करू. एकदम करायला नको एव्हढच मी सुचवतोय”

दामले गुरूजींनी समजावणी च्या सुरात भाष्य केले. कितीही झाले तरी खोतांच्या जावयाशी मान आणि आवाज दोन्ही खाली ठेउनच बोललेले हवे.

“ठीक आहे, या आता” असं निघायचं फर्मान मिळताच लगबगीने दामले मास्तरांनी नमस्कारवजा हात जोडले आणि खोतांच्या वाड्याच्या पायर्या उतरुन चप्पल पायात अडकवून घरचा रस्ता धरला.

खोतांचे जावई पुण्याला महाराष्ट्र शासनाच्या कुठल्याशा कचेरीत ऑफिसर असल्यामुळे खोतवाडीत त्यांचा मान होता. अर्थात खोतांचे जावई म्हणून खरा तर मान.

म्युनीसीपालटीची शाळा असली तरी ती नावालाच होती. सर्वासर्वे खोतच होते. शाळेची जमीन आणि “बिल्डींग” पण खोतांचीच होती.

दामले गुरूजी आता 65 चे झाले असले तरी खोतांच्या कृपेमुळे अजूनही शाळेचे हेडमास्तर म्हणून टिकवले गेले होते. दस्तुरखुद्द खोतांना पण दामले गुरूजींनी शिकवले होते.

तसं खोतांचा जावई हे एक गूढच होतं. मुलगी ही खोतांच्या बायकोची नसून स्वयंपाकीण बाई सखूची आहे असं खाजगीत बोलले जायचे कारण खोतांच्या बायकोला कोणीही प्रेग्नंट असलेलं बघितलचं नव्हतं. आणि सखू तशी ठमक्यात रहायची. तसं खोतांनी खोतवाडीतल्या बर्याच बायकांना गाभण ठेवल्याचं खाजगीत हळु आवाजात बोललं जायचं.

खोतांची वाडी हे कोकणातलं एक कोपर्यात शांतपणे झोपलेलं गाव. पाच सातशे ची वस्ती, एक शाळा, एक पोलीस चौकी आणि पोस्ट एकत्रचं आणि एक कोसावर एस टी चा एक थांबा. बाकी भाताची शेती, नारळं, पोफळी, आंबा.

नाही म्हणायला गणपतीत गावाला जरा जाग यायची. खोतवाडीच्या गणपतीत सगळे उत्साहाने भाग घ्यायचे. ते दहा दिवस खोतवाडी भारलेली असायची.

दामले गुरुजी हे या उत्सवाचे founding father होते. त्यांनी खोतांच्या वडलांना ह्या उत्सवाचं महत्व पटवून दिल्यामुळे हा दहा दिवसांचा सोहळा खोतवाडीत सुरू झाला होता. उत्सवाचं निमीत्त काढून Senior खोत स्वतः खोतवाडीतल्या प्रत्येक घरी जाऊन निमंत्रण करायचे. त्या कारणाने खोतवाडीतल्या बहुतेक सर्वांना या ना त्या कारणाने काही ना काही कर्ज दिलेले होते... ऋणाखाली आणले गेले होते.

खोतांच्या मुलाने त्याचा पुरेपूर फायदा उठवला होता. आजपण गुरूजी आमंत्रण पत्रीकेतला मजकूर खोतांकडून मंजूर करून घ्यायला गेले होते. खोतांचे जावई गणपती साठी आलेले असल्यामुळे दामले मास्तरांना बौद्धिक ऐकत बसावे लागले. थोडे फार टोमणे पण ऐकून घ्यावे लागले.

एक नाटक दरवर्षी गणपतीत सादर केले जायचे. गतसाली महाभारतातला द्यूताचा प्रसंग सादर केला होता आणि तो सपेशल पडल्यामुळे मास्तरांना खूप सगळ्यांनी हैराण केले होते त्याची आठवण खोतांनी करून दिली.

“गुर्जी ते नाटकं काय ते जरा यवस्थित बगा, मागच्या येळेस पारचं आय #$@& होती. त्या कमळीस आणि त्या चंद्याला परत घ्येउ नगा, नाहीतर करतील चोंबाळा”

कमळी ला द्रौपदीची भूमीका दिली होती आणि चंद्याला भीमाची. चंद्या आखाड्यातला हीरो होता आणि कमळी बरोबर त्याचे कारनामे चालले असायचे.

नाटकात दुःशासनाचं काम करणार्या पक्याचं आणि चंद्याचं काही बरं नव्हतं.

दुर्योधन दुःशासनाला द्रौपदीची साडी सोडायला सांगतो तो पर्यंत नाटक व्यवस्थित चालले होते.

जसा दुःशासन द्रौपदीच्या साडीला हात घालतो तसा चंद्या नाटकाचं विसरून पक्याला... “आयझवाड्या पक्या तू कमळीपासून पईले दूर हट नाईतर तूझं टकूरच फोडतो गदेनी”

“कोन लागतेरं कमळी तुजी? सांगनं इतं. खोतवाडीलं कळु तल द्ये” पक्या नी पण नाटक सोडून आक्रमक पवित्रा घेतला.

“आरं ये खालमुंड्या उंदीरतोंड्या तू कोन होतोय इचारनारा... तू हात तर लाव मलं मग बग मी कसं करते कालवन तुज... फटुरड्या... शाळतं तर चड्डीत हागायचा... इतं पण हागवीन तूलं” कमळी रागाने थरथरत पदर कमरेला लावत पक्याकडे जायचा पवित्रा घेत उद्गारली. दुर्योधन दुशःसनाला बाजूला करायला निघाला आणि आंथरलेल्या सतरंजीत पाय अडकून तोंडावर पडला आणि तो पण कमळीच्या पायाशी.

इकडे श्रोतेगण सगळे हास्य कल्लोळात मजा बघत होते, गुरुजी पडदा पाडायला बघतं होते... अन् तो कशाततरी अडकलेला असल्यामुळे खाली येत नव्हता.

“तु आता बाह्येर नीघच आता मंग बगते तुला” अशी धमकी पक्याला देउन फणकार्याने कमळीने स्टेज वरून एक्झीट केलं होतं.

दामले गुरूजींना खोत सोडून सगळ्यांनी सुनावली होती. खोतांनी फक्त “पुडच्या टायमाला काश्ट दुसरी घ्या गुर्जी” एवढचं म्हटलं होतं

“बिना लेडी पात्र नाटक बसवायचं म्हणतोय” असं गुरूजी म्हणताक्षणीचं “मंग कोन बगायला येनार नाटक गुर्जी” असं म्हणून फेटाळलं

“एकचं प्याला नाटक बसवा गुर्जी” असा सल्ला देउन खोत उठून निघून गेले होते

महिलांचे खेळ, मुलांचे मैदानी कार्यक्रम, कीर्तन/प्रवचन, नाटक, रांगोळी स्पर्धा, फॅन्सी ड्रेस, गाण्याचा कार्यक्रम, गावजेवण

असा भरगच्च कार्यक्रम मंजूर करून गुरूजी घरी निघाले होते.

'एक नाटक सोडलं तर बाकी सुरळीत होईल' असं पुटपुटत गुरूजी घरची वाट चालू लागले. बायको गतवर्षीच गेल्यामुळे घरी कोणी वाट बघणारं नव्हतं.

गणपतीचे सगळे कार्यक्रम, नाटकासकट चांगले झाले. गणपती विसर्जन करून गुरूजी खोतांकडे हिशोब लिहीत बसले होते. खोतांनी ह्यावेळेस काहीच कॉमेन्टस दिले नव्हते ते गुरूजींना खटकले होते. कारण ह्या वेळेस गुरूजींनी जरा जास्तचं मेहनत घेतली होती. नाटक तर अप्रतीम झालं होतं.

हिशोब पूर्ण होता होता रात्रीचे आठ वाजले... खोत आत आले आणि "झाला की नाई हिशोब गुर्जी... अहो पै अन् पै चा नकोय मला... थोड फार इकडे तिकडे होतयचं ह्येवढा कार्क्रम म्हटलं की"

"कशाला पण, झालाय की पूर्ण हिशोब" म्हणत गुरूजींनी खोतांच्या हातात कगद दिला. खोतांनी तो न बघताच टेबलवर ठेउन दिला.

"गुर्जी तुमी खूप वर्षांपासून खूप मेहनतीनं काम केलयं, कष्ट घेतलेत. पन आता टाईम चेंज व्हायला लागलायं. आपल्याला पन बदलायला हवयं कायं? त्यामुळं आता आमी तरून हेडमास्तर आनायचं ठरवलयं. आमच्या जावयाचंच मित्र आहे, ते हेडमास्तर म्हनून येतील. आता फुडच्या आठवड्यात येतील, एक दोन दिवस तुमच्या कडून घेतील माहीती शाळंची. मंग तुमी शीस्तीत रिटायर व्हा. तुमचा एक कार्यक्रम करू शाल श्रीफळचा. आणि तुमाला महिन्याला 350 रूपये पेंशन द्येऊ... कायं? ते नवीन हेडमास्तर आलं की धाडतो निरोप तुमाला. या आता"

एव्हढे बोलून खोत आत निघून गेले. दामले गुरूजी सुन्नपणे दोन मिनीटं खुर्चीत तसेच बसून राहीले, जणू पायातलं बळंच निघून गेले होते.

विषण्ण मनाने गुरूजी घरची वाट चालू लागले. अंधार पडलेला होता. आज दुपार पर्यंत जो गोंधळ होता त्याचा मागमूस पण नव्हता. सगळे चिडीचुप झाले होते.

ज्या गणरायाला दहा दिवस ज्या उत्साहात ठेवल्या गेले होते त्याला विसर्जन होताच लोक विसरले होते.

"गणपतीची ही स्थिती तर मी कोण लागलोयं? एका मेलेल्या किड्यासारखं मला झटकून मोकळे झालेत... इतक्या वर्षांच्या मेहनतीचं फळ काहीच नाही? नवं ते हवं, जुनं ते पोतेरं, असो" असं मनाशी म्हणत गुरूजी घरी पोचले.

पायरीशी चपला काढल्या. चपला काढतांना चपलेतला खिळा टोचून तळपायाला जखम झाल्याचं जाणवलं. बाहेरच्या टिनाच्या टबातले ठंड पाणी पायावर ओतून गुरूजी घरात आले. दिवा लावला.

टेबलवर हातातली पिशवी ठेवली. शंकराच्या फोटोला हात जोडून कैलासनाथा शिवचंद्रमौळी म्हणून वळकटी पसरली. भूक तर केव्हाच मेली होती. फुलपात्रातलं पाणी प्यायले. भींतीवरच्या बायकोच्या फोटोवरून हात फिरवला दिवा मालवला आणि वळकटीवर आंग टाकले.

बाहेर दूर कुठेतरी एक कुत्रं भुंकत होतं, खिडकीतून एक वार्याची झळुक आली... बायकोच्या फोटोवरचा हार ओघळून गुरूजींच्या अंगावर पडला. एक टिटवी आवाज करत निघून गेली.

सकाळी दूध घालायला आलेल्या दिनुला जे समजायचं ते समजलं.

हेट्या...

काल शेल्फवरची पुस्तकं आवरतांना मार्गारेट मिचेल चं गॉन विथ द विंड नजरेस पडलं आणि मला एकदम ह्रेट्या ची आठवण झाली. ह्रेट्या स्वतःला ह्रेट बटलर (क्लार्क गेबल) समजायचा... नव्हे तसाच रहायचा म्हणून मकरंद इनामदार चा ह्रेट्या झाला.

माझी पुणे ब्रॅचला ट्रांसफर झालेली... प्रचंड मोठा एरीया... गोवा, बॉर्डर कर्नाटक आणि महाराष्ट्र... पण ब्रॅचला गळती लागून फक्त एक स्टोअर क्लार्कच उरलेला होता. 'अल डोरॅडो' समजली जाणारी पुणे ब्रॅच ची स्थिती गंभीर होती. त्यामुळे GM बरोबरचची पहिलीच मीटींग गरमगरमीची झाली.

"There are no sales or sales admin guys in the branch. How do you expect me to commit 30% growth this year? I need sales-people, sales support staff and also a warehouse." मी कुरकुरलो.

त्यावर जनरल मॅनेजर पीटर रस्सेल तितक्याच शांतपणे म्हणाला, "That is your botheration. We don't have any sales or sales support guys to give you. Go to the Engineering College and recruit freshers, train them and get going. Warehouse can be arranged". त्यावर रिजनल मॅनेजर सुब्बूने मान डोलावली.

"Recruit freshers and train them? That will take time... and you want 30% growth this year?"

"Well, we think you can do it. Don't waste time. Get going Now".

पीटर उठून मीटींग रूमच्या बाहेर. मी सुब्बुकडे बघितलं तर तो... "Don't look at me I shye... You heard what Peter said." म्हणून चालू लागला.

चिंचवडच्या आमच्या ऑफिस मधून बाहेर पडलो...सगळं फ्रस्टेशन येझडी च्या किक वर कढलं आणि Engineering College कडे मोर्चा वळवला.

Engineering College च्या दारातच प्लेसमेंटचे चे अभ्यंकर भेटताच म्हणाले... अहो बेडेकर तुम्हाला उशीर झालायं... कॅम्पस इंटरव्हू आणि प्लेसमेंट कधीच झालेत... अहो एप्रील सुरू झालायं. जे कोणी अद्याप विदाउट प्लेसमेंट असतील ते फर्स्टरेट नसतील.

"चालतील... अभ्यासातली हुशारकी सध्या नकोयं... street smart असली की झाले..."

"एक तासभर थांबायची तयारी असेल तर 7-8 जणांना गोळा करून आणतो... बघा कोणी पटतयं का".

"आणा"

तासाभरात अभ्यंकर 5 जणांना घेउन आले... 10 मिनीटात सगळ्यांची निवड करून "तुम्हाला तुमचे अपॉईटमेन्ट लेटर मिस्टर अभ्यंकर कडून उद्या मिळतील" असे सांगून मोकळे केले.

अभ्यंकरांनी माझ्याकडे "हा येडा तर नाही ना" असे बघत विचारले, "अहो पाच जणांचे इंटरव्हू तुम्ही दहा मिनिटात कसे काय पार पडलेत?"

मी म्हणालो, "अहो अभ्यंकर साहेब... मी दोनच प्रश्न विचारले... तुम्ही "डर्टी डझन" पाहिलंय का? जर पहिला असेल

तर त्यातले हिरो जसे कुठेही प्रवास करायला व कसलेही आव्हान स्वीकारायला तयार असतात तसे तुम्ही तयार आहात का? जर तुम्हाला स्थिर जॉब हवा असेल तर गेट आऊट! This job is not meant for you then!!! पण, त्यांचा आनंद व कॉन्फिडन्स पाहून मीच आश्चर्यचकित झालो. मग मी त्यांना जॉब बद्दल माहिती दिली सर्वांना ते मान्य झाले. मी त्यांची ऑफर लेटर्स उद्या आणून देतो, मला फक्त त्यांचे resumes व तुमचे रेकमेंडेशन लेटर लागेल. आत्ता नसतील तर उद्या तयार ठेवा मी येईन घ्यायला."

कामगिरी फत्ते!! मी घरी गेलो.

दुसऱ्या दिवशी सुब्बुला सांगून HR कडून पाच अपॉइंटमेंट लेटर्स घेतले आणि अभ्यंकरांकडून त्या पाच पांडवांना इश्यू केले.

एक जून ला

विवेक मराठे (विक्या)
प्रकाश वाघ (टायगर)
मकरंद इनामदार (मकू)
संदीप फडणवीस (सॅडी)
मुकेश वैद्य (डॉक)

आणि सतीश नायर (अण्णा) sales support/admin

असे सहा लोक रुजू झाले.

Baptism by Fire... हा फंडा वापरून पहिल्याच दिवशी कस्टमर वाटप, टारगेट वाटप करून टाकले. "आत्ता धंदा आहे त्याच्या ३० % ग्रोथ हे टारगेट व्हायलाचं हवं आणि त्याच बरोबर पैसे पण वसूल झाले पाहिजेत" अशी तंबी पण दिली.

शेवटी मिलीटरी स्टाईल... "कोई शक?"... हे पण झाले.

डॉक ने विचारले, "KGB (माझे initials) प्रॉडक्ट ट्रेनिंग चे काय?"

"हे बघा मी या बॉक्स फाईल्स तुमच्यासाठी बनवल्या आहेत त्या घरी घेऊन जा. रोज रात्री अभ्यास करा. मी तुमची पुढच्या शुक्रवारी परीक्षा घेईन. तुमच्या कडे दहा दिवस आहेत. मी तुमच्यासाठी प्रॉडक्ट ट्रेनिंग प्रोग्रॅम अरेंज करणारच आहे पण त्याला जरा वेळ लागेल. त्या दरम्यान तुम्ही तुमचे कस्टमर, त्यांचे प्रोफाईल्स, पर्चेस हिस्टरी, त्यांचे प्रॉब्लेम्स ह्याचां study करा आणि रोज तुम्ही दोन कस्टमर कडे जायलाच हवे. तुमचे ट्रेनींग पूर्ण होऊन तुम्हाला सर्व समजे पर्यंत दहा कस्टमर व शहराबाहेरचे कस्टमर मी बघेन. १५ ऑगस्ट नंतर मात्र तुम्हाला स्वतंत्रपणे काम करावे लागेल".

"च्यायला इथं पण नाईट मारायची..." टायगर

"Yup... till we get hang of the products and कस्टंबर च्या शीशटीमा..." मकू उचकला.

"ज्याला जमणार नसेल त्यांनी अत्ताच सुटावे"... मी परत तंबी दिली. पण कुणीही जागचे हललेही नाही चला ही एक चांगली गोष्टच म्हणायची.

"आणि कपडे फॉर्मल हवेत, जीन्स चालणार नाहीत. शर्ट पॅन्टच्या आत खोचाला पाहिजे. भडक रंग नकोत, शूज पोलिश केलेले व मोजे रोज धुतले पाहिजेत. कशालाही वास नको... तोंडाला... कपड्याला, केसांना वा शूजला. कस्टमर कडे गेल्यावर कुठलाही वास यायला नको... या गोष्टीत कुठलीही हयगय चालणार नाही...

"Yes boss". सगळ्यानी नकळत स्वतःच्या तोंडावर हात ठेऊन बघितले.

हे लोक रुजू होण्याच्या आधी सुब्बु आणी पीटरला सांगून ह्या पाच जणांसाठी मोटरसायकल्स चा बंदोबस्त करून घेतला आणि वेअरहाउसची जागा पण ताब्यात घेतली.

"We are aware that 30% growth is an uphill task this year as almost half year is already over... try as much as you can. Next year we can plan properly" Perter ने half yearly review meeting मध्ये सांगितले. मी मान डोलावली, पण संध्याकाळी पांडवाना 30% growth ची आठवण करून दिली.

माझ्या अपेक्षेपेक्षाही पोरे लवकर तयार झाली त्यांनी १५ ऑगस्ट ऐवजी १ ऑगस्ट पासूनच स्वतंत्रपणे चार्ज घेतला.

वर्षाच्या शेवटी पुणे ब्रांच नी ३२% ग्रोथ रजिस्टर केली. आणि ही बातमी वाऱ्यासारखी पसरली. आमच्या टीमचा खूप उदो उदो झाला. हे लोक काही पण करू शकतात म्हणत परत ३०% ग्रोथचे टार्गेट दिले.

"This time around you all can easily achieve it I shey..." सुब्बू वटवटला.

बाकी पोरांच्या राहण्यामध्ये फारसा फरक झालेला नव्हता... पण मकू जरा जास्त स्टाईल मध्ये रहायला लागला होता. एका रवीवारी Camp area मध्ये दोराबजी ला गेलो असतांना मला मकू कोण्या पोरीला पाठी बसवून समोरून गेल्याचे वाटले पण मी मोटरसायकलचा नंबर बघू शकलो नाही.

त्याच्या पुढच्या आठवड्या मकू जुन्या स्टाईलची पोटावर बांधली जाईल अशी, समोर पॉकेट्स असलेली पॅट आणि लांब फ्लॅट कॉलर चा शर्ट घालून ऑफिस ला आला.

"अब क्या डॅडीके कपडे पहेनके आया है क्या..." कधी नव्हे ते अण्णा नी विचारले...

"अरे मकू... हे कोणाचे कपडे ढापलेस"

बाहेरचा गोंधळ ऐकून मी माझ्या कॅबिन मधून बाहेर आलो आणि बघितले... एक क्षण मला वाटले कि मी ४०च्या हॉलिवूड स्टाइल बघतो आहोत कि काय. "मकू काय हे... ४०च्या हॉलिवूड स्टाईल कपडे... कुठल्या नाटक कंपनीतून आणले का?"

"नाही... ही ह्रेट् बटलर स्टाइल" "मागच्या आठवड्यात मी मॅटिनी ला Gone with the wind बघितला... I just loved ह्रेट्

बटलर म्हणून खास तसेच कपडे शिवून घेतलेत... आतापासून मी ह्रेट् बटलर"

"च्यायला... हे कुठलं भूत तुझ्या डोक्यात शिरलयं मकरंद" मी विचारले...

"Oh No... no more Makarand... it is ह्रेट्"

"हां हां वो ठीक है रे ह्रेट्या, KEC से चेक लाया क्या"... अण्णा नी सुनावली.

"ह्रेट्या... छान नाव आहे... चला आजपासून मकू झालाय ह्रेट्या".

"अन् काय रे ह्रेट्या ती बॉबकट वाली कोण बसली होती तुझ्यापाठी" टायगर

So... माझी शंका खरी ठरली...

"मारलीन" ह्रेट्या

"ऑ कोणाची रे?" विकी

"आयला... मारलीन... मारलीन फर्नांडिस..."

"कुठं सापडली तुला ती..." आता सगळेजण ह्रेट्याच्या भोवती गोळा झाले

"मेनन इंजीनीअर्स च्या MD ची PA आहे..."

"अबे तुम वहां सेल्स के लिये जाता है की पोट्टी पटाने" अण्णा एकदम फॉर्मात आला होता.

"दोनो... why not... and you know she likes me too."

"She likes you 2 or 3 or 4 doesn't matter, if the MD comes to know then you will have to become नौ दो ग्याराह." टायगर पण पेटला होता.

"Don't worry... Rhett Butler knows how to manage".

"Makarand, don't be so smug... and no more affairs with any of our client's employees"... मी जरा करड्या आवाजात सुनावली.

ऑफिसमध्ये तो विषय तिथेच संपला. पण मकूचं ह्रेट्या मध्ये परिवर्तन झालेले होते.

ह्रेट्याच्या अंगात Rhett Butler पूर्णपणे आता घुसला होता. त्याचे कपडे, बोलण्याची स्टाईल... त्याचे हाव भाव पूर्णपणे ह्रेट् बटलर सारखे झालेले होते.

मध्ये दहा दिवस गेले असतील... एक दिवस ऑफिसला आलो तर ह्रेट्या टेबलवर हातात मुंडी घालून बसला होता.

“काय रे... बरं वाटत नाहीये का”

ह्रेट्यानी डोके वर केले... बहुतेक तो रडत असावा. डोळे लाल आणि सुजलेले होते.

“काय झालं रे ह्रेट्या... का रडतोस?

ह्रेट्या नी मोठ्ठा उसासा टाकला... शून्यात नजर लावली आणि म्हणाला... “जब दिल ही टूट गया तो जी के क्या करेंगे”

मला हसावे की त्याची कीव करावी हेच कळेना.

“हो ते ठीक आहे, पण झालं काय”

“मारलीन नी मारली असेल” “टांग...I mean”... विकी

“क्यूं नमक लगाके और जला रहे हो”

“अबे मूह खोलके बतायेगा क्या”

“Marlene left me for her cousin who works in Muscat... she has gone with him. He got her a job there... छोड गये बालम्”

“ह्रेट्या वो तुम्हारा ह्रेट् बटलर भी ऐसाही रोता है क्या... या दुसरा लेडी पकडके लाता है” अण्णाचा टोमणा ऐकून ह्रेट्या आ वासून बघत बसला.

“Makarand... go wash your face, gather yourself and go home and rest today.”

“No KGB... I am going to my customers... Anna is right. Rhett Butler will get new lady” असे म्हणत ह्रेट्या बॅग घेऊन बाहेर पडला...

पुढला एक महिना धावपळीत गेला. कयानी मध्ये एका रवीवारी गेलो असतांना मला ह्रेट्या दिसला... पाठीमागे एक टकाटक मुलगी बसली होती... ह्रेट् बटलर ला दुसरी "पोट्टी" भेटली होती.

दुसर्या दिवशी मी ह्रेट्याला ऑफिसमध्ये आल्या आल्या विचारले..." काय रे ती मुलगी कोण होती तुझ्या पाठी बसलेली"

चकीत नजरेनी माझ्याकडे बघत ह्रेट्या म्हणाला... "तुम्ही कुठे बघितलं"

"That's not important... who is she"

"तीचं नाव उषा... उषा राघवन"

"अन् काय करते... तुला कुठे भेटली"

"एका मित्राच्या POP गेलो होतो तिथे पार्टीत ओळख झाली"

"POP काय?"

"NDA... Pass Out Parade"

"तिचे कोण पासआऊट होत होते?"

"Her Dad is in Armed Forces... Colonel Raghavan"

"रांडीच्या तिचा बाप तुला गोळ्या घालेल ना" सॅडी नी आपली खास कोल्हापुरी भाषा वापरली.

"Rhett is not afraid of anybody... let me see how he shoots..."

"When he will shoot, you will not be able to see... you will be dead" अण्णा तडकला... "why do you go after girls... दूसरा काम नै है क्या".

पुढले बरेच दिवसं ह्रेट्या त्याच्याच दुनीयेत होता. कामावर काही फरक पडत नव्हता. सर्व मुले खूप छान काम करत होती, आता ती सिनियर इंजिनियर झाली होती. त्यामुळे मला ह्रेट्या च्या वागण्याचे टेन्शन नव्हते.

पोरे रुजू होऊन आमचे हे तिसरे वर्ष होते आणि फक्त तीन वर्षात टर्नओव्हर दुप्पट करून पुणे ब्रांच एकदम पहिल्या

क्रमांकावर होती. पैसे पण खूप मिळत होते व आमच्यातले संबंध पण खूप छान जुळले होते. म्हणून मला ह्रेट्याच्या भानगडींबद्दल फारशी काळजी नव्हती.

दोन महिने सुरळीत गेले. बरेचदा ह्रेट्या उषा बरोबर मिलीटरी लोकांच्या पार्टयांना जायचा... टाय कसा बांधायचा हे मला विचारले तेव्हा मला समजले. बराच पॉलिश्ड पण झाला होता.

मधून मधून अण्णा ह्रेट्याला खाजवायचा... "क्या रे तेरेकू बटलर का खानसामा या orderly तो नही बनाया कर्नल साब ने"

एक दिवस त्याच्या नावानी ऑफिसमध्ये कर्नल राघवन अँड फॅमिली कडून एक निमंत्रण पत्रिका आली... वरून ती लग्नाची पत्रिका वाटत होती... ह्रेट्या ऑफिसमध्ये नव्हता.

साधारण चार च्या सुमारास ह्रेट्या बाहेरून आला... निमंत्रण चा लिफाफा उघडण्याचा आवाज आला... आणि दोनच मिनीटात ह्रेट्या माझ्या कॅबिन मध्ये आला, खुर्चीवर बसला आणि ढसाढसा रडायलाच लागला...

बराच वेळ रडून झाल्यानंतर मी त्याला विचारले... "कायरे... उषा सोडून गेली वाटते"

हुंदके देत ह्रेट्या म्हणाला, "हे माझ्याच बाबतीत का घडते?"

"काय झालयं सांगशील का"

"His Usha is getting Married to Squadron Leader Manish and her father has sent the invite to Rhettya" अण्णा आत येत माझ्या हातात पत्रीका देता झाला.

"Makarand... you should know this... most people in military tend to arrange marriages within their fraternity... it is a practice. There is nothing to be surprised and no reason to cry. She wasn't meant for you. Get up... go... wash your face and be a man. You are not a teeny bopper now. I don't want you to cry... never. Go... collect yourself"

'Yes KGB', म्हणत ह्रेट्या उठला...

"आणि ऐक, मला वाटते तू त्या लग्नाला गेलेच पाहिजे. हसतमुखाने लग्नाला जा. अशाने उषाच्या मनात तुझ्याब्झद्दल अजून आदर वाढेल. समजले का?"

ह्रेट्या मनात जरा कचरला, पण मान डोलावली आणि गेला.

संध्याकाळी मी त्याला घरी घेउन गेलो. बायको मुंबईला लग्न अटेंड करायला गेली होती. फ्रीझ मधून बिअरची बाटली काढली... दोन ग्लास मध्ये ओतून एक ग्लास ह्रेट्या समोर ठेवला... म्हणालो... हं चल सुरू कर...

"ऐक ह्रेट्या, आता तुझे सगळे छान चालू आहे. तू स्मार्ट आहेस तू धाडसी आहेस कुठलीही गोष्ट लवकर शिकून घेतोस. आता तूला चांगले पैसे पण मिळायला लागलेत... तर आता स्वतःच्या नोकरीवर लक्ष केंद्रित कर... तुला पुढच्या ५ ते १० वर्षात काय बनायचे आहे... काय हासील करायचे आहे... कुठला व्यवसाय करायचा आहे याचा गंभीरपणे विचार कर... हे सर्व प्रश्न मी तुला इंटरव्यू च्या वेळेस विचारले नाही...पण आता ती वेळ आली आहे. तूझ्याकडून मला उत्तर नकोय पण तू या गोष्टीला प्राधान्य दे. मुली वगैरे ठीक आहेत... ज्या ज्या मुली तुला मिळाल्या तू त्यांच्यावर भाळलास, हे बाह्याकर्षण आहे प्रेम नव्हे. तू आता जास्त जबाबदारीने वागायला पाहिजेस."

ह्रेट्या शांत झाला होता... बहुतेक विचार करत असावा... एग भुर्जी, ब्रेड आणि आइस क्रिम खाउन ह्रेट्या घरी गेला.

पुढच्याच महिन्यात ह्रेट्याच्या पाठी एक नवीन मुलगी दिसली... नंतर ह्रेट्यानेच सांगितले... अल्मा नावं तिचे. कुठल्यातरी पार्टीत भेटली म्हणे.

आणखीन एका महिन्यानी डेक्कनला गेलो असताना बायकोनीच दाखवलं ह्रेट्या एका दुसर्याच पोरीला फिरवतांना... मी बायकोला म्हणालो पण की... ह्रेट्या पोरी पटविण्यात मास्टर आहे...

ही नवीन पोरगी...शलाका नावाची, संस्कार भारती मध्ये भेटली म्हणे. ह्रेट्या संस्कार भारती मध्ये कशाला गेला होता देवचं जाणे.

तीन वर्षे उलटून गेली होती... माझे दोन प्रमोशन्स झाली होती... बदली अपेक्षित होती... दोन महीन्यांनी ती पण झाली... पण भारताच्या बाहेर. अगदी अनपेक्षितपणे ही संधी चालून आली होती अन मी त्या संधीचा पुरेपूर फायदा घेण्याचे ठरविले.

धावपळीत आणि सेंड ऑफ पार्टीज मध्ये दिवस लवकर गेले. जाण्याच्या अगोदर सगळ्या टीम मेंबर्स बरोबर "वन ऑन वन" वेळ स्पेंड केला. उपदेश, मार्गदर्शन, सल्ले मसलती झाल्या... ह्रेट्याला सांगितलं पोरी सोड, करीअरचं बघ.

सात आठ वर्ष मध्ये निघून गेली. एकदा गणपतीत पुण्याला आलेलो... तेव्हा 'CROSS WORD' ला काही पुस्तक घ्यायला गेलो होतो.

पुस्तक शोधत असतांना एकाला धडकलो... "I am so sorry..." म्हणतोय तोच ती व्यक्ती... "KGB..." असं म्हणून हात पुढे करत होती...

पोपटी शर्ट, मरून/लाल कलर ची पॅट असं विसंगत पेहेराव केलेला ह्रेट्या समोर उभा होता... मी त्याला म्हणालो... "अरे ह्रेट्या तुझं लग्न झाल्याचं समजलं... बायकोनी तुझा चक्क पोपट च केलाय... कोण आहे ही... आणि कितवी... मी गेलो तेव्हा ६ ऑलरेडी झाल्या होत्या... ही कितवी?

ह्रेट्या च्या पलीकडे उभं असलेलं एक धोब्याच्या कापडाचं गाठोडे माझ्याकडे खुनशी नजरेने बघत होते...

मी पुढे काही बोलणार एवढ्यात ते गाठोडे बोलले... "चला, उगीच चकाट्या पिटत ऊभे नका राहू. घ्या पुस्तक अन् चला" ज्या जरबेनी आणि अधिकाराने ते गाठोडे बोलले आणि ज्या घाईने ह्रेट्याने काही न बोलता काठता पाय घेतला... त्यावरून मी हेरलं कि ह्रेट्याला त्याचा बॉस मिळाला हे नक्की

नंतर परत बरीच वर्षे ह्रेट्याला भेटण्याचा योग आला नाही. सॅडी Canada ला स्थायिक झाला होता. टायगर नी स्वतःची ट्रेडींग फर्म काढली होती. डॉक आय टी मध्ये तर विक्या मॅन्यूफॅक्चरिंग मध्ये गेले होते. मी पण मजल दरमजल करत US ला शिफ्ट झालो होतो.

मागच्या वर्षी डिसेंबर मध्ये पुण्याला गेलो होतो. आमच्या कुटुंबियांनी डिनर ला औंधच्या एका ट्रेंडी पॉश रेस्टॉरंट मध्ये जायचे ठरवले. “RB’z Holly” रेस्टॉरंट. आत शिरताच समोर क्लार्क गॅबेलचा गॉन विथ द विंड मधला Vivien Leigh बरोबरचा जमिनीपासून छतापर्यंत एव्हढा मोठ्ठा फोटो... मी मनात म्हणालो... च्यायला हा कोणी ह्रेट्याच्या लाईनीतला दिसतोय.

“सर आपले टेबल तयार होईपर्यंत आपण जरा शेजारच्या हॉल मध्ये बसा... या बाजूने प्लिज”... इति Receptionist. आत हॉल मध्ये स्विंग डोअर्स वेस्टर्न काउबॉइस चित्रपटात असतात तशा जुन्या लाकडी खुर्च्या, टेबल, कंदील, बंदुकी, खोगीर आणि बरेच फोटो... अरिझोनाचा कॅक्टस असलेला कोरड्या जानिमाचा तुकडा... हे सगळे दृश्य अगदी 4D इफेक्ट सारखे वाटत होते...

मी आ वासून बघतच राहिलो. मला वाटले आता कुठलाही क्षणी क्लिंट इस्टवूड वा क्लार्क गॅबेल वा जॉन वेन त्या अर्ध्या स्विंग दारातून चालत येतील व पॅन्टच्या खिशात हात घालून पिस्तूल बाहेर काढून गोळीबार करतील.

आम्ही हे बघत असतांना किती वेळ गेला ते माहीत नाही पण तिथे बसलेले सगळे रईस लोक होते ह्यात शंका नव्हती. बाहेर बघितलेल्या मर्सडीस व बी एम डब्लू कोणाच्या आहेत ते कळले. तिथले सर्वर्स पण काऊबॉय सारखे हॅट व बूट्स घातलेले होते.

“Sir your table is set... this way please this way” म्हणत आम्हाला मेन Dining Hall मध्ये घेऊन गेली.

तो खूप मोठ्ठा हॉल होता. त्याच्या तीन बाजूला भितींवर मोठे अर्धवर्तुळाकार स्क्रीन बसवलेले होते त्यामुळे 3D/4D परिणाम साधता येत होता. बेन हर, क्लिओपात्रा, मॅकेनाज गोल्ड असे इंग्लिश चित्रपट या तीन स्क्रीन वर चालले होते. चौथ्या भिंतीवर हॉलीवूड च्या नट नट्यांचे आकर्षक फोटो मोठ्या खुबीने लावले होते.

तिथले ड्रिंक्स व पदार्थ पण खूप चविष्ट होते. आम्हाला तिथे खूप मजा आली. पण जेव्हा बिलाचे पैसे विचारले तर उत्तर मिळाले, “sir this was on house” असं म्हणत मॅनेजर अदबीने सांगायला आला.

“What do you mean on the house... and who says so”, इति मी

तेव्हढ्यात एक २४-२५ वर्षांचा मुलगा आमच्या टेबल जवळ आला आणि अदबीने म्हणाला... “My Dad says it is on the house. He knows you quite well and he should be here any minute”.

तेव्हढ्यात आतून एक गलेलठ्ठ पांढरा कुर्ता पैजामा घातलेला एक माणूस आमच्या टेबल कडे येऊ लागला...

“My Dad” तो तरुण मुलगा म्हणाला.

टक्कल पडलेला तो जाड माणूस कोण असावा याचा अंदाज लावे पर्यंत तो टेबल जवळ आला देखील. आम्ही सगळे तोपर्यंत जायच्या हेतूने ऊभे पण झालो होतो.

तो माणूस जवळ आला आणि माझ्या पाया पडला... “अहो हे काय करतायं” म्हणे पर्यंत तो बायकोच्या पण पाया पडला.

“KGB... मी...” त्याचा आवाज ऐकला आणि एकदम डोक्यात लख्ख प्रकाश पडला.

मी म्हणालो... “हेट्या... मी अंदाज बांधायला हवा होता. हेट् बटलरचे हॉलिवूड... मला क्लार्क गेबल ला पाहताच तुझी आठवण आली, पण कधीच वाटले नाही की तू या बिझिनेस मध्ये असशील.”

"अरे ह्यांच्या पाया पड पहीले..." त्या तरूण मुलाला ऊद्देशून ह्रेट्या म्हणाला.

"KGB बसा नं".

"अरे ह्या लोकांना जाऊ दे ह्रेट्या"...... "तुम्ही बाहेर जाऊन पान खा... तोवर मी येतो" मी बायकोला म्हणालो.

"सलील अरे ह्यांना बाहेर ने आणि भैय्याला सांग पान बनवायला आणि पैसे नाही घ्यायचे हे पण सांग"

"अरे हे काय चालवलयं पैसे न घेण्याचं" पण माझे हे वाक्य अधांतरीच राहिले.

खुर्ची समोर ओढत ह्रेट्या म्हणाला...... "बसा नं KGB खूप दिवसांनी भेटतोय. मी मागे भेटलो तेव्हा काहीच बोलू शकलो नाही"

ह्रेट्या बोलण्याच्या मूड मध्ये होता हे मी जाणले... बराच भावूक पण झालेला दिसला.

"माझं लग्न ही एक तडजोड होती माझ्या वडीलांसाठी. आम्ही सातारा, सांगली परीसरातले. काही मोठ्या अडचणीतून वडीलांना माझ्या सासर्यांनी वाचवले. माझे सासरे आणि वडील वर्गमित्र पण सासरे साखर कारखानदार आणि वडिल सामान्य."

"त्यांच्या मुलीला प्रकृतीच्या बऱ्याच तक्रारी होत्या... म्हणून लग्न होत नव्हते. त्यांनी वडिलांना गळ घातली... वडीलांना नाही म्हणता येइना. माझ्या इच्छे विरूद्ध लग्न लावले गेले. मला नोकरी सोडायला भाग पाडून साखर कारखान्यात काम बघायला सांगितले गेले. ते मला फार अपमानास्पद वाटले कारण त्या कारखान्यात मी कोणीच नव्हतो, एक सामान्य ऑफिसर आणि तिचे वडील मालक सगळे अधिकार त्यांच्या हातात...

"माझ्या बायकोला तिच्या प्रकृती अस्वास्थ्यामुळे मूल होऊ शकत नव्हते या गोष्टीचा सल त्यांच्या मनात होता त्यामुळे ही निराशा, विफलता ते माझ्यावर काढीत. कालांतराने माझे सासरे एका अपघातात वारले. मग मी ती नोकरी सोडली तसेही सर्व

इस्टेट माझ्या बायकोच्या नावावर होती आणि तिला तो साखर कारखाना व्यवस्थितपणे हाताळता येत होता. मी तिला स्पष्ट सांगितले, 'मी पुण्याला जातोय तुला यायचे असेल तर येऊ शकतेस नसेल तर तुझे अन माझे मार्ग निराळे..."

हेट्या आता पूर्ण मूडमध्ये होता. त्याला मनात इतके दिवस साठवलेल सगळं सांगून मन हलके करायचे होते.

"पुण्याला आल्यावर मी एक चहा बिस्कीट ची टपरी (गाडी) सुरु केली. ठीक चालले होते घर खर्चाचे पैसे सुटत. नंतर मी उधारीवर फूड ट्रक विकत घेतला व हिंजेवाडी ला धंदा सुरु केला, तिथे खूप IT companies आहेत. तिथे खूप पैसे कमावले. आयुष्याला एक स्थैर्य आले. मी सलील ला दत्तक घेतले त्याला चांगले शिक्षण दिले. त्याने हॉटेल मॅनॅजमेन्ट चा कोर्स केला आता त्याचे ट्रैनिंग सुरु आहे."

हेट्याच पुढे सांगू लागला

"आपल्या स्वतःच्या मालकीचे रेस्टॉरंट काढायचे माझ्या डोक्यात होतेच पण मला काहीतरी ग्रँड करायचे होते... मग काय इकडून तिकडून पैसे गोळा केले काही उधार घेतले व हे जॉईंट सुरु केले. क्षणोक्षणी मला तुमच्या ट्रैनिंगची, उपदेशाची आठवण येत असे. केवळ तुमच्या ट्रैनिंगमुळे मी सर्व अडचणींवर मात केली. माझ्या या यशात तुमचा सिंहाचा वाट आहे."

हेट्याला गहिवरून आले जणू काही खूप वर्षांपासून अडवलेले धरणाचे पाणी बांध फुटून वाहू लागले. तो सांगू लागला...

"त्या समोरच्या बिल्डिंग मध्ये माझा छोटासा २ बेडरूम चा फ्लॅट आहे मी व सलील तिथे राहतो. माझी बायको सहा महिन्यातून एकदा आम्हाला भेटायला येते. तिने आता सलीलचा स्वीकार केलाय कारण तिचेही आता वय झालाय."

हेट्याचे स्वगत सुरूच होते...

"माझ्यात तुम्हाला हा जो शारीरिक बदल दिसतो आहे त्याचे कारण मला माझ्या स्वतःकडे लक्ष द्यायला वेळच नव्हता.

आज माझ्याकडे व्हेट् बटलर रेस्टोरंट आहे... पण मी आता त्याच्यासारखा होवू शकत नाही... तुम्ही मला नेहमी सांगत होतात की स्वतःच्या भविष्याचा विचार कर, मला काय व्हायचे आहे... मला व्हेट् बटलर व्हायचे आहे अन त्याच्यासारखे म्हणायचे होते,' Frankly speaking I don't give a damm... 'पण ते शक्य नाही कारण मी पण काळजी करायला शिकलोय जसे KGB तुम्ही आमची सर्वांची काळजी करत होतात. हे सगळे तुमच्यामुळे सध्या होऊ शकले. याचे सर्व श्रेय मी तुम्हाला देऊ इच्छितो. मी तुमचे देणे लागतो."

मी म्हणालो, 'नाही मकरंद, तू माझे काहीच देणे लागत नाही. हे सर्व तुझ्या मेहनतीचे व उत्कृष्टता साधण्याच्या प्रयत्नांचे फळ आहे. व्हेट् बटलर हा वरवरचा बाह्यस्वरूपी मुखवटा होता... त्या मुखवट्याखाली खरे तर काहीतरी उत्कृष्ट करण्याची प्रबळ इच्छाशक्ती दडलेली होती. कुठलीही गोष्ट कौशल्याने हाताळण्याची हातोटी होती... अन ते तू साध्य केलस. माणसाचे बाह्यरूप, रंग रूप हे कधीच महत्वाचे नसतात... मला तुझा व सर्वांचा खूप अभिमान वाटतो... मी अभिमानाने म्हणू शकतो, 'माझी निवड बेस्ट होती.' या तुझ्या यशाबद्दल तुझे हार्दिक अभिनंदन, आणि असेच आपण वरचेवर भेटत राहू हीच सदिच्छा!' असे म्हणत मी व्हेट्याला मिठी मारली, त्याच्या डोळ्यात अश्रू तरळले... तो आम्हाला बाय करायला बाहेरपर्यंत आला.

ती माझी व त्याची शेवटची भेट ठरली. लवकरच तो देवाघरी गेला...साताऱ्याहून पुण्याला येतांना त्याच्या गाडीला अपघात झाला अगदी त्याच्या सासऱ्यांच्या झाला तसाच. त्याला हॉस्पिटल मध्ये ॲडमिट केले पण गंभीर जखमांमुळे त्याचा मृत्यू झाला. शेवट पर्यंत त्याच्या मनातील दुःख त्याने कुणालाच बोलून दाखवले नाही व स्वतःच सहन करीत राहिला.

व्हेट्या नेहमीच माझ्या आठवणीत राहील. मी त्याला कधीच विसरू शकणार नाही.

लकी साडी

शुद्धीवर आले तेव्हा क्षणभर समजलचं नाही की आपण कुठे आहोत. हाताला नळी, तोंडाला मास्क, छातीत कुठेतरी दुखल्याची जाण, डोके जड झालेले, कुठल्यातरी मशीनचा फॅन फिरण्याचा आवाज...

"Ahh... she is coming around" म्हणत एक नर्स जवळ येऊन सगळं तपासून गेली. दुसरी नर्स आली...

"Hello ma'am, how are we doing. Everything is going to be normal. You are doing just fine. Your family is here but they can't come inside here for couple of days coz you are in a sterilized zone and will be here for next couple of days. We don't want any infections... do we? All you got to do is rest. The doctor will see you soon" असं बोलून परत सगळं चेक करून ती गेली.

लक्षात आलं की आपण न्यू यॉर्कच्या Presbyterian Hospital मध्ये आहोत. छातीत दुखतं म्हणून डॉक्टरांना दाखवलं तर सरळ open heart surgery च करावी लागली.

"Extremely serious and urgent, otherwise no hopes" असचं म्हणाले.

मुलाकडे दोन महिन्यासाठी US ला आले काय आणि आठवडाभरातचं open heart चं operation होतयं काय... सगळचं विचित्र प्रकरण. तरी बरं येतांना insurance काढलेलं होतं... माहित नाही ते चालतयं की नाही... नाहीतर मुलाला नसता भुर्दंड.

ऑपरेशन होऊन किती दिवस झालेत... एक की दोन... आज कोण वार आहे... मंगळवारी ऑपरेशन होतं... आज गुरूवार का... उपास असतो... काय माहित... डोळे का जड होत आहेत... झोपपपपप...

“Oh... she is doing just fine. Her system has now accepted the changes. She will be up and running in just couple of months Mr. Deshmukh”.

डोळे उघडले तर आज वेगळीच जागा होती. आता तोंडावर मास्क नव्हता. बाजूला नवरा, मुलगा, सून उभे होते.

“कसं वाटतयं आता. दुखतयं का काही?”

“नाही”... आवाज फुटत नव्हता. तोंड कोरडं पडलं होतं... “पाणी हवयं”

नर्स आली... ओठं ओले केले... दोन चमचे पाणी दिलं... “everything in small doses... even water. We don’t want to burden your heart”.

“आई तुला आणखी रेस्ट घ्यावी लागणार आहे. निदान आणखी सात दिवस तरी तुला इथेच राहवं लागेल... under observation”

हमममम... पाठीला रग लागलीयं झोपून झोपून... आता जास्तच झोपून राहाव लागेल. US मध्ये येऊन काय केलं तर दोन महिने झोपून काढलेत आणि ओपन हार्टचं operation केलं. Heart बिर्ट तर बदललं नसेल ना... कोणास ठाउक बदललं असेल तर. कोणाचं लावलं असेल कोण जाणे... बाईचं का माणसाचं... बाईचं ह्रदयं वेगळं असतं म्हणतात खरं... कोणास माहित. किती दिवस झाले विचारायला हवं... आज कोण वार आहे देव जाणे.

"You have done extremely well for your age. It has been 8 days since your operation, and you are holding on well. Couple of more days, few tests and you will be good to go home soon" नर्स बडबडत होती. म्हणजे आठ दिवस झालेत तर.

संध्याकाळी घरचे सगळे उगवले. चौकशी करायला. एव्हढ्यात एक मुलगी वजा बाई, साडी घातलेली... फुलं घेऊन आली. साडी फारच ओळखीची वाटत होती...

"काय म्हणतात आहे काकू"...

"आई ह्या डॉक्टर सुनंदा गांवकर... ह्यानीच तुझं ऑपरेशन केलं. फार नावाजलेल्या हार्ट सर्जन आहेत जगातल्या"

"काय काकू, कसं वाटतयं... ओळलखं का तुम्ही मला?"

"नाही, पण साडी ओळखीची वाटते आहे" मी हळूच म्हणते.

डॉक्टर बाई खळखळून हसतात... "म्हणूनच ही साडी घालून आले. हीच साडी घालून तुमचं ऑपरेशन पण केलं... अर्थात ह्यावर sterlized operation gown होता. तुम्हीच दिलेली साडी आहे. तुम्ही दिलेल्या सगळ्या साड्या माझ्यासाठी लकी निघाल्या. मी डबे भांडी वाल्या गंगूबाईंची मुलगी... आठवतयं का तुम्हाला काकू"

मन भूतकाळात... वैशाखातलं रणरणतं ऊन. रस्ता रिकामा... कुठेतरी कावळा ओरडतोयं मध्येच कोकीळ. दुपारची वेळं... शरीर सुस्तावलेलं. पेंग येत असलेली... पेपर वाचतेयं पण डोक्यात काही शिरत नाहीये.

"भांssssडी, डबेsssट्या... ले" आवाज येतो नेहमीचा. भांडी, डबे, वाट्या पेले विकायला येते एक बाई... कपड्यांच्या बदल्यात.

आज आहेत काढून ठेवलेले जुने कपडे... बघू काय आहे हिच्याकडे. दरवाजा उघडून उन्हाची झळ तोंडावर घेत हाक मारते... "अहो गंगूबाई"

"आले बाई" म्हणत गंगूबाई लाकडी फाटक ऊघडून बंगल्याच्या आत येत पोर्च मध्ये डोक्यावरचं ओझं खाली ठेवतात. टोपलं भरून भांडी असतात.

"बाई पाणी देता का प्यायला...ऊन लई तापलयं बघा"

आज गंगूबाई बरोबर एक परकर पोलकं घातलेली 9-10 वर्षांची मुलगी पण होती... दोन घट्ट वेण्या, टपोरे डोळे पण भित्रे, सडपातळ सावळी अंगकाठी... अबोल.

"हे घ्या पाणी... ही कोण, मुलगी का तुमची?

"हो बाई... येकचं हायं. साळंत जाते मुन्सीपाल्टीच्या. आता उन्हाळ्याची सुट्टी म्हून माह्यासंग आली"

"कितवीत आहेस"

"सातवीत गेले"

"छान"

घासाघीस करून डबे आणि वर एक झाकणी घेऊन खरेदी संपवली... अन् गंगूबाई जात्या झाल्या. तशा येत जात राहिल्या पण एकट्याच.

साधारण दोन अडीच वर्षांनी परत एकदा मुलीला घेऊन आल्या. ह्यावेळी डिसेंबर महिना होता अन् रविवार.

"आज कशी काय आली ही"

"आज रविवार म्हून आली... आता मार्च मधं परिक्षा हायं नवं... मॅट्रीकला बसतेयं आता"

"हो का... अरे वा..." आज परकर पोलकं आणि वर मद्रासी पोरी घालतात तशी ओढणी... हाफ साडी घातली होती.

"बाई, तुमच्या जुन्या धडक्या साड्या असतील तर दोन साड्या देता का... हिच्यासाठी... आता वयात येतीयं म्हून. मी पैसं देईन त्याचं वेगळं... बगा ना"

"थांब जरा" काय वाटलं कुणास ठाऊक... माझ्या आईची आठवण झाली... घरातून दोन किंचीत जुन्या झालेल्या पण चांगल्या साड्या आणून दिल्या.

"बाई ह्याईचे किती पैसे द्यायचे"

"अहो... काही नाही माझ्याकडून हिला... काय नांव तुझं?"

"सुनंदा"

"छान जाऊदे परिक्षा"

"हो... आशिर्वाद द्या" म्हणतं पाया पडली. उच्चार स्पष्ट होते.

जून च्या सुरवातीला एक दिवस दुपारी बेल वाजली... दरवाजा उघडला तर गंगूबाई आणि सुनंदा दारात उभ्या. सुनंदा मी दिलेली साडी नेसून. हातात एक छोटा कार्डबोर्डचा हलवायाचा बॉक्स. भांड्याचं टोपलं नव्हतं.

"काय गं" म्हणताच... दरवाज्यातच पाया पडली. डोळ्यात पाणी... दोघींच्याही

"बाई हे तुमच्यासाठी" म्हणतं पेढ्यांचा बॉक्स हातात ठेवला. चांगल्या महागाच्या दुकानातला होता.

"आज निकाल लागला नवं... मॅट्रिकचा"

"हो का... मी अजून पेपर बघितलाच नाही... झाली का पास... किती मिळाले मार्क" मला वाटलं 50% मिळाले असतील फार तर

"बाई सुनंदा बोर्डात पहिली आली नवं... पेपरात फोटूपण आलायं बगा" डोळ्यातून आनंदाच पाणी वाहत होतं.

मी आश्चर्यचकीत... बोर्डात पहिली...

"तुम्ही दिलेल्या साड्या नेसून जायची ती परिक्षेला... लाभी हायेत बाई तुमी"

"या आत या... बसा...अहो सोफ्यावर बसा... थांबा जरा"

खीर केलेली तर दोन वाट्या भरून आणली आणि दिली. परत आत गेले... दोन नवीन साड्या आणल्या होत्या, घड्या पण मोडल्या नव्हत्या... कुंकू लाऊन सुनंदाला दिल्या.

तिच्या डोळ्याला पूर.

"आता काय करणार पुढे?"

"मेडीकल ला अॅडमीशन घेणार. डॉक्टर व्हायचयं"

'अरे वा... छान"

पुढले 3-4 वर्ष उलटले... गंगूबाई यायच्या कमी झाल्या. थकल्या पण होत्या.

एकदा रविवारी दुपारी हाक आली. बर्याच महिन्यांनी आली हाक म्हणून दरवाजा उघडून बोलावलं. तर सुनंदापण होती.

“कायं गं कॉलेज नाही”

“आज रविवार... आईला जाऊ नको म्हणलं तर ऐकत नाही. तिच्या सोबतीला आले”

“कोणत्या वर्षाला आहे”

“पुढल्या वर्षी फायनल”

“अजून पोत्तर पोरगी पहिला नंबर टिकवून हायं बाई. परिक्षेला तुमी दिलेल्या साड्याच नेसून जाते”

मी खूप हासली... “अहो ती हुषार आहे... साड्या नाही”

“काय बी असो... तुमी लाभी आहात बाई.”.

कायं वाटलं माहित नाही. आत जाऊन दोन चांगल्या साड्या आणल्या आणि सुनंदाला दिल्या.

“अहो हे कायं. आहेत की माझ्याकडे”

“अगं असू दे... मी आता जास्त पंजाबीच वापरते... तुला कामास येतील”

दीड वर्षांनी माय लेकी परत आल्या पेढे द्यायला... सुनंदा मेरिट मध्ये आली होती. परत सगळं श्रेय माझ्या साड्यांना देऊन झालं

“अगं पेशंटला औषध न देता त्याच्या अंगावरून काय साडी फिरवणार का माझी” ती खळखळून हासली.

“आता काय करणार”

“बाई ईले कॉलरशेप भेटली नवं... अमेरिकेले जायले”

“हो का... अरे वा... छान. केव्हा जाणार”

“सप्टेंबर मध्ये. Heart specialization करणार... सर्जरी मध्ये”

"वा... वा... छान... जाण्याच्या अगोदर एकदा भेटून जा... अन्
गंगूबाई तुमी पण जाणार का मग"

"नाई हो बाई... इथं कामं हायेत की... नवरा पन हायं...
त्याले मदत करते आता... तो पन डबे वाला हायं... पन जेवनाचे
डबे करून देतोयं मी त्याला डबे करून देते. तुमाला कधी
लागलं तर सांगा... 15-20 मानसांचा सैपाक करून देतयं...छान
चवं असते"

सुनंदा हासत होती...

अमेरिकेला जाण्याच्या अगोदर सुनंदा एकटीच येऊन पाया
पडून गेली. ह्यावेळेस मी चार चांगल्या महागातल्या साड्या
आणल्या होत्या तिच्याकरता...

"अहो हे कायं काकू... एव्हढ्या साड्या"

"असू दे गं... तिथे तू साड्या घालणार नाहीस... पण ठेव
तुझ्याजवळ... प्रसंगी लागतील"

परत पाया पडली... डोळ्यात पाणी. ह्यावेळेस मात्र मी तिला
मिठीत घेतलं पाठीवरून हात फिरवला आणि कपाळावर किस
केलं... "नेहमीच यशस्वी हो" म्हणून सांगितलं...

"परत भेटायची ईच्छा ठेऊन जाते आहे काकू. आपण भेटूच
परत" म्हणत ती गेली.

एकदाच नंतर गंगूबाई भेटल्या होत्या. सुनंदाचं शिक्षण तसं
संपलं होतं. ती ट्रेनींग घेत होती. तिला New York च्या एका
मोठ्या हॉस्पीटल मध्ये नोकरी पण मिळाली होती. सुट्टीत यायचं
म्हणत होती.

मधले 4-5 वर्ष फिरण्यात गेले... दोन वर्ष तर ऑस्ट्रेलियात
पोरीच्या बाळंतपणात आणि नातीला सांभाळण्यात गेले. एक
US ची सहा महिन्यांची ट्रिप पण झाली मुलाकडे पण सुनंदाचं
लक्षातचं आलं नाही तेव्हा.

"हो आता ओळखलं... साडी लक्षात होती... तू बरीच बदलली
आहेस... खूपच स्मार्ट अन सुंदर दिसतेस आता"

"काय काकू... आहे तशीच आहे मी. भारतात आले होते दोनवेळा पण तुमच्या घराला कुलुप होतं. तुम्ही मुलीकडे गेल्याचं शेजार्यांनी सांगितलं. दुसर्यांदा आले तेव्हा आई अन् वडील दोघही आजारी होते... लागोपाठच गेले दोन दिवसांच्या अंतरानी... पहिले आई मग वडील... आता मी एकटीच"

परत डोळ्यात पाणी...

"का... मी नाही का"

"तुमचं नांव बघितलं तेव्हाच मी तुम्हाला ओळखलं... तुम्ही ॲडमिट झाल्या तेव्हा मी ऑपरेट करणार हे पण नक्की होतं... पण तुम्हाला सांगायला चान्सच मिळाला नाही. पण तुम्ही दिलेली साडी नेसूनच मी ऑपरेशन करायला आले... तुमची साडी लाभी ठरते... नेहमीच. You are my lucky charm काकू. त्यामुळे ह्या नंतर काहीपण असेल तर मला लगेचच कळवायचं काय?"

सुनंदाचा हात हातात घेउन दाबल्या व्यतरिक्त मी काही बोलूच शकले नाही. डोळे मिटले तर गंगूबाई डोळ्यासमोर आल्या... भर ऊन्हात डोक्यावर ओझं घेऊन फिरतांना... प्यायला पाणी मागतांना... पण आज मला त्या खरं "जीवन" देऊन गेल्या मी दिधेल्या पाण्याच्या, "जीवनाच्या" बदल्यात.

सुनंदाच्या टपोर्या डोळ्यात पण पाणी होतं

भिंत

मला अजूनही परिक्षेची स्वप्न पडतात झोपेत... पेपर असतो अन् सब्जेक्ट कुठला हेच आठवत नसतं, नाहीतर तयारीच झालेली नसते. काहीवेळा तर मित्रचं सांगतात तेव्हा लक्षात येतं. बरेचदा पुस्तकं किंवा नोट्सच सापडत नाही... तर काहीवेळेस परिक्षेला जायलाच ऊशीर होत असतो. भितीने घाम फुटायला आलेला असतो. जाग आल्यावरच कुठे जीव भांड्यात पडतो की...all exams are now over long long ago... कधी कधी वाटतं की ह्या exams मुळे स्वप्नातचं हार्टफेल व्हायचा...!!! These exams have haunted me all my life!!! च्यायला... नसती झेंगटं.

आता काल पण मला परिक्षेचं स्वप्न पडलं. बरं ह्या वेळेस तर अभ्यास झालेला होता, वेळेवर पण पोचलो होतो, आठवण पण होती... पण पेपर हातात पडल्यावर मात्र हृदयाचे 10-12 ठोके एकदम चुकले. पेपरमध्ये एकच प्रश्न होता... "खाली दिलेल्या विषयावर निबंध लिहा"... "भींत". झाला संपला पेपर...!!

मी invigilator ला विचारले की अहो असा काय पेपर दिलाय...बाकीचे प्रश्न कुठे आहेत... तर उत्तर मिळाले की "मी पेपर काढलेला नाही. निरर्थक प्रश्न विचारून वेळ घालवू नका. जे विचारलयं ते लिहा चुपचाप".

आजूबाजूला बघीतलं तर हॉल मध्ये मी एकटाच होतो. बाकी पब्लिक गायब झालेली होती. मला पेपर लिहीणे भाग होते.

“भींत”... काय कप्पाळ लिहीणार होतो ह्यावर... आयला आजकालच्या मराठी सिनेमाची नावं अशीच असतात... वळू, शाळा, उबंटू... तशीच भींत...!! भींतीच्या ऐवजी म्हैस वर जरी निबंध लिहायला सांगितला असता तरी काही फारसा फरक पडला नसता.

मी लिहायला सुरवात केली. मला वाटले आपलेच डोके भिंतीवर आपटून घ्यावे. भिंतीला कान असतात. आजकाल डोळे पण असतात... एखाद्या पिक्चर फ्रेम च्या आड cctv चा कॅमेरा पण असतो. भींत विटांची, लाकडाची, मातीची, कॉन्क्रीट ब्लॉक्सची पण असते...!!” च्यायला बर्लिन वॉल कशाची बांधली होती... ती पण लिहायला हवं ना...नाहीतर I will be up against the wall!!...

अपारदर्शक काचेची, तसचं तारेचं कुंपण किंवा झुडपांनी बनवलेली, बगीच्यात असते ना भूलभुलय्या बनवलेली भींत... ह्या पण तर भींतीच झाल्यात ना... फक्त पारदर्शक किंवा सेमी पारदर्शक.

परवा तीर्थरूपांनी ‘creating mental blocks and mental wall’ वर सुनावलं होतं...च्यामारी लक्ष देऊन ऐकायला हवं होतं... कामात आलं असतं. कायं म्हणतं होते बरं... आभासी (virtual) भिंत आहेत म्हणे त्यांच्या ऑफिस मध्ये. त्या ट्रंप साहेबाला का नाही सुचवतं आभासी भिंत ची कल्पना. स्वस्त आणि मस्त.

पेपर मध्ये कायं लिहावं हेच सुचतं नव्हतं... मग विचार केला तीन तासात एखादी पिक्चरची श्टोरीच लिहून काढावी... पुढं मागं कोणी पिक्चर जर काढला भींतीवर तर कॉपीराईट म्हणून चिकार पैसे तरी मिळतील...!!! मग मी भींत ह्या विषयावर श्टोरी लिहायला लागलो...

पूर्वी स्टोऱ्या सोप्या होत्या... सगळ्या स्टोऱ्या आटपाट नगरात सुरू व्हायच्या... आताच्या स्टोऱ्यांना सेटींग लागतं, बॅकग्राऊंड लागतं, फ्लॅशबॅक लागतो... विचार करूनच स्टोरी वजा निबंध लिहावा लागेल. रटाळ निबंधा पेक्षा रसाळ स्टोरी लिहीली तर मास्तर जास्त मार्क तरी देतील असा विचार करून पहिलं लिहीलेलं खोडून परत निबंध लिहायला नव्याने सुरूवात केली...

भींत...

नल्लीकाकूच्या टपरीत बसून आम्ही, म्हणजे पक्या, मुक्या, टेंब्या, मी, मेघा आणि रेणू, कटींग "च्या" पीत बसलो होतो. शाळे नंतर पाउण तासाने लगेच गोखले सरांचा मॅथ्स आणि फिजिक्स चा क्लास असायचा. आम्हा सगळ्यांची घरं एव्हढी जवळ नसल्याने आम्ही सहा जण शाळेजवळच्या टपरीत चहा घ्यायचो आणि कोणाच्या टिफीन मधलं जर काही उरलं असेल तर ते खायचो.

खरं तर ती टपरी नव्हती. एका जुन्या बंगल्याच्या गॅरेज मध्ये काढलेला एक लेमनेड चा स्टॉल होता. नल्लीज हे आम्ही दिलेलं नांव होतं. तसं त्या टपरीला नावचं नव्हतं कुठेही. साधारण 50-55 वयाच्या एक काकू लेमनेड करून विकायच्या. मेघानी त्यांना त्यांच नांव विचारण्याचं धाडस केलं.

"नलू... नलिनी नांव आहे माझं" थोडसं हसून त्यांनी सांगितलं.

"काय म्हणून हाक मारली तर चालेल... नलूकाकू की नलू मावशी"... इती मेघा.

"नलूकाकू म्हटलं तरी चालेलं गं... आणि काय गं तुमचे कायं एक्स्ट्रा क्लासेस असतात का रोज?"

"हो ना... मॅथ्स आणि फिजीक्सचे... रोज ६ ते ७.30 पर्यंत. खूप भूक लागलेली असते. काकू तुम्ही चहा आणि बिस्कीट्स ठेवाल का... आम्ही रोज घेऊ... बघा ना शक्य असेल तरं"

खरं तरं लेमनेड फ्रेश आणि तसं स्वस्त असल्यामुळे बरेच जणांचा रतीब असायचा. गॅरेजला लागूनच असलेल्या घरात

नलूकाकू रहायच्या. पाठीमागे बर्यापैकी मोठी जागा होती. आंब्याची काही मोठी झाडं, एक दोन चिंचेची झाडं... बऱ्यापैकी लॉन असं सगळा छान हिरवागार परिसर होता. टपरी च्या समोर दोन बाकं होती फक्त बसायला... आणि एक टीपॉय वजा टेबलं.

"मी बघते हं चहाचं कसं जमतं ते" मोजकंच हसून नलूकाकू म्हणाल्या.

दुसर्याच दिवशी आम्ही गेलो तर स्टोव्हवर चहा उकळतचं होता. आम्हाला बघून नलूकाकू हसल्या.

"चहा तयार आहे... प्यायचायं ना"

आम्ही अवाकचं झालो. मेघा मात्र... "काकू तुम्ही खरचं ग्रेट आहात हं... थॅंक्यू हं... चहा प्यायचाय नक्की" म्हणत चहा आणायला गेली सुद्धा.

पहिलाच चहाचा घोट आणि आम्ही काकूंचे फॅन झालो. थोडी चॉकलेटी टेस्ट असलेला चहा एकदम बेस्टचं होता.

"बिस्कीटं उद्या हं... आज नाही जमलं" काकू म्हणाल्या.

"काही हरकत नाही काकू" रेणू नी आज तोंड उघडलं... आणि सगळ्यांची नावं काकूंना सांगितली... त्यांनी न विचारता...काकू फक्त हसल्या.

दुसर्या दिवशी बिस्कीट्स होती पण ती काकूंनी घरी बनवलेली... cookies सारखी... खूपच टेस्टी होती... आणि एक छोटा केक पण होता.

"खाणार का" विचारण्याचाच अवकाश होता... आम्ही सगळ्यांनी सत्यनारायणाच्या प्रसादासाठी हात पुढे करतो तसा केला.

केक पण लाजवाब होता. केक खात असतानांच काकूंचे मिस्टर तिथे आले. त्यांना बघताच ते बहुतेक मिलीटरी मधले असावेत असं वाटलं...

"ही मेघा, ही रेणू" काकूंनी आमची ओळख करून दिली.

"काका... एक suggestion आहे... सांगू का..." मी जरा धीटपणा दाखवला...

"जरूर जरूर... सांग..."

"तुमच्या घराभोवती बरीच जागा आहे. काकू खूपच छान केक आणि बिस्कीट्स बनवतात... तुम्ही जर मागच्या आवारात काही खेळणी बसवलीत... घसरगुंडी, झुले, मेरी गो राऊंड वगैरे तर लहान मुलांचे वाढदिवस इथे साजरे करता येतील. तसचं ही टी शॉपी पण छान होईल".

"हु आयडीया तर छानचं आहे बघू... कसं जमतयं ते" म्हणून जुजबी बोलून काका तिथून निघून गेले.

काकू मात्र रोज वेगवेगळे केक आणि बिस्कीट्स करायच्या. आमच्याकडून अगदी नाममात्र पैसे घ्यायच्या.

सहा महीन्यात नलूकाकूंच्या टपरीचा कायापालट झाला. काकांनी आमच्या सजेशन नुसार घसरगुंडी, झुले, जंगल जीम इत्यादी आणून मागच्या आवारात बसवलेत. गॅरेजचं रूपांतर आता कॅफे सारखं झालं आणि समोर व्यवस्थीत टेबलं खुर्च्या आल्या. पण आमचं बाकडं मात्र तसचं ठेवलं फक्त आमच्यासाठी.

गर्दी वाढली. काकू जास्त बीझी झाल्या. काका मदतीला यायला लागले रोज. मात्र आमच्या ग्रुपकडे काका काकू जातीने लक्ष द्यायचे.

एकदा मी "खूप भूक लागली आहे हो आज काकू" असं म्हणून गेलो.

"पोळी भाजी खातोस का मग" काकूंनी हळूच विचारलं. मी होकरार्थी मान डोलावली. काकू पटकन घरी गेल्या आणि एक टिफीनचा डब्बा दिला. आत 8 पोळ्या आणि भाजी होती... आम्ही सगळ्यांनी आडवा हात मारला. जणू काही आम्ही सगळे काकूंचे फॅमिली मेंबर्सच झालो होतो.

शाळा संपली, आम्ही सहा दिशांना पांगलो. कधी कधी शनीवारी काकूंकडे एक चक्कर व्हायची चहा बिस्कीटांचा समाचार

घ्यायला. काका गल्ल्यावर बसलेले असायचे. माझ्याकडून पैसे घ्यायला नाकारायचे.

"अरे... हे सगळं तुमच्यामुळे झालं... you are the founder members हो की नाही गं" हसून म्हणायचे. काकू हसून मान डोलवायच्या. नल्लीज आता छानचं चाललं होतं.

ग्रॅज्युएशन झाल्यावर पुढील शिक्षणासाठी बंगलोरला गेलो. तिथेच नोकरी पण लागली... त्यामुळे पुण्याला येणं कमी झालं... नंतरची ट्रिप दोन वर्षांनी झाली. येतांना ठरवूनच आलो होतो की यावेळेस सगळे सहा जण नल्लीज मध्ये भेटायचे.

मेघा आणि रेणू ची लग्न झालेली होती. पक्या पुण्यातच होता मुक्या आणि टैंब्या मुंबईला.

आम्ही ठरल्या प्रमाणे नल्लीज मध्ये गेलो संध्याकाळी 5 वाजता... काकूंनी एकदम आम्हाला ओळखलं नाही कारण आम्ही सगळेच आता बदलेले होतो. पण ओळखताच त्यांनी प्रत्येकाला मिठी मारली आणि आमच्या कपाळाची पपी घेतली. त्यांच्या डोळ्यात पाणी होतं.

अगदी आगत्याने आमची विचारपूस केली. आम्हाला आमच्याच बेंच वर बसवलं. "तुमची आठवण म्हणून अजून ठेवलायं" असं सांगतांना पण त्यांच्या डोळ्यात पाणी आलं.

"काका कुठयं... दिसत नाहीत ते" मी.

"काका थकलेत आता... घरीच असतात बहुतेक. आज जरा बाहेर पडलेत. त्यांना जर कल्पना असती तर ते थांबले असते तुमच्यासाठी... उद्या पण या ना... भेटतील ते".

"मी नक्की येईन काकू... या बाकीच्यांच मी काही सांगू शकत नाही. आज आमचं reunion होतं म्हणून सगळे आलो आम्ही".

बराच वेळ गप्पा मारून जुन्या आठवणींना उजाळा देऊन आम्ही पांगलो.

मी मात्र ठरवल्याप्रमाणे दुसऱ्या दिवशी परत नलूकाकूकडे गेलो... 4 वाजले होते. मला बघताच काकूंचा चेहरा खुलला...

“आलास... ये ये... मला वाटलं की येतोस की नाही. काका वाटचं बघताहेत...ये” असं म्हणत काकू मला त्यांच्या घरात घेऊन गेल्या. इतक्या वर्षात मी पहिल्यांदा त्यांच्या घरी जात होतो.

घराचं दार उघडचं होतं. संध्याकाळच्या उन्हाचा झाडातून डोकावणारा कवडसा दारातून आत गेला होता... जणूकाही Red Carpet welcome करतात तसंच!! काकूंच्या पाठोपाठ मी आत शिरलो... आणि आतला गेट अप बघून मी अवाक् झालो.

आत मिलीटरीच्या कॅम्प मध्ये जसा तंबू असतो तसाच तंबू पूर्ण घरात लावलेला होता. आत कुठेही भींतीच नव्हत्या. कॅम्पमध्ये असतं तसचं सगळं काही होतं... एकाबाजूला किचन २... ३ रॅक्स आणि त्यावर असलेले चकाचक पितळेचे डब्बे आणि मोजकीच भांडी.

एका बाजूला जाड कॅनवासचे सरकते पडदे लावलेले बाथरूम आणि टॉयलेट, एका बाजूला मोठा बेड त्यावर जराही सुरकुती नसलेली स्वच्छ चादर... त्याच्याच बाजूला एक अभ्यासाचं टेबल आणि पुस्तकांचं एक मोठं शेल्फ... त्यावर पुस्तकांबरोबर काही फोटो फ्रेम्स.

घराच्या मधोमध एक गोल डायनिंग टेबल आणि चार वेताच्या खुर्च्या.

तंबूच्या एका कोपऱ्यात बुक शेल्फ जवळ एक टांगती वेताची आराम खुर्ची. दिव्यांची व्यवस्था अशी होती की संपूर्ण तंबूत लखलखीत ऊजेड होता.

काका वेताची आराम खुर्चीत कसलं तरी पुस्तक वाचत बसले होते. मला बघताच ते उठून आले... हासून अगदी आगत्याने म्हणाले, “आलास... ये. तुझीच वाट बघत होतो. काल येणार होते तुम्ही हे जर माहीत असतं तर काल घरीच थांबलो असतो... ये बस!” म्हणून त्यांनी मला dining table ची खुर्ची ओढून दिली आणि आपण दुसर्या खुर्चीत बसले.

"तुम्ही करा गप्पा, मी चहा करून देते" म्हणून काकूंनी पाण्याची केटलं गॅसवर ठेवली आणि पितळेच्या एका चकाचक डब्यातून कुकीज एका प्लेट मध्ये काढून ती प्लेट माझ्या समोर ठेवली... "आज सकाळीच बनवली तुझ्यासाठी" सांगतांना काकूंच्या डोळ्यात पाणी आले. चहा चे कप आमच्या समोर ठेऊन काकू परत गॅरेज... नेल्लीज ला गेल्या.

मी टेंट कडे बघत होतो ते पाहून काका म्हणाले... "कायं झालं... काय पहातो आहेस एव्हढं निरखून".

मी न राहवून विचारलं... "काका तुम्ही असं कॅम्प मध्ये रहात असल्या सारखं काय घरं केलयं... कुठेही भींतच नाही... नाही म्हणजे टेंटच्या बाहेरची घराची बाहेरची भिंत सोडली तर कुठेही भींत हा प्रकारच नाही... अगदी टॉयलेट अन् बाथरूमला पण... असं का?"

काका हसले आणि म्हणाले... "कशाला हव्या आहेत भींती... काय आडोशाला ठेवायचयं भींतींच्या?"

मी निरूत्तर होऊन बसलेलो... मला काहीच उत्तर सुचेना. काकाच परत म्हणाले... "तुला सांगतो मंदार मला अगदी लहानपणापासून भींतींबद्दल तिटकारा आहे... याचे कारण मी तुला सांगू शकतो, ती एक मोठी गोष्ट आहे... जर तुला वेळ व जाणून घ्यायची इच्छा असेल तर...

"काका, मी खास तुम्हालाच भेटायला आलोय... मला नक्की आवडेल ऐकायला... समजून घ्यायला. भरपूर वेळ आहे माझ्याकडे. You go ahead please".

काका दरवाज्यातून परत जाणाऱ्या सूर्याच्या कवडस्याकडे बघत बोलू लागले... जणू काही तो नाहीसा होत जाणारा कवडसा त्यांना भूतकाळातल्या आठवणीत घेऊन गेला.

"मी माझ्या आईवडलांचा नंबर दोनचा मुलगा. माझा मोठा भाऊ माझ्यापेक्षा दहा वर्षांनी मोठा. वडील PWD मध्ये इंजीनीअर होते. त्यांचे आईवडील कोकणात असायचे. PWD

मध्ये असतांनाच वडीलांनी दुमजली असं एक घर बांधलं. घरे अगदी जुळ्या भावासारखी होती. उजवी बाजू डाव्या बाजूसही तंतोतंत जुळणारी. म्हणजे थोडक्यात... एका बंगल्यात दोन घरं... दोन मुलांसाठी दोन अशी".

"मी मॅट्रीकला असतांनाच मोठ्या भावाचं लग्न ठरलं. आईच्या भावजयीच्या नात्यातलीच मुलगी होती. वडलांना ती काही फार आवडली नव्हती पण आई आणि भावाच्या आवडीमुळे लग्न ठरलं आणि डिसेंबर मध्ये लग्न झालं पण".

"मी मॅट्रीकच्या परिक्षेसोबत NDA च्या प्रवेश परीक्षेचा पण अभ्यास करत होतो. माझी खोली पहिल्या मजल्यावर होती आणि दादाची पण. प्रत्येक खोलीचा एंट्रन्स वेगळा होता पण भिंत मात्र एकाच होती. माझं अभ्यासाचं टेबल हे त्या भींतीजवळ होतं आणि दादाचा बेड भींतीच्या दुसऱ्या बाजूला. लग्न झाल्यानंतर मात्र दादाच्या रूममध्ये हालचाल, बोलाचाली, खुजबूज वाढली. रात्री मी अभ्यास करतांना बांगड्याचे आवाज, हासणे, इतर आवाज वाढले आणि हळू आवाजात बोलणे पण. हळू आवाजात जे बोलणे असायचे त्यात बहुतेक माझ्या आई वडीलांबद्दलच्या तक्रारी असायच्या. एकदा माझ्याबद्दल बोलली की माझे सगळे लक्ष त्यांच्या खोलीत असतयं. अभ्यासात नाही... माझी NDA ला जाण्याची कुवत नाही वगैरे. माझ्या लक्षात येत होतं की नवीन वहिनी ही काही चांगली नाही... जरी वरकरणी ती खूप वेगळं वागायची. मी मात्र तिच्या taunts कडे लक्ष न देता झटून तयारी केली आणि NDA ची परीक्षा यशस्वीपणे पास झालो.".

NDA चं वातावरण एकदम वेगळंच आहे. तिथे तुमच्यातला "मी" काढून टाकतात मी ऐवजी आम्ही, आपण, आपले असे शिकवले जाते एक प्रचंड मोठ्ठे कुटुंब... जात, पात, धर्म ह्या सर्वां पलीकडे असलेले... NDA ला असतांना घरी फार क्वचीतच यायचो. पण एक लक्षात आलं होतं की घर पूर्वीसारखे वाटत

नव्हते सारखे काही तरी चुकते आहे असे वाटत राहायचे...फार काही कोणी कोणाशी बोलतं नव्हतं. 'पास आऊट परेड' ला फक्त आई आणि वडीलचं आलेले होते... मला जरा खटकलचं."

घरी जाणं झालं, पोस्टींगच्या आधी, तेव्हा मला धक्काच बसला. समोरच्या आंगणाच्या मधोमध एक सहा फूट ऊंच भींत ऊभी राहेलीली होती. घराची डावी बाजू दादानी घेतली होती तर उजव्या बाजूला आई वडील... आणि त्यांचे मुख्य दरवाजे पण वेगळे झालेले होते. म्हणजे दोन BHK ची दोन वेगळी घरं झालेली होती."

"वडलांना विचारल्यावर ते एव्हढचं म्हणाले की दादा वहिनीला वेगळं रहायचं होतं. आईनी मात्र सवीस्तर सांगितलं की वहिनीनी सतत "घर दादाच्या नावावर करून द्यावे" असं टुमणं वडिलांच्या पाठी लावलं होतं. रोज जेवतांना त्यावरचं बोलायची वहिनी. त्यामुळे वडिलांनी घराचे कायदेशीर दोन भाग करून एक दादाच्या नावावर तर दुसरा माझ्या नावावर केला. ते कळताच वहिनीची तळपायाची आग मस्तकात गेली आणि त्याच दिवशी तिने आई वडलांचं सगळं सामान माझ्या रूम मध्ये आणून टाकलं... भांडी, डब्बे, गॅस... सगळं आणि एका कॉन्ट्रॅक्टर ला बोलावून आंगणाच्या मधोमध भींत बांधून घेतली. त्या कॉन्ट्रॅक्टर ला वडलांनीच PWD ची बरीचशी कामें दिली होती, त्यामुळे त्या कॉन्ट्रॅक्टरने वडलांकडून एक पैसा न घेता नवीन गेट बनवून लाऊन दिले... तसेच मधल्या भींतीचे प्लास्टर पण करून दिले. अश्याप्रकारे शेवटी माझ्या वहिनीने आमच्या घरात फूट पाडली आणि तिथूनच माझी भींतीबद्दल तिरस्काराची सुरूवात झाली. मला त्यावेळेस कल्पना पण नव्हती की भींत ही माझ्या जीवनात आणखीही आपत्ती आणणार आहे"

"पहिलं पोस्टींग होतं न होतं तोच लढाईचे बिगुल वाजायला सुरूवात झालेली होती... मे १९७१ ला माझं पोस्टींग आर्मीच्या

इस्टर्न कमांडच्या ९ इनफंटरी डिव्हिजन ला सिलिगुढी कॉरिडॉरला झालं".

त्यावेळेस पूर्व पाकिस्तानात स्वातंत्र्याच्या चळवळीला तोंड फुटले होते. आणि पाकिस्तानी सैन्य निर्दयतेने ही चळवळ उलथून पाडण्यात गर्क होते. हजारो शरणार्थी भारतात येत होते आणि सर्वत्र आणीबाणीची परिस्थिती झाली होती. भारतानी मुक्ती वाहीनी ला पूर्ण सपोर्ट जाहीर केला होता."

सप्टेंबर २०, १९७१ ला भारतीय सैन्याने, १४ पंजाब बटालियन व ४५ कॅव्हलरी ला गरिबीपूरला पूर्व पाकिस्तान बॉर्डरवर हलविले. मी पण माझ्या ट्रूप बरोबर तिथे गेलो.

"आता युद्धाचे वातावरण तापायला लागले होते. युद्ध केव्हापण सुरू होऊ शकत होते. आमची डिव्हिजन, २०th माउंटन डिव्हिजन, २०२ ब्रिगेड आणि ६६ ब्रिगेड हिल्लीच्या डोंगराळ भागात पाकिस्तान विरोधात तैनात केल्या गेल्या. ६६ ब्रिगेडला फुलबारी - पिरगंज - गोबिंदगंज - बोग्रा ऍक्सिस या क्रमाने डोंगर पार करायचा होता तेव्हा आम्हाला सूतराम कल्पना नव्हती कि पुढे १९७१ च्या युद्धातले ही एक खूपच क्लिष्ट व प्रसिद्ध लढाई ठरेल. 'द बॅटल ऑफ हिल्ली ऑर बोग्रा'. आमच्याबरोबर होते ले. कर्नल एफ. टी. डायस, माझे कमांडर होते मेजर जे बी एस यादव आणि माझा मित्र होता कॅप्टन बी के बोपण्णा.

युद्ध २२ नोव्हेंबर १९७०१ ला सुरु झाले अन १८ डिसेम्बर १९७१ ला संपले... It was one of the bloodiest battles ever to be fought in modern times."

"आमचं जे मेन ऑबजेक्टीव होतं ते बोग्रा कंट्रोल करायचं कारण ते केल्यानी जी पाकीस्तानी सेना मोठ्या संखेनी उत्तरेत होती, ती पूर्व पाकिस्तान पासून तोडली जाईल."

"भारतीय सेनेकडून २० माउंटन डिव्हिजन चे मेजर जनारल लछ्मन सिंग होते. ह्यातल्या युनिट्स होत्या. आमची ६६ ब्रिगेड, १६५ ब्रिगेड, २०२ ब्रिगेड आणि 340 ब्रिगेड. सगळ्या इन्फन्टरी

युनिट्स होत्या. तसेच 3 आरमार ब्रिगेड, ४७१ इंजिनीअर ब्रिगेड आणि २ आर्टिलरी ब्रिगेड व ३३ कॉर्पस आर्टिलरी आणि ह्या शिवाय एअर सपोर्ट पण होता."

"ब्रिगेडिअर ताजामल्ल हुसेन मल्लीक हा पाकिस्तानी सेनेचा ह्या सेक्टर मध्ये मुख्य होता आणि तो फार कट्टर द्वेष्टा होता."

"त्या देशात 3 मोठ्या नद्या आहेत, मेघना, पद्मा आणि ब्रम्हपुत्रा आणि खूपसा दलदलीचा प्रदेश... त्यामुळे ट्रूप्स च्या हालचालीत खूप अडचणी येत. होत्या २२ नोव्हेंबर १९७१ ला युद्धाला तोंड लागलं. आम्ही हिल्ली बायपास करून हिल्ली ला पाठीमागून विळखा घालायला कूच केली. दमट हवामान, डास, दलदल, विषारी किडे आणि तिथल्या सगळ्या भागाची इथ्थंभूत माहीती असलेलं पाकीस्तानी सैन्य ह्यानी आमची आगेकूच खूपच हळू केली होती."

"माझी पाच जणांची तुकडी होती... M's... कारण सगळेच म पासून नाव असलेले होते... माधव...म्हणजे मी, महेश उर्फ हॅश, मल्हार उर्फ हॅरी, मुरूगन उर्फ टॉपगन आणि मॅथ्यू. त्यातला मल्हार हा लातूरचा होता आणि माझा NDA चा बॅचमेट होता. त्या बिचाऱ्याचे नशीब असं की तो त्याचे मामा वारले म्हणून घरी गेला आणि मामे बहिणीशी लग्न लाऊन आला. लग्नानंतर चारच दिवसात मल्हारला "join duty immediately" चा आदेश आला. त्याला त्याच्या लग्नाला मला बोलवायचं होतं कारण मी त्याला NDA मध्ये असतांना खूप मदत केली होती. म्हणून तो मला खूप जवळचा वाटे. पण काय करणार... तो लग्न झाल्या झाल्या front वर आला होता."

"१४ डिसेंबर उजाडला... आमचे खूप नुकसान झाले होते कारण ताजामल्ल नी पाकीस्तानी सेनेच्या छोट्या छोट्या तुकड्या केल्या होत्या आणि ते साध्या कपड्यात लढायला येत होते... त्यामुळे मुक्तीवाहीनी आणि पाकीस्तानी सेना ह्यात फरक जाणवायला कठीण जात होतं. १४ तारखेला सकाळी

आम्हाला बातमी आली की पाकीस्तानी सेनेची एक तुकडी मेघना नदीच्या पूर्व बाजूने आपल्यावर चढाई करायला निघालेली आहे जो पर्यंत आमची दुसरी तुकडी एक ब्रिज पार करून तिथला कंट्रोल घेत नाही तोपर्यंत या पाकिस्तानी तुकडीला अडथळे करून गुंतवून ठेवण्याची जबाबदारी आमच्या M's ग्रुप वर आली... बॅकअप लागल्यास रेडिओ कॉन्टॅक्ट करून मागवायचा असे ऑर्डर्स आले."

"आम्ही दुपारी एक वाजता प्रस्थान केले... मार्ग झाडाझुडुपातून, दलदलीतून होता. बीनपूरा नावाचं एक छोटेसे खेडं, खेड्यात चिटपाखरू पण नव्हते हा आमच्या खडतर प्रवासाचा पहिला टप्पा होता... बीनपूराला पोचायला एक अरुंद व लो लेव्हल ब्रिज लागतो... मेघना नदीची एक शाखा पार करायला तो पूल आहे. एव्हढा खाली आहे की पाणी पुलाला टच करून वाहतं. बीनपूराला पोचता पोचता संध्याकाळचे ४.३० वाजले. मॅथ्यूने प्री चेक करून ऑल क्लिअर चा इशारा दिला. आम्ही सर्व दक्षतेने खेड्यात घुसलो. खेडे नुसते निर्जन नव्हते तर तोडमोड करून नासधूस केलेले दिसत होते. एखादीच झोपडी सहीसलामत दिसत होती. आम्ही एका छत नसलेल्या झोपडीत जमलो. मुरुगन नी रेडिओ कॉन्टॅक्ट करून पोझीशन कळवली. आम्हाला आणखी ३-४ मैल पुढे जायचे होते... rendezvous point पर्यंत जिथे सर्वजण एकत्र जमणार होते त्या तळावर."

"महेशनी आकाशाकडे बघितलं आणि म्हणाला... "साला अभी बारिशकी ही कमी थी... वो भी आनेवाली दिखती है..." आभाळात काळोख दाटायला लागला होता... आम्हाला लगेच निघणं भाग होतं. तसा पण अंधार पडायला लागला होताच. मुरूगनला रेडिओ कॉन्टॅक्ट करायला सांगितला आणि मी मल्हारला "हॅरी जस्ट टेक अ लुक अराऊंड" सांगितलं आणि मॅप ऊघडला. तेव्हढ्यात हॅश हळूच ओरडला 'मो, घात झाला...आपल्यावर हल्ला झालाय!' हॅरी जो ऊभा होता तो लगेच त्या मातीच्या भींतीला टेकून

बसला आणि गन लोड करायला लागला. तेव्हढ्यात सूं सट सूं सट करत बुलेट्स त्या मातीच्या भींतीला लागून त्यातून बाहेर यायला लागल्या.

मॅथ्यू आणि हॅश नी भींतीच्या एका कॉर्नरला भोक पाडून त्यातून अंदाज घेतला. “Mo... I feel there are about 8 Pakis... this must be a stray unit... not the one we are supposed to rendezvous” म्हणत पटकन उभे राहून दोन शॉट्स मारले...

“हॅश यू गॉट बोथ ऑफ देम” मॅथ्यू कुजबुजला. आता पाऊस पडायला सुरूवात झालेली होती... आणि अंधार पण पडलेला होता... “धिस इज अ गुड चान्स टू गेट गोइंग” म्हणत मी सगळ्यांना गेट रेडी म्हणालो. तेव्हढ्यात “मो...आय थिंक हॅरी इज हिट” म्हणत मुरूगन ने बसलेल्या मल्हारला हालवले. मल्हारच्या मानेतून रक्त येत होते... “मला वाटते तो भिंतीला टेकून बसला होता तेव्हा त्याला गोळी लागली असावी “.

“मल्हार कण्हत होता... माइझ्झ् झ्या...झी पाठठ!” तेव्हा आम्ही त्याला समोर ओढले. त्याच्या पाठीत पण दोन बुलेट्स घुसल्या होत्या.” “change of plans boys... we stay here till backup arrives. Can’t leave harry in this condition. मुरू, प्लिज रेडिओ कॉन्टॅक्ट कर आणि अपडेट दे, कॉर्डिनेट्स पण दे लवकर.”

“माझ्यासाठी नका थांबू... you go ahead. I am not going to live. Go now please. Mo... don’t stop here. It is dangerous.” मल्हारनी मोठ्या कष्टाने सांगितलं... “मो... माझ्या ब्रेस्ट पॉकेट मध्ये एक लेटर आहे... ते प्लीज माझ्या वडीलांना दे”

“Harry, just shut up and be quiet. You are going to be alright... no worries. Minor wounds”.

“Mo... letter from my pocket please... now”.

मी मल्हारच्या पॉकेट मधून तो लिफाफा घेऊन माझ्या खिशात ठेवला... "happy... now chill... let me see if we can give you some meds... Muru... pl check"

सूं सट सूं सट अजून एक गोळ्यांची फैरी झाडली यावेळी अधिकच जोमाने मारा चालला होता. ही मातीची भिंत आता तग धरणे अशक्य होते कारण बाहेर पावसाचा पण मारा सुरु होता ती पाण्यात हळू हळू विरघळू लागली होती.

अंधाराचा फायदा घेत मी भींतीचा आडोसा सोडून बाहेरच्या बाजूला रांगत पोझिशन घेतली. मला तीन जणांची डोकी दिसली... जी हळू हळू पुढे सरकत होती. मी मनात पाच मोजले व उभा राहून गोळ्यांच्या तीन फैरी झाडल्या, बहुतेक ते तिघेही ठार झाले असावेत. आणि परत उडी मारून भींतीच्या आतल्या बाजूला आलो. "मो, यू गॉट देम ऑल... सो इट इज 5 डाऊन... परहॅप्स 3 मोर लेफ्ट."

"How can you be sure... it is quite likely that this is the party we are supposed to rendezvous with for encounter. May be our info was delayed."

"Possible... time will tell"

"Muru any response from CO?"

"Yes, hold position. Backup being arranged. And yes, this could be the encountering party... CO says".

"हॅरी होल्ड टाईट. हेल्प ऑन द वे".

""Mo... harry is lapsing into unconsciousness".

"Keep talking to him... don't let him lapse... got any meds?"

सॉरी, नाही, आपल्याकडे जुजबी औषधं आहेत, गंभीर जखमांवर नाहीत.

पाऊस आता वाढला होता. पावसाच्या आवाजात बाहेरचे सैनिकांचे आवाज येणार नव्हते. "हॅश... एनी मूवमेंट्स"

"Nope... but am on the watch. I think these folks are on the east side... they can't go to south coz it is blocked, they can't go to west coz of river... so, the only way is north... that is towards us. So... we need to hold off"

रात्री परत एक दोन वेळा फायरींग झाले... आमच्या अंदाजाप्रमाणे एक जण मेला असावा. मुरूगनने सांगितले की बॅकअप पाठवले आहे पण तो लो ब्रिज आता पूर्णपणे पाण्याखाली गेला असल्यामुळे बॅकअप यायला ऊशीर होणार आहे. काही झाले तरी आम्हाला पाकी सैनिकांना थोपवून धरणे भाग होते.

"Muru... how much battery left... and ammo?"

"Battery till tomorrow late night... but low on ammo"

"Let's take a stock. We divide Harry's ammo... and let us use only when sure to hit the bull...ok?"

सकाळ झाली, पाऊस कमी झाला होता... अब आयेगा मजा...

"मो... हॅरी हॅज फीवर...इट वॉज बाऊंड टु हॅपन".

मला हॅरीची काळजी वाटायला लागली आता... कारण बॅकअप जर आलं नाही लवकर तर शरीरात विष पसरू लागेल आणि आताच लग्न करून आलाय हा... काय अशी घाई होती.

मो... पोझीशन... हॅश कुजबुजला. "I can see 5 heads"...

"Ok Hash... when they fire just cry out as if you are hit. That way they will become confident and come out in open... got it"

"Yup"

सूं सट सूं सट फायरींग सुरू झाले... आहहहह म्हणत हॅश जोरात ओरडला. ते ऐकून पाकी टीमला जोर आला आणि ते पोझीशन सोडून ओपन मध्ये आले. हॅश आमि मी त्या पाचही जणांना कायमचे झोपवले.

"Mo, I think Pakis are not sure as to how many of us are here... but my guess is their patience will run out by evening coz we already got 10 of them... so possibly 15 are remaining. They might try once in afternoon but definitely they will come with force in the night... unless we get our back up"

"Yes, I agree... so we pretend to them that we are 20 odds... let's spread out a bit coz this wall is preventing us from firing anyway... plus the wall has taken Harry. Let us spread... you take left... I take right... Muru you stay here coz you have radio too."

Pakis, as expected tried in afternoon and went back with 4 dead... Since Hash and I fired from angles, Pakis were completely confused and retracted quickly. So... 14 down, 10 more to go.

"Mo... our guys are in waters till hip... trying to cross over... the heavy duty is also trying to cross... ETA can be here by 2100 hours"

"Ok... preserve your battery... how much ammo... 10 grenades, 10 reloaders... should suffice... oh well let's see. Hash, Muru... be cautious... How's harry"...

"Hi fever, unconscious, guess poisoning has started".

रात्री साधारण नऊ च्या आसपास टिटवी ओरडण्याचा आवाज आला... बॅकअपचा इशारा. "मुरु... कॉर्डिनेट्स दे".

मुरु ने पण टिटवीच्या आवाजात उत्तर दिले आणि कॉर्डिनेट्स दिले.

"दोन मिनटं मो', एव्हढे म्हणत नाही तर अपेक्षेप्रमाणे, जोरदार फायरिंगला सुरूवात झाली... मी आणि हॅश ने भींतीच्या

बाहेर पोझीशन घेतल्यामुळे आम्हाला सर्व दूर चे दिसत होते. एक पाकी ग्रेनेड घेऊन फेकणार होता तेव्हढ्यात हॅश ऊभा राहीला आणि त्याने ग्रेनेड ला शूट केले. ग्रेनेड हातातच फुटला... आणि बरोबरचे 3 पाकी त्यात गेले.

बॅकअपआलेलं होतं. त्यांनी लागोपाठ 2 tracers आकाशात सोडले. त्याच्या प्रकाशात पाकींची पोझीशन दिसली. शोल्डर रॉकेट लॉन्चरनी दोन रॅकेट्स फायर केले त्यानंतर पूर्ण शांतता पसरली.

मी आणि हॅश सावकाश पुढे जाऊन ग्राउंड चेक करून आलो. सगळे पाकी मेले होते... ते एकूण २६ होते. बॅकअपनी हॅरीला लगेच मेडीकल मदत देऊन बेस ला पाठवलं. पण बेसला पोचेपर्यंत हॅरी जगलाच नाही.

१६ डिसेम्बर ला सकाळी आम्ही बेस ला परत आलो. त्याच दिवशी पाकीस्तान नी शरणागती पत्करली पण आमची लढाई आणखी दोन दिवस चालली... ताजामल्लनी शरण येण्यास नकार दिला. त्याला मुक्ती वाहीनीनी ambush करून पकडले आणि जबर जख्मी केले डिसेम्बर १८ ला पूर्ण शरणागती झाली.

त्या भींतीमुळे मी माझा एक मित्र गमावला... मला हॅरीच्या बॉडीबरोबर लातूर ला पाठवलं. मी हॅरीचं पत्र त्याच्या वडीलांना दिलं. वडिलांनी ते वाचून माझ्या हातात दिलं...

त्यात लिहिलं होतं की... हे पत्र जर तुम्ही वाचत असाल तर मी ह्या जगात नसेन. माझ्या पश्चात माझ्या पत्नीचा पुनर्विवाह करण्यात यावा आणि जर पसंत आणि तयारी असेल तर माधव नी... मो नी तिच्याशी लग्न करावे. हे पत्र त्याला दाखवावे.

मला हे ही समजले कि त्याची पत्नी गरोदर होती. मी माझा होकार कळवला व तिच्याशी लग्न केले. ते साधे रजिस्टर लग्न होते. या लग्नाला आई वडील दोघेही हजर होते. ते साल होते १९७२ चे तेव्हापासून नलिनी माझ्या सोबतच आहे...

हा बंगला, ही जागा कर्नल बापटांची होती. त्यांना देहरादूनला सेटल व्हायचं होतं म्हणून त्यांनी मला विचारलं... मी होकार

दर्शवला... आणि घेतली. वडीलांनी माझ्या वाटणीच्या राहत्या घराचा भाग विकला आणि ते व आई ह्या बंगल्यात रहायला आले.

माझी पोस्टींग हिमाचल मध्ये झाली होती. आम्हाला एक मुलगा होता त्याचे नाव मंदार. म्हणून नलिनीला तुझं जास्त आकर्षण व तुझ्झ्याबद्दल प्रेम वाटतं.

"तो कुठायं मग आता"... मी एव्हढ्या वेळाने तोंड ऊघडले.

"सांगतो"...

आम्हाला नंतर एक मुलगी पण झाली नंदा १९७३ साली

माझं पोस्टींग बॉर्डरला होतं. आमचे क्वार्टर्स होते किन्नावरला. आम्ही इंडो-तिबेट रोड वर सुरक्षेसाठी तैनात होतो. ९ जानेवारी १९७५ साली एके दिवशी दुपारी ५ ते ८ रिश्टर स्केलचा मोठा भूकंप झाला, त्यामुळे मोठी लँडस्लाईड झाली, मोठे मोठे दगड कोसळू लागले, हिमस्खलन झाले.

माझी दोन्ही मुलं घरी आया आणि ऑर्डरली बरोबर ठेऊन नलिनी काही कामासाठी मार्केटला गेली होती. तेव्हाच भूकंप झाला. नलिनीला पडल्यामुळे थोडासा मार लागला... ती कशीतरी धावत, रस्ता काढत क्वार्टर्स ला आली पण क्वार्टर पूर्ण उध्वस्त झालेलं होतं. दोन्ही मुलं आणि आया आणि ऑर्डरली हे भींतीखाली चिरडल्या गेले होते. मला ही बातमी कळून मी येईपर्यंत दोन दिवस गेले होते. आम्हाला बॉडीज मिळाल्या पण आता जीवन तसे राहिले नव्हते. परत भींतीने दगा दिलेला होता. तेव्हापासून नलिनी गुमसुम होती पण तुम्ही भेटले अन तिचा जीवनात पुन्हा आनंद फुलाला.

नंतर माझं military attaché म्हणून जर्मनीला पोस्टींग झालं. तिथे असतांना मला परत एका भींतीचा अनुभव आला... बर्लिन वॉल... ९ नोव्हेंबर १९८९ ला पाडली तो प्रसंग... नाही वर्णन करू शकत मी माझ्या मनात तो प्रसंग घर करून राहिला. ही एक भिंत जी तोडल्याने सगळी कडे आशेचा किरण दिसला व आनंद पसरला.

तसचं मी attaché असतांना मला आणखी दोन भींती बघण्याचा चान्स मिळाला... एक इस्राएल मधली वेलिंग वॉल जिथे ज्यू लोक प्रार्थना करतात आणि दुसरी ग्रेट वॉल ऑफ चीन

"काय आहे, भींती वेगवेगळ्या कारणासाठी बांधल्या जातात आणि वेळ पडल्यास तोडल्यापण जातात. पण मनातल्या भींती सहजी तोडल्या जात नाहीत.

रिटायर झाल्यावर ह्या घरात आलो रहायला. तोपर्यंत आई वडील देवाघरी गेले होते. पहिली गोष्ट केली ती...सगळ्या भींती तोडल्या आणि घर असं डेकोरेट केलं...minimalistic. No फाफट पसारा.

नलिनीला बोअर व्हायला नको म्हणून लेमनेड चा स्टॉल सुरू केला... पण तुमच्या ग्रुप यायला लागल्या नंतर ती तुमच्यात रमली... आणि तशी पण तिला कुकींगची ची आवड असल्यामुळे बाकी पदार्थ तुमच्यासाठी सुरू केले.

तुम्ही उडून गेलात पण तुमची आठवण म्हणून तुमचा बेंच अजून तसाच ठेवलायं. असो.

काय आहे मंदार, भींत ही पहिले आपल्या मनात तयार होते वा केली जाते... लहानपणा पासून... जात पात, धर्म, पंथ या सर्वांवर आधारित. भेदभाव, मनाई, भीती, निर्बंध, तिरस्कार, हेवे दवे, द्वेष ह्या सगळ्याच भींती आहेत... काही दिसतात, काही दिसत नाहीत. म्हणून मला भींती नको असतात... कुठल्याच सीमा नकोत...

असो... मी खूप बोललो... सहा वाजलेत... ही आली बघ काकू... म्हणत काकांनी दरवाजाकडे हात केला.

"काय झालं का बोलणं काकांशी"...

"त्याला कुठं बालू दिलं मी... मीच बोललो"... इती काका...

"हे बघ माझ्यासाठी नको पण नलिनी साठी तू वर्षातून एक दोनदा येऊन भेटत जा. तिला खूप आनंद होईल"

"हो काका मी नक्की येत जाईन वर्षातून दोन तीन वेळा... मला पण आवडेल. चला येतो मी"... नम्स्कार करतो मी...

टीननन... टीननन...टीनननन...

“अहो पेपर द्या रावसाहेब. वेळ संपला... निबंध लिहीताय की सिनेमाची श्टोरी”... म्हणत माझ्या हातातून पेपर हिसकाऊन घेतला... च्यायला एक शेवटचा समारोपाचा पॅरॅग्राफ राहिला की लिहायचा...

टिनननन टिनननन टिनननन...

च्यायला... दिला की राव पेपर आता घंटा बंद करा की...

माझ्या डोक्याशी काय घंटा वाजवताय... मी डोके वळवले आणि ते भींतीवर आपटले. जाग आली तर अलार्म वाजत होता... सकाळचे सहा वाजले होते... हममम् परत परिक्षेचं स्वप्न पडलं होतं तर... पण पेपर तर सोडवला आज... चला उठा... आपण काही ज्ञानेश्वर नाही भींत चालवत जायला...

भावना काकू

काही व्यक्ति जीव लाऊन जातात. त्यांना आपण कधीच विसरू शकत नाही. भावना काकू त्यातल्याच एक होत्या. खरं तर विजूकाका आणि भावना काकू म्हणायला हवं.

आमचं 3 मजली घर होतं. तिसऱ्या मजल्यावर आई बाबांची खोली अन् एक छोटी गच्ची. दुसऱ्या मजल्यावर आजोबांची खोली, एक बैठकीची खोली... आजोबांचे ट्यूशनच्या विद्यार्थ्यांची झालेली ती... आणि तळ मजल्यावर पाच खोल्या अन् आंगण.

त्या पाच खोल्यांपैकी 3 ऊजव्या बाजूला अन् दोन डाव्या बाजूला. एक छोटं बाथरूम तीन खोल्यांच्या बाजूला तर एक मोठं बाथरूम दोन खोल्यांच्या बाजूला.

मी अडीच वर्षांचा होतो तेव्हा तीन खोल्यांची बाजू भाड्यानी द्यायची असं ठरलं.

"त्या खोल्यात आता दुसरे रहायला येणार आहेत समजलं का" आजी सांगत होती

"मग आपण कुठं राहणार... आणि पाळणा?"

तीन खोल्यांमधल्या मधल्या खोलीत पाळणा होता. त्यावर बसून आजोबा गोष्टी सांगायचे.

"आता काही वर्ष पाळणा नाही. आपण ह्या दोन खोल्यात रहायचं"

"सगळे?"

"नाही. तू अन् मी. बाकी वरती त्यांच्या खोल्यांमध्ये"

"दुसरे कोण येणार राहयला'

"तुला कशाला हव्या आहेत चांभार चौकशा... त्यांच नावं विजूकाका आहे"

मी मान डोलावली. अडीच वर्षाच्या माझ्या मनाला फक्त पाळणा गेल्याचं दुःख होतं.

पण विजूकाका पहिल्या दिवसांपासूनचं आवडले. त्यांच सामान बैलगाडीनी येई पर्यंत त्यांनी मला त्यांच्या सायकलवर छान फिरवून आणले. मग तो रोजचाच कार्यक्रम झाला. रोज ते ऑफिस मधून आल्यावर पहिले मला सायकलवरून फिरवून आणायचे. मग अंगणात माझ्याबरोबर बॅटबॉल खेळायचे. मला गोष्टी सांगायचे.

आमच्या घरच्यांना हे चांगलचं भावलं होतं कारण मला बाहेर (मातीत, रेतीत) खेळायला जायला मज्जाव होता.

विजूकाकांना येऊन दोन महिने झाले असतील. एका दिवशी दुपारी साधारण चारच्या सुमारास मी अंगणात माझी तीचाकी सायकल चालवत असतांना एक रिक्षा फाटकासमोर येऊन थांबला. त्यातून दोन बायका उतरल्या एकीच्या हातात एक लांबुडकं बोचकं होतं तर दुसरीच्या हातात दोन पिशव्या.

फाटक उघडून आत यायला लागल्या तसं मी सायकल चालवण सोडलं आणि त्यांच्या समोर ऊभं राहून विचारलं...

"कोण पाहिजे?"

"आम्हाला तूच हवा आहेस. मनू ना तू" त्यातल्या एका गुबगुबीत, गोर्या, मोठ्या फ्रेमचा चष्मा लावलेल्या बाईनी खळखळून हसत म्हटलं.

एव्हढ्यात आजी एक पोळी आणि पाणी घेऊन आली. त्या चष्मेवाल्या बाईंवरती आणि त्यांच्या हातातल्या बोचक्यावर ओवाळलं आणि त्यांना विजूकाकांच घर उघडून दिलं.

To my little mind it was an encroachment on Vijukaka's property... so I protested"

"हे आमच्या विजूकाकांच घर आहे तुम्ही कशाला इथे आलात?"

"तू गप रे... ऊगीच चांभार चौकशा ह्याला नसत्या" आजी रागावली

"आम्ही तुझ्या विजूकाकांच्या घरातच राहणार आहोत आता"

मी काही म्हणायच्या आत त्या बोचक्यातून बारीक क्यांव क्यांव असा रडण्याचा आवाज आला आणि बोचकं हललं. त्यातलं बाळं दिसलं

"बाळं आहे का" मी जवळ जात विचारलं

"तू हात नको लाऊस तुझे घाणेरडे. हो ते विजूकाकांच बाळ आहे आणि ह्या भावना काकू"

"तुम्ही विजूकाकांच्या काकू आहात का?"

परत एकदा खळखळून हसत त्या म्हणाल्या "हो... ये ईथे. बस माझ्याबाजूला पलंगावर. बाळाला घ्यायचयं का तुला मांडीवर"

मी हो म्हणतं पटकन पलंगावर चढून बसलो.

"अहो त्याला हात नका लाऊ देऊ... पाडून बिडून टाकेल तो." आजी

"नाही पाडणार... हो नं" असं म्हणून त्यांनी ते बाळ माझ्या छोट्याश्या मांडीवर ठेवलं.

मिचमिचे डोळे करत ते बाळ हसलं

"हसतयं बाळ"

"हसते ना... तिला आवडला तू" भावनाकाकू

"काय नावं आहे तिचं"

"हासतेयं ना ती... तेच नाव आहे स्मिता"

"तुम्ही कुठून आणलं हे बाळ"

"दवाखान्यातून. डॉक्टरांना सांगितलं की ते देतात" खळखळून हसत काकू म्हणल्या

एव्हढ्यात आजीने त्या बाळाला माझ्या मांडीवरून उचलले आणि मला तिथून हाकलले

“खूप प्रश्न विचारून डोकं उठवेलं तुमचं” आजी काकूंना सांगत होती

“असू द्या हो... आमची तेव्हढीच करमणूक” काकू हासत म्हणाल्या

मी बाहेर परत सायकल चालवायला गेलो पण माझं सगळं लक्ष त्या बाळात होतं.

एवढ्यात विजूकाका आले. फाटक ऊघडता उघडता मी त्यांना breaking news दिली.

“विजूकाका, तुमच्या काकू आल्या आहेत आणि त्या दवाखान्यातून एक बाळ पण घेऊन आल्या आहेत. डॉक्टरांनी दिलं त्यांना... स्मिता नांव आहे तिचं”

“हो का... अरे वा... मग आज सायकल वरून चक्कर नाही मारायची का?” विजूकाकांनी हासतच विचारले.

माझ्या गोंधळलेल्या चेहर्या कडे बघत ते म्हणाले... “चल बस सायकल वर चक्कर मारून येऊ मग बाळाला बघू”

चक्कर मारून आल्यावर परत विजूकाकांच्या बरोबर घरात शिरलो

हात धुऊन विजूकाकांनी बाळाला घेतले. मग त्यांच्याबरोबर रोजच्या सारखे पायरीवर बसून गप्पा मारू लागलो... गप्प म्हणजे माझे असंबद्ध प्रश्न आणि त्यांची ऊत्तरे.

पण आज पाठीमागून काकू सारख्या हासत होत्या. मध्येच त्यांनी येऊन माझा एक गालगुच्या घेतला आणि डोक्यावरून हात फिरवला.

दुसर्या दिवशी सकाळी उठलो, दूध पिऊन झाल्यानंतर परत विजूकाकांच्या घरी मोर्चा वळवला.

“बाळ ऊठलं का”

“नाही... झोपलयं... ऊठेलचं आता” काकू हासत म्हणाल्या.

बाळ उठल्यानंतर मी बराचं वेळ खेळत बसलो होतो. तो पर्यंत काकूंचा स्वयंपाक झाला होता. मग काकूंनी आंघोळपण करून घेतली.

तेव्हढ्यात आजी आली आणि मला हुसकाऊन लावलं.

“अहो असू द्या त्याला इथे. खेळतो तो... काही हात नाही लावतं तिला. माझी सगळी कामं होतात त्यामुळे” काकू आजीला सांगत होत्या.

मी आंघोळ करून परत विजूकाकांकडे गेलो. आता साधारण दुपारच्या जेवायची वेळ झाली होती. विजूकाका ऑफिसला गेलेले.

मग काकूंनी बाळाला तेल लावलं, आंघोळ घातली. मी त्यांच्या assistant चं काम करत होतो. बाळाचं रडणं ऐकत.

मग बाळ झोपलं...

“चल आपण जेऊ आता” काकू म्हणाल्या

“मी जातो घरी. आजी रागवेल”

“अरे नाही रागवणार. मी सांगेन तिला”

असं म्हणत काकूंनी मला जेऊ घातलं अन् त्या पण जेवल्या.

नेहमीप्रमाणे जेवल्यावर मला पेंग यायला लागली. काकू मला कुशीत घेऊन झोपल्या.

बाळाच्या रडण्यानी जाग आली. बाळानी सू सू करून झोळी भिजवली होती. तेव्हढ्यात आजी आलीच.

बाळाला कोरडं केलं, झबलं बदललं, झोळी बदलून तिला परत पाळण्यात टाकलं

“हा काय ईथेच जेवला वाटतं” आजी

“हो मला सोबत नको का... आता रोजच जेवेल... हो ना रे” काकू खळखळून हासल्या

“अहो तुम्ही लाडावून ठेऊ नका ह्याला”

“असू द्या हो आमची करमणूक आहे”

पुढले सहा महिने असेच गेले. माझी आई एकदा भावनाकाकूंना म्हणाली... तुम्ही ह्याला काय दत्तक घेतलयं का...

सकाळ दुपार रात्र तुमच्याच जवळ असतो... आंघोळ जेवण झोप सगळंच"

"हो... चालेल मला दत्तक... खूप शहाणा आणि समंजस आहे" काकू

"शहाणा अन् समंजस?" आईने हात जोडले.

मला हे दत्तक काय आहे समजलं नव्हतं. मी विचारणार होतो पण विसरून गेलो.

सहा महिन्या नंतर मी 3 वर्षांचा झालो तर मला बालकमंदीरात टाकण्यात आलं. सकाळी 10 ते दुपारी 3 पर्यंत. घरी आलो की परत भावना काकू, बाळ आणि संध्याकाळी विजूकाका.

एकदा भावना काकूंना सगळ सांगायच, मग विजूकाका आले की त्यांना... ते दोघही खूप इंटरेस्टनी ऐकायचे, प्रश्न विचारायचे. आमच्या घरी मात्र... "तोंड जरा बंद कर" असं सांगण्यात यायचं.

काकाकाकू कुठंही बाहेर निघाले की मला बरोबर घेऊन जायचे. आता बाळ मोठं झालं होतं... रांगायचं... त्यामुळे माझी जास्त जरूर होती देखरेख करायला.

मला एकदा काकूंनी डाळिंबाचे दाणे दिले. मी कधीच डाळिंब बघितलेलंच नव्हतं... मला ते आवडले... पण मी नंतर नांव विसरलो.

रात्री आईला सांगतांना नांव आठवेना... तसाच ऊठलो भावनाकाकूंच दार ठोठावलं... त्यांनी दार ऊघडलं...

"काय रे काय झालं"

"नांव विसरलो त्या दाण्यांच तुम्ही दिलेले ना लाल लाल ते"

काकू खूप खळाळून हसल्या... म्हणाल्या... डाळिंब...

हां तेच ते म्हणत... आईईईई... डाळिंब गं म्हणत मी घरी गेलो.

आई खूप राघावली की मी रात्री काकूंना त्रास दिला म्हणून.

दुसर्या दिवशी विजूकाका मला म्हणाले... “काय मग डाळिंबे... चलायचं का सायकल वर चक्कर मारायला”

स्मिताला पूर्ण बोलता यायचं नाही. स्मिताला ती चमा म्हणायची. आता तर बालकमंदीराचा वेळ सोडला तर पूर्णवेळ मी काकूंबरोबरचं असायचो. सुट्टीच्या दिवशी पण.

एक दिवस बालकमंदीरातून घरी आलो तर काकू रडतांना दिसल्या. आजीच्या डोळ्यात पण पाणी होतं. मला समजेना की का रडत आहेत.

“ह्याला सांगू नका नाहीतर हा गोंधळ घालेल” असं आजी काकूंना म्हणाली.

“हो त्याला काय आम्हाला पण खूप जाणवेल” काकू म्हणाल्या.

पुढचे 7-8 दिवस मला बालकमंदीरात पाठवलंच नाही. मी सतत काकूंबरोबरच होतो. त्या दुपारी मला कुशीत घेऊन झोपायच्या, माझा खूप लाड करायच्या. काका पण.

मग एका शनिवारी दुपारी माझी मोठी मावशी आली आणि मला एक दिवसासाठी तिच्याबरोबर घेऊन गेली. जाण्याच्या अगोदर काका काकूंनी खूप लाड केला. काकूंनी घट्ट मिठीत घेतलं आणि गालाच्या पप्या घेतल्या. मी निघालो तेव्हा त्यांच्या डोळ्यात पाणी होतं.

दुसर्या दिवशी रात्री मला परत आणलं. रात्र होती म्हणून मला झोपवलं. सकाळी ऊठून काकूंकडे गेलो तर त्यांच्या दाराला कुलूप होतं.

“काकाकाकू कुठे गेलेत?”

“ते गावाला गेलेत” आजी

“केव्हा येणार”

“येतील लवकर... तू तयार हो आज जायचयं बालकमंदीरात”

मी रोज काकूंच्या दारासमोर बसून राहयचो. मला खेळावसं वाटत नव्हतं. जेवण पण नको असायचं

"खंत काढतोयं" आजी आईला म्हणत होती.

पंधरा एक दिवसांनंतर बालकमंदीरातून घरी आलो तर काकूंचा दरवाजा उघडा दिसला. मी खूप आनंदात धावत... काकूsss म्हणत घरात शिरलो...

पण घरं रिकामं होतं आणि कामवाल्या रखमाबाई केर काढत होत्या...

"काकू गेल्या सोडून घर. आता दुसरे येणार लोक राहयला"

"कुठं गेल्या सोडून"

"मुंबईला बदली झाली काकांची"

"मुंबई कुठायं"

"खूप दूर... आगगाडीनी जावं लागतं... आज निघालं की ऊद्या पोचतं खूप दूर आहे"

"मग आता परत कधीच नाही येणार काकाकाकू" मी रडत विचारलं

"आता नाही यायचे ते कधीच"

मी रडतच घरी गेलो. आजी, आईनी खूप समजावलं... पण नाही. मला रात्री ताप भरला.

"मला वाटतचं होतं असं होईल म्हणून" आजी

3-4 दिवसांनी ताप उतरला. मी कोमेजलो होतो. त्या काकूंच्या घरात दुसरे आले पण मला काहीच वाटलं नाही त्यांच्याबद्दल.

काही वर्ष गेलीत. वरचा मजला आणखी बांधल्या गेला. आम्ही आता पूर्णपणे वरती शिफ्ट झालो.

मी साधारण 6 वी त असतांना, भाढेकर्यांकडे त्यांचे वडील आले. त्यांना बघितल्यावर मी आजीला विचारले की हे तर विजूकाकांचे वडील वाटतात.

"हो. कारण हे भाडेकरी विजूकाकांचे मोठे भाऊ आहेत... त्या काकू भावना काकूंबरोबर पहिल्या दिवशी आल्या होत्या... आठवतयं का तुला"

मला अंधुकसं त्या बाई आठवत होत्या कारण भावनाकाकूच माझ्याशी बोलत होत्या.

"विजूकाका, भावनाकाकू कुठं असतात"

"ते मुंबईलाच असतात... परळला राहतात"

मला मुंबई was like an enigma... forget about परळ.

खूप वाईट वाटलं पण काही करण्या सारखं नव्हतं. आज त्या गोष्टीला 60 वर्ष झालीत. काकाकाकू असतील, नसतील. मी परत त्यांना भेटायच्या भानगडीत पडलो नाही. कारण कुठल्या कंडीशन मध्ये मला ते भेटले असते हे ईमॅजिन करणे कठीण आहे. आहे त्या ईमेजेसच जपून ठेवायच्या... त्यातचं आनंद आहे... कारण त्या ईमेजेस मनावर खोलवर कोरल्या गेल्या आहेत. आई वडलांपेक्षा जास्त जवळ वाटलेले ते होते.

ट्रेक

“इथे स्वयंपाकघरात बसून माझ्या डोक्याशी भुणभूण लाऊ नकोस... नसता रिटायर झालास तर बरं झालं असतं... रिटायर होऊन दोनच दिवस झालेत... सतत माझा पदर पकडून हिंडतोय.”

“मी काय पदर पकडलाय... काही काम नाही करायला... बोअर झालोय म्हणून विचारलं तुला. त्यात भुणभूण काय आहे?”

“का... काल मी भिशी ला गेले होते तिथे सतरा वेळा फोन केलास... सगळ्या बायका हसत होत्या”

“सतरा वेळा काय... दोनदाच फोन केला... रिमोट सापडत नव्हता म्हणून आणि postbox ची किल्ली...सतरा वेळा म्हणे”.

“बरं जा आणि जरा दोन चार बाहेरची कामं करून टाक आता... चहा संपलाय, एक मोठा पुडा आण, धोब्याकडचे कपडे घेऊन ये आणि विनीची स्कूटर रिपेअर ला टाक... काय झालयं बघ जरा... जा...”

सकाळी सकाळीच वैदेहीशी जुंपल्यामुळे मनोज वैतागला होता. रिटायर होऊन अक्षरशः दोनच दिवस झाले होते पण मनोज अतीशय कंटाळला होता. वेळ जाता जात नव्हता. वैदेहीच्या पाठी ह्या खोलीतून त्या खोलीत काहीतरी विषय काढून फिरत होता.

खरं तर दोन वर्षांपूर्वीच रिटायर झाला असता, पण वासूदेवन ला हार्टअटॅक आल्यामुळे मनोजला आणखीन दोन वर्षे एक्सटेंशन मिळाले होते. वैदेही पण दोन महीन्या पूर्वीच

रिटायर झाली होती... पण तिच्या म्हणण्यानुसार बायका कधीच रिटायर होत नसतात... त्यामुळे she was still working... but without pay.

मनोज नाइलाजाने उठला, पाय चपलेत टाकले, स्कूटरची किल्ली घेतली आणि बाहेर पडला. दोन जिने उतरून पार्किंगमध्ये आला, स्कूटर हातात घेउन वाट चालू लागला.

त्याला एकदम विक्रम वेताळची गोष्ट आठवली... तरीही विक्रमादित्याने हट्ट सोडला नाही, त्याने पिंपळावर लटकत असलेले प्रेत उतरवून घेतले आणि प्रेताला खांद्यावर टाकून तो स्मशानाची वाट चालू लागला.

मनोजला रिटायरमेंटची कल्पना असून देखील त्याने रिटायरमेंट साठी काहीच प्लॅनिंग केलेले नव्हते. रिटायर होऊ तेव्हा बघू... असे म्हणत चालढकल केली होती.

नोकरी आणि फक्त नोकरी हेच त्याचे आयुष्य होते... फार काही सोशल लाइफ मध्ये भाग घेत नसल्यामुळे friends कमी आणि acquaintances च जास्त होते. नेहमीचे 7-8 संबंधित लोक सोडले तर मनोजचा बाहेर जगाशी फार संबंध नव्हता. त्यामुळे actually रिटायर झाल्यानंतर दोनच दिवसात त्याच्या लक्षात आले की रिटायरमेंट कंटाळवाणी असणार आहे. वैदेहीचे सोशल सर्कल मोठे असल्यामुळे ती व्यस्त होती आणि ती आपल्या वाट्याला येणार नाही हे समजल्याने मनोज जास्तच वैतागला होता.

“I should have planned well in advance” असे मनाशी म्हणत तो स्कूटर ओढू लागला.

विनीच्या स्कूटरची सेमच श्टोरी होती... ती दर महिन्यात दोनदा तरी बिघडायची आणि मनोजच तीला रिपेअर करायला घेउन जायचा.

मनोजला स्कूटर झेउन येताना बघून यशवंतनी पोर्याला समोर धाडले... स्कूटर घेउन यायला...

"बिघडली का परत... आता काय झाले... स्कूटर चालवायला तर कोणीच नाही"...यशवंत त्याच्या गाळ्यावजा गॅरेज मधून बाहेर येत मनोजला विचारता झाला... "आता रिटायर झाल्यावर तू ही चालवणार आहेस का... का गाडी वैदेहीला दिली वाटते"

आता पर्यंत मनोजला ऑफिसची शोफर सकट कार असल्यामुळे त्याची कार वैदेहीच धोपटायची... पण रिपेअर्सची जबाबदारी पूर्णतः मनोजवरच असायची.

"यमाः नमः" मनोजनी कोपरापासून यशवंतला नमस्कार केला. यशवंत माडीवले चा शॉर्ट "यमा".

"च्यायला बुडाखाली धावणारं यंत्र असले की झाले... चार चाकी, दोन चाकी नाहीतर एक चाकी... एक यंत्र अन् एक शीट असली की लय बिल झाले... बहुतेक बॅटरी ऊतरली असेल... बघ जरा... मी येतो एक दोन कामं आटोपून"

"का... रिटायर झाल्या झाल्या वझ्याचा बैल का"

"हम् तसचं काहीतरी समज" म्हणत मनोज पुढच्या टास्क लोकेशन कडे निघाला.

"बुडाखाली यंत्र"... मनोजला भूतकाळ... आपले लहाणपण आठवले. सदाशिवपेठेतल्या चाळीतल्या दोन खोल्या. कधी पाच तर कधी सात जण रहायचे त्यात... कोकणातून आजी आजोबा आले तर सात जण असायचे... नाही तर आई, बाबा, काका. मी आणि मनिषा.

बाबा किर्लोस्कर ऑईल इंजीन च्या कारखान्यात कामगार होते. बेताचा पगार... धाकटा भावाच्या शिक्षणाची जबाबदारी... आई वडीलांना महीन्याला खर्चाचे पैसे पाठवावे लागत... मामाच्या अकस्मात निधनानंतर, त्याच्या मुक्या झालेल्या मुलीशी लग्न करून संसार करत होते. लहानपणी काहीतरी विषारी खाण्यात आल्यामुळे जीभ गमवावी लागली होती... लग्नाचा फार मोठा प्रॉब्लेम झाला असता... पण केवळ बाबांच्या सुस्वभावामुळे तसे झाले नाही.

आईला ऐकू यायचे... ती पण निवडणे, कांडणे, शिवणकाम, करून बाबांना हातभार लावायची. बाबांच्या शिफ्टस असायच्या त्यामुळे बाबा सायकल रिपेअरींग, प्लंबींग, असे कामे पण करत असत. काका कॉलेज झाले की कुठेतरी वहीखाते लिहायचा.

परिस्थिती ओढाताणीची असून सुद्धा वडीलांनी कधीही त्याबद्दल कधिच वाच्यता केली नाही.

सायकलच्या स्पेअर पार्ट्स मधून बाबांनी एक सायकल तयार केली होती. दिसायला खूपच ओबडधोबड होती. पण बाबा म्हणायचे... दिसण्याचे काय आहे... बुडाखाली यंत्र आहे ना... ते महत्वाचे.

परिस्थितीचे भांडवल न करता, कोणाचीही सहानुभूती न मिळवता, परिस्थितीवर मात करून पुढे कसे जायचे ह्यातच पुरुषार्थ आहे... असे बाबांचे सांगणे होते.

रोज चपात्या, भात आणि आमटी... हेच जेवण असायचे. सणासुदीला भाजी, चटणी.

शिक्षण आणि प्रकृती ह्यावर पूर्ण कटाक्ष असायचा. शिष्यवृत्तीची परिक्षा मनोज आणि मनिषा उत्तीर्ण झाल्यावर आई दोघांनाही जवळ घेऊन खूप रडली होती. वडीलांनी मात्र ही फक्त सुरूवात आहे असे म्हणून हातातले काम सुरू केले.

जेव्हा औंधकडे काही हाउसींग स्कीम्स येऊ लागल्या त्यावेळेस बाबांनी त्यांच्या PF मधून लोन घेऊन फ्लॅट बुक केला. मनोज दहावीला आणि मनिषा आठवीत असतांना औंधच्या फ्लॅटमध्ये शिफ्ट झाले.

शाळा लांब झाली...रोज बरीच पायपीट असायची, पाऊस असला की आणखीनच त्रास. आई पण जवळजवळ रोजच शहरात जायची कामाला. पण कुरकूर न करता सगळ्यांची धावपळ सुरू असायची.

काका कॉलेज संपवून ठाण्याला रेल्वेमध्ये नोकरीला लागला होता.

हळुहळू औंध च्या सोसायटी मध्ये वस्ती आणि वर्दळ वाढायला लागली. Ground floor च्या गाळ्यांमध्ये दुकाने उघडायला लागली... किराणा, laundry, फार्मसी, हजाम... यमा चं गॅरेज आलं तेव्हा मनोज इंजीनीअरींगला गेला होता...आणि मनिषा Pre uni ला. मनोजचे वडील बरेचदा यशवंतला मदत करायला जात असतं... पण कधीही त्यांनी यशवंत कडून काहीही मोबदला घेतला नाही...

इंजीनीअरींग च्या शेवटच्या वर्षाला असतांना मनोजने वडलांना ऑईल इंजीन्स मध्ये सांगून नोकरीस लाऊन देण्यास सांगितले. वडील आता shift incharge असल्यामुळे नोकरी मिळू शकत होती. पण वडीलांनी शब्द टाकण्यास चक्क नकार दिला. आणखी शिकायचे असेल तर मदत करेन एव्हढेच म्हणाले. आईने कोणाच्या नकळत डोळे पुसले.

मनोजला TELCO मध्ये आणि मनिषाला बॅकेत एकदमच नोकऱ्या लागल्या. मनोज च्या पगाराचे पैसे पूर्णपणे लोण फेडण्यात गेले. तर मनिषाचे घर चालवण्यात. आईला पूर्णपणे बाहेरचे काम थांबवायला मनिषाने भाग पाडले होते.

अंगावर चार चांगले कपडे दिसायला लागले होते. आई आणि वडलांना सवय नसल्यामुळे awkward वाटायचे... कशाला हा अनावश्यक खर्च...ही भावना होती.

दोन वर्षांनी मनोज ला MBA ला admission मिळाल्याने त्याने नोकरी सोडायचा निर्णय घेतला... आई ला ते पटले नाही पण वडीलांनी संमती दर्शवली. त्यांचे म्हणणे... मी रिटायर होण्याच्या आधी जे काय करायचे ते करा. मनोजची MBA Final आणि मनिषाचे लग्न पाठोपाठच झाले.

मनोजला आता एका MNC मध्ये नोकरी मिळाली होती. पण घरी मनिषाची अनुपस्थिती त्याला खूप जाणवायची. लहानपणा पासून आपली परिस्थिती समजून, adjustment करत... फक्त डोळ्यांनी बोलत... एकमेकांना संभाळून घेत.

वडील रिटायर झाले आणि त्यांनी कोकण्यातल्या गावात जाऊन रहायचे ठरवले. निसर्गाच्या सानिध्यात आणि स्वस्त... आई येऊनजाऊन... खरं तर आईला हे पटलंचं नव्हते कारण मुलांना सोडून ती कधीच राहीली नव्हती. पण वडलांचे म्हणणं होतं की मुलांना त्यांचा संसार त्यांच्या पद्धतीने करू दे.

दोन वर्षांनी वैदेही आयुष्यात आली. मनिषाची बॅंकेतली मैत्रीण. एकदा मनिषाबरोबर घरी आली आणि मनोजच्या हृदयात घर करून गेली.

पुढे विनी चा जन्म... प्रमोशन्स, incrased workload, modernization, परत प्रमोशन्स... घराकडे कमी झालेलं लक्ष. आई वडील क्वचितचं यायचे कोकणातून. झेपायचं नाही. वैदेही च बघायची सगळे त्यांचे. Between Manisha and her... they used to manage the parents.

“चिरंजीव... जरा स्वास्थ्याकडे लक्ष असू द्या... झोप होईना तुमची कामामुळे... बुडाखाली चारचाकी यंत्र आहे. ऑफिसला जातांना एक झोप काढा जरा”...

मनोज भूतकाळातून एकदम भानावर आला... आता वडील नव्हते काही सांगायला.

लालजीभाई च्या दुकानात सुरेश आणि त्याची बायको सुरेखा दोघेच होते. कोणी कस्टंबर नव्हता. सुरेश आणि मनोज एकाच वर्षी मॅट्रिक झालेले... लालजीभाईनी सोसायटी मध्ये दुकान ऊघडले तेव्हा मनोजनी बोहनी केली होती... तेव्हापासूनचे संबंध...

“काय मनोज...रिटायर झाला आणि लावलं का बायकोनी कामाला” मनोजला दुकानात शिरताना बघून सुरेश म्हणाला.

“अरे नाही रे... च्यायला घरी बसून बोअर होतयं... काय करावं हेच कळतं नाही... नोकरी होती तेच बरं होतं”

“अरे इथं मला रिटायरमेंट हवी आहे पण घेता येत नाही. मस्त आरामात उठून बाल्कनीत बसून चहा प्याचचा”

"काही नको रिटायरमेंट, बाल्कनीत बसून सिगरेटी फुकायच्या आणि रस्त्यावरच्या बायकांना बघायचे दिवसभर..." सुरेखा कडाडली...

"ए तू कारे taunt करतस" मारवाडी भाषेत सुरेशनी म्हटले.

"खरं सांगतयं मी... का झुठे हे?"

"मी जर रिटायर झालो ना तर रोज स्विमींग करायला जाईन, एक नाटक कंपनी काढेन आणि नवीन टाईपची नाटके आणेन रंगमंचावर."

"ऑं... स्विमींग, नाटके... हा काय प्रकार आहे... तू आणि नाटक?"

"अरे आमचं गाव कोल्हापूर कडचं. गावात एक तलाव... अजूनपण आहे. तिथे डुंबायचो, मनसोक्त पोहायचो. गणपतीच्या दहा दिवसात नाटके व्हायची. आम्हीच बसवायचो, करायचो. एक्टींगचा खूप शौक रे... पण लालजी नी शिक्षणासाठी इथे आणलं. मला ह्या सगळ्यात... ह्या दुकानदारीत इंटरेस्ट नव्हता. college असतांना बादल सरकार व इतर डोक्यात गेलेले... काहीतरी नवीन करायचं होतं... पण हे सुरेखाचं प्रकरण college मध्ये भेटलं आणि लालजीनी बसवलं इथे... म्हणून म्हणालो की नाटक... theater is my first love"...

"सुरेखाचं प्रकरण काय... तुच तर हात धुऊन पाठी लागला होतास... कविता करून मला पुस्तकातून द्यायचा... आणि आता काय theater first love काय?" सुरेखा खवळली.

"ऑं...तू कविता पण करयाचा?" मनोजला झीट यायचीच बाकी होती.

"हममम् जाऊ दे. तू लकी आहेस रिटायर झालाय...

सुरेशच्या दुकानातून चहाचा डब्बा घेऊन मनोज निघाला. समोरून "वासुदेवा" ची स्वारी येतांना दिसली.

डोक्यावर मोरपिसांची टोपी, पायघोळ अंगरखा, पायांत विजार किंवा धोतर, कमरेभोवती शेलावजा उपरणे गुंडाळलेले,

एका हातात चिपळ्या, दुसऱ्या हातात पितळी टाळ, कमरेला पांवा, मंजिरी अशी वाद्‌ये आणि काखेला झोळी, गळ्यात कवड्यांच्या माळा गळ्यात हातात तांब्याचे कडे, कपाळावर व कंठावर गंधाचे टिळे या वेषात स्वारी समोर येऊन ठाकली.

खूप वर्षांनी मनोज वासुदेवाला जवळून बघत होता. मनोजनी खिशात हात घातला, दहा रूपयाची एक नोट हाताला लागली ती काढून त्याने वासुदेवाला दिली...

"हममममम... पुढले 2-3 महीने सांभाळून रहा... डोके शांत ठेवा आणि तोंड बंद. जिवाला धोका आहे खूप... हममम"

असे बालून वासुदेवाची स्वारी पुढे निघून गेली. तोंडाचा आ वासून मनोज वासुदेवाला जाताना बघत उभा होता. काही मिनीटे त्याला कळलचं नाही की वासुदेव असं काय बोलला ते.

पण त्याने... "ह्या... काहीही बरळतो" अहं मनाशी म्हणून घरचा रस्ता धरला. अर्थात त्याने वैदेहीला पण जे घडले ते काहीच सांगितले नाही.

रिटायरमेंट मध्ये काय करावं हे सुचत नव्हतं... "साली पूर्वीच तयारी करून ठेवायला हवी होती"... "येव्हढ्या इंडस्ट्रीज आहेत मिळेल कुठेतरी consultancy नाहीतर part time job. कालच तर रिटायर झालोय... जरा chill करू या... च्यायला कुठंतरी ट्रिप मारूया... ट्रेकला जाउया... exercise पण होईल"... असा विचार करत मनोज बेडवर पंख्याकडे बघत पडला होता...

"Trek is an awesome idea...कुठं जाउया... बघू" म्हणत मनोजनी डोळे बंद केले आणि पाच मिनीटात घोरायला लागला.

वैदेहीनी मनोजला उठवलं तेव्हा संध्याकाळचे 5 वाजले होते... "असा दिवसा झोपा काढायला लागलास तर रात्री किर्तन करत बसशील आणि मला झोपू देणार नाहीस... काहीतरी काम करत बैस दुपारी... स्वतःचे कपाट आवर... पेपर्स नीट लाऊन ठेव जरा" वैदेही गरजली.

ट्रेक

"हममम... कुठतरी ट्रेकला जायचा विचार करतोयं मी... दूरच्या ट्रेकला"

"हो का... छान... पोट बघितलं का आरशात... दूरचा ट्रेक म्हणे".

"पोटाचा अन् ट्रेकचा काय संबंध... ट्रेक पायानी करतात... पोटानी नाही"...

"कळतयं... पण पोट सावरून चालता येणार आहे का रावसाहेब".

"चालेन मी... पण कुठं जायचं?"

"जा विक्रमकडे... हिमलयात ट्रेक होईल"

"तो कश्मीरमध्ये आहे... हिमालयात नाही"

"तेच ते... एकूण एकच"

"काय dumb बाई आहे"... मनोजनी मनात म्हटले. "But good idea...कश्मीर तर कश्मीर सही"

विक्रम... कर्नल विक्रम... वैदेहीचा चुलत भाऊ... सध्या पोस्टींग कश्मीर मध्ये... म्हणजे exactly कुठे हे दोघांनाही माहीत नव्हते.

"त्याच्याशी बोलायला हवं... म्हणजे संध्याशी... त्याच्या बायकोशी... म्हणजे नक्की कळेल की कुठं असतो तो ते... पण ट्रेकींगचं एकदम तुझ्या डोक्यात कुठुन आलं रे अचानक"

"अत्ताच रिटायर झालोय तर chill करूया थोडे दिवस असा विचार आला... मग... फिरून येऊया... मग ट्रेकींग डोक्यात आलं".

"हममम... बघते संध्याशी बोलून... काय म्हणते ती" असं म्हणून वैदेही सैपाकघरात निघून गेली.

मनोज आळोखे देत ऊठला आणि kitchen मध्ये टेबलाशी जाऊन बसला... चहाच्या कपाची आशाळभुता सारखी वाट बघत.

"अरे तुला ट्रेकलाच जायचयं तर तू अमरनाथच्या यात्रेला का नाही जात... ट्रेक पण होईल, दर्शन पण होईल, ॲडव्हेंचर पण होईल आणि वेळ पण जाईल...तू जर agree करत असशील तर पहिले सोनमर्ग बघ, Thajiwas Glaciar बघ आणि मग बालटाल ला जा किंवा पेहेलगाम ला जा तिथून अमरनाथ

यात्रा start होते. माझं पोस्टींग Zoji la Pass ला आहे. इथून सोनमर्ग जवळ आहे...बघ...if you are ok... tell me... मी करतो arrangements" विक्रम नी रॅपीड फायर केलं.

"आयडिया तशी छानच आहे... मी ऊद्यापर्यंत नक्की सांगतो" मनोज नी "विचार" करायला वेळ मागून घेतला होता. कारण हा ट्रेक त्यानी imagine पण केलेला नव्हता.

पेहेलगाम वरून 34 तर बालटाल वरून 15 किलोमीटरचा ट्रेक होता. पेहलगाम वरून gradual gradiant होता तर बालतल वरून steep... आणि high altitude.

"म्हणजे वैदेही म्हणाली तसं "हिमालयन ट्रेकच" होतोयं तर" मनोज पुटपुटला. पण त्याला विक्रमचा प्लॅन आवडला होता... "let me do this" म्हणतं दुसर्या दिवशी मनोजनी विक्रमला हो म्हणून confirmation दिलं

"झेपणार आहे का... चालायची तर अजीबातच सवयं नाही... 15 किलोमिटर अन तेही हिमालयात म्हणजे काही जोक नाहीये मनोज... तू मारे हो सांगितलयं... तिथे गेल्यावर वाट लागेल नाहीतर... परत थंडी मरणाची" वैदेहीची सुपरफास्ट सुटली होती.

"बघू तर... इथे बसून काय कळणार... तिथे गेल्यावर खरं काय ते समजेल... आता पासूनच negative कशाला विचार करायचा".

विक्रमने कळवले होते की श्रीनगर एअरपोर्टला मनोजला पिक अप करण्याची आणि सोनमर्गला आणायची व्यवस्था केलेली आहे. "I will meet you and spend couple of hours with you there. तुझ्या अमरनाथ यात्रेचे बुकिंग details पण तुला भेटल्यावर देईन"

"हे बघ ही गरम कपड्यांची बॅग आहे... त्यातच खाली सगळं खाण्यापिण्याचं ठेवलयं... आणि cough syrup वगैरे... तुझ्या सॅक मध्ये दोन extra trousers आणि shirts ठेव...आणि

सगळे मेडिसिन्स... power bank charge करून घेतली का. एक extra cord राहू दे. 6 सॉक्सचे pairs ठेवले आहेत. ओले झालेले सॉक्स घालू नकोस. Ear muff आणि monkey cap सतत घालूनच रहा आणि तसाच झोपत जा... कायं मी कायं बोलतेयं ते लक्षात येतयं का"...

"हो सगळ्या instructions ऐकल्या आणि dont worry, I will be in touch"

"Network सुरू असेल तर ना".

सगळं दहावेळा तपासून झाल्यानंतर फायनली मनोजची फ्लाईट श्रीनगरला रवाना झाली.

"हाती पायी धड परत आला म्हणजे मिळवली" असं मनाशी म्हणत वैदेही airport वरून घरी परतली.

श्रीनगरला फ्लाईट पोचली तेव्हा दुपारचे 3.30 वाजले होते. बाहेर पडताच मनोजला त्याच्या नावाचा बोर्ड घेऊन ऊभा असलेला एक आर्मीचा जवान दिसला. मनोजनी ओखळ दिल्यावर त्याला एका covered Maruti Gypsy मध्ये बसवून, त्याचे सामान मागच्या बाजूस ठेऊन Gypsy भरदाव निघाली.

श्रीनगर ते सोनमर्ग 51 किलोमिटरचा रस्ता साधारण दीड तासात पार पडला. डोळा लागल्यामुळे मनोजला प्रवास जाणवला पण नाही. हॉटेल अकबर सोनमर्गला मनोज ला ऊतरवून ड्रायव्हर निघून गेला... जातांना कर्नलसाब छे बजे आयेंगे म्हणून सांगून गेला.

5.30 झालेले होते... रूममध्ये येऊन फ्रेश होऊन मनोज हॉटेलच्या reception ला आला. तेव्हढ्यात बाहेर मिलीटरीच्या दोन Gypsy येऊन थांबल्या. एकाच्या ड्रायव्हरने पटकन उतरून आजूबजूला सावधानीने बघत पॅसेंजर साईडचा दरवाजा ऊघडला. विक्रम त्याच्या मिलिटरी attire मध्येच आला होता. आत येत त्याने मनोजशी हॅडशेक केला. मनोजला मिलीटरी हॅडशेकची सवयं नसल्यामुळे त्याला तो एकदम "कडक" वाटला.

“Welcome to my area... काही प्रॉबलेम्स तर आले नाहीत ना... let us sit somewhere with no hanging ears nearby”

विक्रमच्या बरोबर आलेल्या त्याच्या ऑर्डर्लीने रिसेप्शनच्या माणसाला सांगून मागच्या बाजूच्या पोर्च मध्ये दोन खुर्च्या आणि टेबल लावायची व्यवस्था केली.

“ही तुझी अमरनाथ यात्रेची परमीशन आणि ही बुकींगची पावती. तुला दोन दिवसांनी निघायचं आहे...म्हणजे गुरूवारी. बालटल हून. आज मंगळवार आहे. उद्या सकाळी माझा ड्रायव्हर तुला टॅक्सी स्टॅन्डला सोडेल. तिथून तू टॅक्सी कर आणि Thajiwas Glacier बघून संध्याकाळी हॉटेलला परत ये. साधारण 2000 रुपये लागतील ठॅक्सीला. परवा तू बालटल ला जायला निघशील. परत टॅक्सीच घे. साधारण 2 तासांचा ड्राईव्ह आहे पण तुला खूप मजा येईल बघ. रस्ता खूपच scenic आहे. तो सिंधू नदीच्या काठाने जातो. श्रीनगर-लेह हायवे NH 1. ती व्हॅली खूपच प्रेक्षणीय आहे. देहभान विसरण्यासारखी. धबधबे, glaciers, बर्फाच्छादित पर्वत आणि नदीचे खळखळणारे पांढरे पाणी... मजा येईल तुला खूप. हे east side ला आहे आणि Thajiwas हे west ला.”

“Unfortunately, I am on duty and will not be able to accompany you during your trip. कारण हा भाग जो आहे तो infiltrators नी भरलेला आहे. लिपा, जुरा, अथमुकाम, दुधनिआल, तेजीआन, सरदारी, सोनार ह्या सगळ्या बॉर्डरला लागून असलेल्या भागातून infiltration होत असतं... आपल्या कडच्या कुपवारा, बारामुल्ला, सोपोर, मचल ह्या भागात. त्यामुळे आम्हाला खूप जागरूक रहावे लागते. सोनमर्ग पासून 15 मैलावर Zoji la pass आहे... where I am stationed. तिथून पुढे 25 मैल ड्रास आणि तिथून पुढे 40 मैलावर कारगील. मधल्या मार्गात भिंबाट, काक्सर, खरबू

आणि हर्दास गावं आहेत... लोकल लोक बेभरवशाचे आहेत... कोण कोणाला मदत करतं हे सांगणं अशक्य आहे कारण बहुतेक लोक मुसलमान आहेत. Dras is the second coldest place on the earth... and is known as Gateway to Ladakh. And I am stationed right at this Gateway. So... you understand my situation and position"

"बालटल ला पोचल्या नंतर तू बालटलच्या भंडार्यात जेऊ शकतोस. तिथून तुझा ट्रेक सुरू होईल बघ. पहिले 2 किलोमीटर Domail, मग 5 किलोमीटर Burari, मग 4 किलोमीटर संगम, मग देऊळ 3 किलोमीटर. पण लक्षात घे... हा फार steep आणि high altitude चा ट्रेक आहे त्यामुळे सावकाश जा. घाई करू नकोस. अमरनाथ ची गुंफा 13000 फूट उंचावर आहे. समजलं का?"

"Yes, I understand Vikram. Thank you for arranging everything... I mean I really understand your situation and position... but then Thank you for everything... उद्या किती वाजता येणार आहे तुझा माणूस कार घेऊन म्हणजे तसा मी रेडी असेल"

"How about 9 AM... ok with you..."

"हो चालेल... मी रेडी असेल".

विक्रम उठून उभा राहीला, हॅंडशेक केले... good luck म्हणून निघाला पण. त्याच्या बरोबर आलेल्या जवानांनी आजूबाजूला सर्वे केला आणि ok दिल्यानंतर विक्रम गाडीत जाऊन बसला आणि दोन्ही गाड्या आल्या तशा भरदाव निघून गेल्या.

एव्हाना सात वाजले होते... अंधार पडला होता... मनोजनी हॉटेलच्याच माणसाकडून रोटी आणि एग भुर्जी मागवून थोडक्यात डिनर संपवले...

गादीवर विक्रमनी सांगितलेलं सगळे डोळ्यासमोर आणायचा प्रयत्न करता करता त्याला झोप लागली.

सकाळी नऊ वाजता मनोज तयार होऊन रिसेप्शनच्या बाहेर ऊभा राहिला. ग्लेशीअरला जायचे म्हणून जाड जॅकेट, वुलन ग्लोव्ज्, ear muffs आणि मंकी कॅप पण घातली होती... खरं तर एव्हढी थंडी नव्हती... खांद्यावर rucksack होती त्यात मोजकीच औषधे, पाण्याची बाटली, बिस्कीटाचा एक पुडा एव्हढेच होते.

ठीक नऊला विक्रमचा माणूस गाडी घेऊन आला... कालचाच माणूस होता. In less than 10 minutes त्यानी मनोजला टॅक्सी स्टॅंडला सोडले आणि तो निघून गेला.

मनोज गाडीतून ऊतरताच त्याच्या भोवती सगळे टॅक्सीवाले जमा झाले.

"साब 5 points घुमा लायेंगे 10000 रुपया साब..."

"मुझे खाली थाजीवास देखने जाना है"...

"उसके लिये 6000 रुपया लगेगा साब"

"मै 2000 रुपये दूंगा"

"वो तो साब 5 साल पुराना रेट है साब. अभी 5000 के नीचे कोई आएगाही नही"

मनोज हळू हळू पुढे पुढे सरकत होता आणि टॅक्सीवाल्यांचा घोळका त्याच्या मागे... थोडं पुढे गेल्या नंतर एक टॅक्सीवाला जो एका बाजूला उभं राहून सगळं बघत होता, पुढे आला आणि मनोजला म्हणाला...

"साब मै 2500 में आपको ले जा सकता हूं..."

मनोज हसला आणि म्हणाला... "मै जाने और वापस आने का रेट बता रहा हूं... सिर्फ जाने का नहीं"

"हां साब मै भी जाने आने का ही 2500 बता रहा हूं"

मनोजला ड्रायव्हर आणि रेट reasonable वाटल्यामुळे त्यानी हो म्हटले व तो टॅक्सीत बसला. टॅक्सी जुनी आणि यथातथाच होती...

दहा मिनीटे... साधारण दोन किलोमिटर जाताच टॅक्सी थांबली... समोर बोट दाखवत टॅक्सी ड्रायव्हर म्हणाला "वो रहा ग्लेशीअर साब".

समोर एक लाकडी ब्रिज होता आणि त्याच्या पुढे साधारण 1500 फुटांवर होता glaciar चा start...

मनोज गाडीतून खाली उतरला. आजूबाजूला खूप सगळ्या टॅक्सी उभ्या होत्या.

"साब आप आरामसे सब देखीये... आपको देड दो घंटे लगेंगे. दो घंटेके बाद आप मुझे यही मिलीये."

"ठीक है... क्या नाम है आपका..." मनोजने गाडीचा नंबर फोनमध्ये टिपता टिपता विचारले.

"इरफान साब".

"मोबाईल नंबर"

"यहां रेंज नही आती साब... नंबर लेके क्या करोगे"

फोन मध्ये खरोखर रेंजच नव्हती.

"ठीक है अभी 9.30 बजे है... आप 11.30 बजे बराबर आना यहां"

"हा साब यहीं मिलता हू". एव्हढं म्हणून इरफान निघून गेला

"च्यामारी... मी पायी पण आलो असतो... 10 मिनीटाचे 2500 रुपये... वैदेहीला कळलं तर धडगत नाही" असा विचार करत मनोज glaciar कडे जाऊ लागला. एकंदरीतच त्याला टॅक्सीवाल्यांची वागणूक खटकली. "They all are crooks and gangsters. माफिया दिसतोय त्यांचा" असा विचार करत मनोज पुढे चालू लागला.

एकदा glaciar ला गेल्यानंतर तो देहभान विसरला... "this is so very beautiful... awesome and amazing...वैदेहीला आणायला हवं इथे"...

साधारण 11.15 ला त्याला आठवलं की आपण टॅक्सीवाल्याला सांगितलं आहे... लगबगीने मनोज त्या लाकडी पुलाकडे चालू लागला.

Exactly 11.30 ला मनोज ठरल्या जागेवर होता... परंतु टॅक्सीवाल्याचा काहीही ठावठिकाणा नव्हता...

थोडावेळ थांबून मनोजने विचारपूस करायला सुरवात केली...

"आयेगा साब... पैसा दिया नही है ना आपने... आयेगा... रुको"

"कौन इरफान... ऐसे बहोत इरफान है यहां"

"साब यहां कौन आता है और कौन जाता है... कोई हिसाब किताब नही रखता"

फिरता फिरता मनोजच्या लक्षात आले की तो एकटाच असा नाहीये... दुसरा पण एक माणूस त्याच्या टॅक्सीवाल्याची वाट बघत होता.

2 वाजायला आले तरी टॅक्सीवाल्याचा पत्ता नव्हता. मनोज त्या दुसर्‍या माणसासोबत उभा होता तेव्हा एक टॅक्सी ड्रायव्हर त्यांच्या जवळ आला आणि म्हणाला... "क्या हुवा साब... आपका टॅक्सीवाला आया नही क्या"

"हां...11.30 बजे आने वाला था अभी 2 बज गया"

"हूं कोई दुसरा पॅसेंजर मिला होगा लंबी ट्रिप वाला... कहो तो मै छोड देता हूं... कहां जाना है... मेरा पॅसेंजर आने में टाईम है... मै आपको छोडके आ सकता हूं"

"अकबर सोनमर्ग"

और आपको...

"ग्रीन कॅम्पिंग रिसॉर्ट..."

"मै 500, 500 दोनोसे लूंगा... चलना है तो चलो"

मनोजने दुसर्‍या माणसाकडे बघितले... त्यानी खांदे उडवले आणि म्हणाला... "चलो"... मनोज पण नाईलाजाने त्याच्या पाठोपाठ चालू लागला.

टॅक्सीत पाठीमागे आणि पुढे पण काही सामान ठेवले होते... त्यामुळे मनोज आणि तो दुसरा माणूस दाटीवाटीने आत बसले.

"मेरे पॅसेंजर का सामान है वो साब"

टॅक्सी निघाली... थोडं पुढे गेल्या नंतर एका गड्ढ्यातून ऊसळली... मनोज आणि बाजूचा माणूस एकमेकांवर आपटले. मनोजला पोटाला काहीतरी टोचल्यासारखे वाटले.

"सॉरी साब... रस्ता खराब है थोडा" ड्रायव्हर आरशात नजर मिळवत म्हणाला.

"साब इनका हॉटल पहिले आता है बादमे अकबर... तो इनको पहिले छोड देता हूं" असं म्हणून ड्रायव्हरनी गाडी पूर्वेकडे वळवण्याच्या ऐवजी पश्चिमे कडे वळवली.

गाडी वळतांना मनोजचे डोळे एव्हढे जड झाले होते की पापण्या पण उघडत नव्हत्या... झोप अनावर झाली होती...!!!

मनोजला जाग आली तेव्हा आजूबाजूला अंधार होता. तो सारखा हलत डुलत होता... त्याला जाणवलं की त्याचे हात बांधलेले आहेत आणि त्याच्या चेहेर्यावर मास्क आहे... लवकरचं त्याला कळलं की तो घोड्यावर बसलेला आहे आणि बहुतेक चढणीचा रस्ता चढत आहेत... मनोजला परत गुंगी आली आणि तो परत झोपी गेला.

परत जेव्हा मनोजला जाग आली तेव्हा त्याला बोलण्याचा आवाज ऐकू येऊ लागला...

"बस अभी पहुंचने वालेही है"

"बडी प्यास लगी है"

"सबर करो"

पाच मिनीटातच आणखीन काही लोकांचे आवाज ऐकू यायला लागले आणि सरते शेवटी घोड्यावरची वरात थांबली.

मनोजचे हात सोडण्यात आले आणि त्याला घोड्यावरून खाली उतरवले व गुढघ्यांवर बसायला सांगितले. त्याच्या डोक्यावरून मास्क काढण्यात आला...

"ये कौन है बे... किसको लेके आया" कोणीतरी खेसकलं. मनोजचे डोळे चुरचुरत होते... पूर्णपणे ऊघडले गेले नव्हते.

"जिसको लाने को बोला था वोही तो है... जीपवाला"

"अबे चुतिये जीपसे बकरा निकलेगा तो तू क्या बकरे को उठाके लायेगा क्या... तुझे फोटो दिखाई थी ना"

"वैसाही तो दिखता है"

"अबे अकल के अंधे फोटोवाला 22-25 साल का बंदा है... ये 50 साल का बूढा... कोई फरक है या नही... च्युतिया साला... सब प्लॅन बरबाद किया"

"तो इसको वापस छोड के आता हूं"

"अगर मेरा बस चले तो तेरे खोपडीमें चार गोली उतार दूं... वापस कहां लेके जायेगा... या अल्ला कैसे पागल पैदा किये है तूने"

"रहने दे मै देखता हूं क्या करनेका इसका"

मनोजचे डोळे व्यवस्थित ऊघडले होते. त्याच्या लक्षात आलेलं होतं की he was a case of mistaken identity... त्याला एकदम वासुदेवाचे शब्द आठवले... "डोकं शांत ठेवा आणि तोंढ बंद... जिवाला धोका आहे तुमच्या 2-3 महिने... "which meant... this thing is going to last for 2-3 months... so better get prepared" मनोजचे विचार सूरू होते.

"कौन हो तुम... क्या नाम है तुम्हारा"

"मनोज. मै पूना का रहने वाला हूं... टूरिस्ट हूं... अमरनाथ ट्रेकपे जानेवाला हूं Thursday से. पूना... बंबई के पास है"

"बरखुरदार... हमे पता है पूना कहां है... हा हा हा... और करते क्या हो"

"करता था... जॉब, एक multinational कंपनी में... अभी एक हप्ते पहिले ही रिटायर हुवा हूं"

"हमममम... पढे लिखे लगते हो बहोत... इंजीनीअर हो क्या"

"था... बादमें मॅनेजमेंट में लग गया तो इंजीनीअरींग छूट गया"

"देखो... तुम समझदार तो लगते हो... ये तो पता लग गया होगा की तुमको गलतीसे उठाके लाये है ये च्युतिये... लेकीन तुमको हम वापस नही भेज सकते क्योंकी तुमने हमको देखा है... तो तुमको हमारे साथही रहना पडेगा. भाग तो जा नही सकते क्योंकी हम तुमको गोलीयोंसे भून के रख देंगे... और तो और ये इलाका हमारा है... हम सब रास्ते जानते है और सब रास्तोंपे हमारी नजर बनी हुवी रहती है... हमारे जासूस सब तरफ घुमते रेहते है... तुम्हारे हॉटलमेंभी है हमारे जासूस... हां. तो भागनेकी कोशिश मत करना. चुपचाप रहो हमारे साथ"

मनोजचे गुढगे दुखायला लागले होते...

"क्या मै खडा रह सकता हूं... मेरे घुटने दर्द कर रहे है"

"अबे... बैठे रहना नही तो खोपडी तोड दुंगा" ज्याला "च्युतिया" म्हणून संबोधले होते... तो obviously चिडला होता... त्याने आपला राग दाखवला

"खोपडी तो तेरी तोडनी पडेगी क्यूकी तूने मेरा पूरा प्लॅन चौपट किया"... "तुम खडे रह सकते हो".

टोटल पाच जण तिथे होते... मनोजचे घड्याळ सेल फोन वगैरे सगळे काढून घेण्यात आले होते... ते बहुतेक त्याच्या सॅक मध्ये टाकले असावे कारण सॅक त्या मुख्य माणसाच्या पायाशी होती.

मनोजनी आजूबाजूला एक नजर टाकली... ते कुठेतरी उंचावर पर्वतात होते... जिथे ते बसले होते त्याच्या जवळ एक टेकाड होतं त्याच्या आत जागा दिसत होती... मनोजला एकदम शोले मधल्या गब्बरच्या जागेची आठवण झाली.

"क्या काम करोगे... क्यू की हम तुमको खाली तो बैठने नही देंगे... तुम फायटर तो हो नही... याने लड नही सकते..."

"क्यू ना हम इसको खाना बनाने के लिये इस्तेमाल करे... हमारा रहमत चाचा तो अब कुछ करने लायक रहा नही है... बीमार पडा रहता है"

"अच्छा आयडिया दिया करीम... हां तुम हमारे लिये खाना पकाओगे... अब तुम रिटायर नही हो... तुम्हे नया जॉब मिला है... खानसामा का... तुम्हारी जिंदगी ये ही तुम्हारी तनख्वाह है... खाना पकाना अगर नही जानते तो सीख लो..."

"मै ट्राय करूंगा... बस इतनाही कहूंगा"... "वैसे आपके नाम क्या है"

"अबे चूप साले"...

"क्यू याकूब... गलती तुम्हारी थी... भडास इसके ऊपर क्यू निकाल रहा है".

"मै... जावेद, करीम, याकूब को तो तुम जानते हो, ये इरषाद और ये अब्दुल्ला". "और भी आते जाते रहेंगे लेकीन यहां किसी भी वक्त पांचही रहेंगे. तो खाना पांच... नही, छह लोगोंका बनाना पडेगा... सामान की चिंता मत करो."

"तुम्हारे गरम कपडे, जूते तुम पेहन सकतो हो. तुम्हारी बॅग मेरे पास ही रहेगी... जब तक मै जिंदा हूं..."

मनोजला आता चिंता आणि भिती दोन्हीही वाटायला लागली कारण... no way वैदेही or विक्रम would come to know about my disappearance. I am done... unless something drastic happens... another 2-3 months... that's what वासुदेव had said...

त्या दिवशी रात्री ब्रेड आणि सूखा मटण, जे की याकूब आणि करीम घेऊन आले होते... ते खाऊन सगळे झोपले त्या गुहेत... मनोजचे पाय बांधून ठेवल्यामुळे त्याला व्यवस्थित झोप लागणे अशक्य होतं आणि ते पण नुसत्या जमिनीवर... "adventure करायला निघाला होतास ना... घे आता" मनोज स्वतःवरच चिडला होता.

जावेद जरा matured होता बाकी असलेच टपोरी होते. बोलतांना जावेद कडून समजलं होतं की त्याला एका brigadier च्या मुलाला kidnap करायचं होतं. तो आज ग्लेशीअर बघायला

येणार होता. जीप मधून येणार होता पण त्याचे body guards त्याच्या बरोबर असणार होते. त्यांना चकवून त्या मुलाला kidnap करायचे होते कारण त्याच्या बदल्यात जावेदला त्यांचा एक पकडलेला माणूस सोडवायचा होता.

जेव्हा मनोज जीप मधून उतरला आणि त्याच्या बरोबर कोणीही body guards दिसले नाहीत... काम सोपे झाले असे समजून त्याला टॅक्सीत घालून गुंगीची इंजेक्शन टोचून पळवून आणले होते.

But he was of no use coz nobody would release a terrorist in his exchange. So, Manoj was stuck.

दुसर्या दिवशी सकाळीच जावेद आणि करीम सोडून बाकी तिघे निघून गेले. जाण्याच्या आधी जावेद काही तरी instruction देत होता त्यात अश्रफ हे नाव तीन चार वेळा उच्चारले गेले.

करीम मनोजवर बराच वेळ गन रोखून बसला होता पण नंतर त्याने गन बाजूला ठेवली. मनोजला टॉयलेटला जायचे होते... त्याला थोडे दूर नजरेसमोरच बसायला सांगितले. कमोडची सवयं असल्यामुळे त्याला जड जात होते... "बॅक टू बेसिक्स" मनोज स्वतःशीच हसला.

ब्रश केलं नसल्यामुळे त्याला घाण वाटत होतं. त्याने धीर करून जावेदशी संवाद साधला.

"अगर मुझे ब्रश, टुथपेस्ट और टंग क्लीनर मिलेगा तो बहोत मेहेरबानी होगी... मै बिना शेविंगके रह सकता हूं लेकीन बिना ब्रश के नही. आपको अगर ऐतराज ना हो तो"

जावेदनी मनोजकडे "हा येडा तर नाही" अशा नजरेने बघितले आणि "हां मिलेगा" म्हणून चुप झाला.

मनोजला चहा हवा होता, भूक पण लागली होती... पण काय उपयोग.

जावेदनी करीमला बोलवून काहीतरी सांगितलं... करीम नी मान डोलावली, एक कटाक्ष मनोजकडे टाकला आणि घोड्यावर टांग टाकून निघून गेला.

मनोज गुहेच्या बाहेर दगडावर बसला होता... आकाशात नजर लावून...

"कौन कौन है घरमें"

"ऑ... हमम... बिबी है, बेटी है"

"मां बाप?"

"गुजर चुके है... एक बेहेन है... और आपके?"

मनोज च्या प्रश्नानी जावेद आश्चर्यचकीतच झाला...कारण हा प्रश्न त्याला अगदी अनपेक्षीत होता.

"क्या करोगे जानके"

"वोही जो आप करोगे मेरे बारेमें जानके"

"छोडो... जाने दो... बादमें कभी... अगर हम जिंदा रहे तो"

"ये आप बार बार जिंदा रहे तो क्यू कहते हो"

"क्यो की हम लोग लड रहे है ना... या तो मारेंगे या मरेंगे ही ना"

"हां लेकीन क्यू लड रहे हो आप"

"क्या तुम जानते नही हो?"

"ना... कभी सोचने का टाईम ही नही मिला... बचपनसे अब तक बस दौडते गये... कुछ ना कुछ हासील करना ही रहता था... बचपनमें ज्यादा पैसे नही थे मां बाप के पास... तब... पढाई करके मार्क्स लाना जरूरी था... बादमे सबके लिये कमाना जरूरी था... तो बाकी चीजोंके लिये सोचने का टाईमही नही था"

"हम सब एक जैसे ही है... लेकीन कुछ टाईम ऐसे आते है जब ये गन उठानीही पडती है... खैर छोडो...अभी उठाही ली है तो उसीके साथ मरेंगे... बादमें कभी बात करेंगे... छोडो".

दोन अडीच तास होऊन गेले होते तेव्हढ्यात करीम परत आला. त्याच्या पाठीमागे घोड्यावर दोन गाठोडे बांधलेले होते...

दोन्ही गाठोडे सोडवन त्याने ते मनोजच्या समोर आणून पटकले... "लो चालू करो तुम्हारा दुकान"

मग खिशातून एक नवीन टुथब्रश, टुथपेस्ट आणि एक टंग क्लीनर मनोज समोर फेकले...

"थॅंक यू करीम... बहोत बहोत शुक्रिया"... असं जेव्हा मनोज म्हणाला तेव्हा करीमला काय बोलावे कळेना... किंचीत हासून तो परत घोड्याकडे गेला आणि त्याच्या बाजूला लटकत असलेली एक प्लॅस्टीकची बादली त्याने आणून मनोज समोर ठेवली.

जावेदनी करीमला बाजूला बोलावून काही तरी सांगितले. करीमनी मान डोलावली... परत आला बादली आणि घोडा घेऊन गेला... तो 15 मिनीटांनी परत आला पाण्यानी भरलेली बादली घेऊन.

मनोजनी गाठोडी उघडली... त्यात एकात भांडी आणि दुसर्यात डाळ, तांदूळ, आटा आणि 3-4 भाज्या कांदे, बटाटे असं सामान होतं.

मनोजनी विचार केला की ह्याचा अर्थ असा की इथून गाव जवळ असावं... तसचं नदी पण. But I dont have to show it.

"आजसे आपका खाना पकाना शुरू. आपको पहले चूल्हा बनाना पडेगा... लकडी तो खैर करीम लाके देगा... लेकीन चुल्हा बनाते बनाते दो घंटे लग सकते है... शुरू करो"

"Now my new job begins... what will Vaidehi think... what will my colleagues think... if they ever come to know..." Manoj cursed his luck.

चूल बनवायला हवी पहिले... "चूल कशी बनवायची असते हे पण एक शास्त्र आहे" मनोज ला त्याच्या आजीचे शब्द आठवले... मन एकदम लहानपणात गेलं... मनोज 4-5 वर्षांचा असतांनाची गोष्ट... कोकणात आजोळी गेलेला. "आजी कोणाला तरी सांगत होती... "दगडांच्या मध्ये थोडी जागा हवी त्यात ओली माती

लिंपावी... म्हणजे वाळली की त्यात भेगा पडतात आणि दगड गरम झाल्यावर प्रसरीत पावले की त्या भेगा मिटल्या जातात आणि उष्णता आतच राहते बाहेर निसटून जात नाही".

मनोज दगड गोळा करायला गेला असतांना करीम गन घेऊन त्याच्या पाठी फिरत होता... पण दूर राहून. दगड गोळा करून ते वजनदार ओझं गुहे कडे घेऊन येतांना मनोजची दमछाक झाली. मनोज परत माती आणायला गेला तेव्हा नजर ठेवायला जावेद उठून आला... आणि त्याने करीमला माती खोदायला सांगितली.

माती घेऊन आल्यानंतर, मनोजनी माती मध्ये पाणी टाकून लेपायची माती तयार केली. दगडाशी थोडी कसरत करत त्याने आजीचे फंडा लक्षात ठेऊन चूल डिझाईन केली. मग लिंपण लावत एका तासाभरात त्याने फानल फिनीशिंग टच मारला व हात धुतले.

जावेद आणि करीम शांतपणे मनोजची करामत बघत बसले होते. फिनीशिंग टच मारून झाल्यावर दोघांच्याही चेहेर्यावर कौतुकाचे भाव होते. करीम काहीही न बोलता बाहेर गेला आणि काटक्या, फांद्या, लाकडं घेऊन आला.

"कोयला अगर मिलेगा तो जल्दी बनेगा खाना" मनोज नी सूचना वजा request केली... कारण मन भूत काळातचं होतं धुरानी चुरचुरत असलेले डोळे आणि बर्याचवेळा खायच्या पदार्थांना लागलेला धुरकट वास अचानक मनोजला आठवला...

काटक्या आणि फांद्या जळ होत्या तोपर्यंत मनोज नी कांदे आणि बटाटे चिरले होते. बर्याचवेळेस वैदेहीला करतांना बघितल्यामुळे हे काम सोपे होते...

डाळ व तांदूळ धुऊन घेतले... "तांदळात चार बोटांपेक्षा जास्त पाणी नको... काय पेज करायची आहे का" मनोजला शेजारच्या वझे काकूंचे शब्द आठवले... नवीन आलेल्या सुनेला सारख्या instructions द्यायच्या... शेवटी त्या सुनेनी वेगळाच संसार थाटला...

"और जलाने का है क्या चूल्हा?" ऐकून मनोज present मध्ये आला.

"नही... ठीक है... अब लकडी जलानी होगी पकाने के लिये..." मनोजनी करीमला सांगितलं करीम पण बारकाईने बघत होता.

मनोज नी पहिले डाळ शिजायला लावली आणि करीमला "और बहोत सारी लकडी चाहिये" म्हणून सांगितलं... "इसीलिये कोयला अच्छा होता है". म्हणून परत सुनवलं.

मधून मधून डाळ ढवळतं होता... आजीची process आठवत... शेवटी एकदाची डाळ झाली.

मग मनोजनी भाजी फोडणीला टाकली... just like वैदेही... भाजी पटकन शिजली... मग तांदूळ ठेवले आणि बजरंगबली की जय म्हणत कणीक भिजवायला घेतली. This is an impossible task...असं महणतं Manoj was struggling with the आटा. शेवटी कणीक तयार झाली. भात झालेला उतरवून... मनोजनी रोट्या करायला घेतल्या. Being a perfectionist... मनोजला हार मानायची नव्हती. वेळ होता... त्यामुळे मनोजनी खूप कष्ट घेऊन व्यवस्थित रोट्या बनवल्या...

He was ready with the dinner. संध्याकाळ झाली होती सहा वाजत असतील बहुतेक... असा मनोजनी विचार केला...

पुढल्या दहा मिनीटात घोड्यांच्या टापांचे आवाज आले. सकाळी गेलेले तिघही परत आले होते.

जावेदनी... "पहले खाना खाते है बादमें बातें असशी ऑर्डर सोडली. त्यामुळे त्या पाचही लोकांनी आपल्या थाळया उचलल्या स्वतः वाढून घेतलं आणि न बोलता जेऊ लागले. जेवण झाल्यावर आपापल्या थाळया धूवून ठेवल्या... करीम हळूच सांगून गेला... खाना अच्छा बना था...

जावेद जेव्हा थाळी ठेवायला आला तेव्हा म्हणाला "I can't believe that you have never cooked before" आणि डोळे मिचकावून निघून गेला.

मनोज आ वासून बघतचं बसला. He had never expected to hear Javed speaking in English.

करीम मनोजला "तू जेऊन घे" अशी खूण करत त्याच्यावर नजर ठेऊन बसला होता... गन मात्र आता त्याच्याजवळ नव्हती.

जावेद त्या तिघांशी बोलत होता... rather ते बोलत होते आणि हा ऐकत होता... मनोजच्या कानावर... "आज चारही मिले..." "बच निकले मुश्किल से" "और मंगवानी पडेगी" "अश्रफसे कहो"... असं सगळं पडत होतं. संदर्भ लावता येत होता पण काय उपयोग...

आपलचं बनवलेलं खातांना मनोजला घरची आठवण प्रकर्षानी येत होती... but at the same time he felt bad that these folks had to eat such bad food... yet no one complained... instead they had complimented him.

He felt sad. आवरून मनोज आपलं जॅकेट घालून अंगाची मुटकुळी करून बाहेर दगडावर येउन बसला. करीम त्याच्याकडे बारकाईने बघत होता.

रात्री मनोजचे पाय बांधले नव्हते... तो झोपला होता त्याच्या पायाच्या बाजूला दोन लाकडाची फळकुटं उभी लावली होती... जर मनोजनी बाहेर पडायचं ठरवलं असतं तर ती फळकुटं तुटली असती.

आज थकला असल्याने मनोजला लगेच झोप लागली...

दुसर्या दिवशी मनोजनी सकाळी व्यवस्थित ब्रश केलं... थोडं फ्रेश वाटलं पण आंघोळ काही दोन दिवस झालेली नव्हती आणि कपडे पण बदलले नव्हते म्हणून घाण वाटतं होतं.

करीमला पण सकाळीच त्या तिघांबरोबरच जावेदनी पाठवलं होतं...

जावेद ला मनोजनी त्याच्या मनात खदखदत असलेला प्रश्न विचारलाच... "How come you speak English so fluently... who are you really, कौन हो तुम?"

"A human being like you" जावेद नी हसत उत्तर दिलं

तुम जैसाही एक आदमी हूं जिसको जजबात है, इमोशन्स है, फिलींग्ज है... क्यूं?"

"नही... वैसा नही...तुम्हारा असली प्रोफेशन क्या है... मेरा मतलब...था... ये ऐसा होने से पहले".

"ऐसा याने... फ्रीडम फायटर?...मै टेररिस्ट नही हूं मिस्टर मनोज. मै पहिले फिजीक्स का प्रोफेसर था. मै भी एक शादीशुदा, बच्चेवाला आम आदमी था. एक बच्ची थी मेरी. फिर घाटीमें माहोल बदलने लगा. पिछले 20 सालोमें बहोत कुछ बदल गया और मेरे हाथमें किताब की जगह बंदूक आ गयी."

"जिम्मेवार कौन है, या था ये सवाल नही है... जो हुवा वो ठीक नही हुवा. We are oppressed and we want our freedom"

"Freedom from what? India? आप पाकीस्तान में शामिल होना चाहते है ना?"

"क्या बकवास कर रहे हो. किसने कहा की हम पाकीस्तान में शामील होना चाहते है? That is a much rotten place than anywhere in the world... हम क्यू वहां शामील होंगे? hell no. हमे free Kashmir चाहीये... हमारे लिए... Just for ourselves..."

"हां... सिर्फ मुसलमानो के लिये ना... क्यों की सारे कश्मिरी पंडितोंको तो आप लोगोने कश्मीरसे भगाही दिया है."

"हमने नही भगाया उनको. पॉलिटीकल गुंडे थे उनको भगानेवाले. ये सियासत की चाले थी सब...it was all for grabbing the power and staying in power... लेकीन अब हम लोग फ्रीडमके लिये जंग कर रहे है. Pakis are taking advantage of situation under the pretext of helping us... बस. लेकीन हमे ये पता है की पाकी और चायनीज हमारे पीठमें मौका आनेपर छुरा मार सकते है. but we know that they. हम लोग indian army के साथ जंग कर रहे है और वो

यही सोचते है की हम पाकीस्तान के साथ है. उनको तो कोई फर्कही मालूम नही है. वैसाभी उनको बतानेवाले तो सियासत वाले ही लोग है ना... so we are fighting a guerrilla war now..."

"हां हमे पता है की जीतना बहोत मुश्कील है... लेकीन अब चल ही पडे है तो फिर फिकर किस बात की... जो होगा सो होगा. the war is not against hindu or any community."

"तुमने बंदूक हाथमें कब ली?"

"एक protest के वक्त पुलीसवालोने गोलीयां चलाई. मेरी बिबी और बच्ची, जो मार्केटमें गयी थी, उस गोलाबारीमें मारी गयी. Innocent थे वे दोनो... फिरभी मारे गये. मेरे लिये कुछ बचाही नही था... फिर क्या...उठा ली बंदूक. अब मै रास्तेसे आये freedom fighters को मॅनेज करता हूं... पढा लिखा हूं ना. मै प्लॅन करता हूं और वो लोग execute करते है. गलती होती है कभी... जैसे तुम्हारे केसमें हुई. अब तुम्हारी रिहयी मेरे मौतके बादही होंगी... क्या?"

मनोज अगदी शांतपणे बसला होता.

"क्या सोच रहे हो मनोज?"

"जमीनके एक छोटे तुकडेके लिये अबतक कितनी जाने गयी है और कितनी जाएंगी? Divisions तो आदमीने ही किया है ना. और उसके लिए मरभी वो ही रहा है. और जिसके लिये मर रहा है वो तो यहीं छोडके जा रहा है.

"हां...You have a point... but it will never be a win-win solution. छोडो... Let us not discuss this anymore... तुमको मेरा background समझा है. At least I am happy that I am able to converse with some intellectual..."

करीम कोळसे घेऊन आला होता आणि मनोजची बॅग. त्याला खूपच आश्चर्य वाटत होतं. पण त्याने दाखवले नाही. "याचा अर्थ की त्या हॉटेल वाले पण ह्यांना मिळालेले होते... अचानक

मनोजला आठवलं की त्या हॉटेलमध्ये जो माणूस रिसेप्शनला ऊभा होता, त्याचं name tag अश्रफ होतं. म्हणजे तो ह्यांचा खबर्या होता. So, possibly he mistook Vikram for the brigadier... Or may be not..." मनोज विचार करत होता.

त्याने करीमला आणि जावेदला thank you म्हटलं. जावेदची permission घेऊन थोडं दूर जाऊन पण त्यांच्या देखतच मनोजनी आंघोळ केली. करीमनी आणलेल्या कोळशांवर पाणी तापवलं होतं...

आज जेवण कालच्या पेक्षा लवकर तयार झालं होतं. आज दाल तडका बनवली होती... कांदे टोमॅटो कापून मिक्स करून वरतून तडका दिला होता.

आज पण आल्या आल्या जेवले होते सगळे... पण आज काहीच "काम" झालेलं नव्हतं... "खाली हात" आले होते... "गड्ढेसे निकालना होगा" असं दोनदा सांगितलं गेलं... "अन्वर सादिक को मांगना पडेगा" असं पण कानावर आलं... "अश्रफ नही मै खुद मिलूंगा" असं जावेदनी निक्षून सांगितलं...

दोन दिवसांनी करीम बोकडाचं मांस घेऊन आला... मनोजला एकदम सॅम डिसुझाची आठवण झाली... त्याच्या घरी लॅब बिर्याणी बनवतांना पूर्ण process बघितली होती.

सॅमची आई सांगत होती... चुल्हा चला गया... फिर स्टोव्ह आया... पंप मारते मारते जान जाती थी... बजाज के स्कूटर जैसा था वो... आडा करने का बादहीच चालू होता था. फिर आया सेफ्टी स्टोव्ह... वो एकदमीच हल्लू चलता था... स्लो मोशन स्टो. फीर गॅस आया...!!!

"लेकीन mummy... वो chulha biryani एकदम best था और तुम उसमे barbeque भी कर सकती हो in the chulha... मेरा मतलब"

"ओ सॅमी तुम शट भी करो... तुम्हारी wife को बोलो ना चुल्हेपर कुक करने के लिये... see then what will happen...

वो तुमको बिठायेगी चुल्हेपे seriously Manoj... ये तो बिबीके सामने मूहंभी नही खोलता है"

"Mummy even dad does not open his mouth in front of you even now"

"Sammy you... get out now"

मनोज स्वतःशीच हसला...

"क्या हुवा, कुछ याद आया क्या"

"हां... the evolution of cooking... the only constant is fire बाकी सब बदल गया है"

"अगर मटन बनाना है तो दही चाहिये करीम." आता मनोज करीमशी धीटपणे बोलायला लागला होता.

करीम घोड्यावर टांग मारून गेला पण. तो येई पर्यंत मनोजनी काही पीसेस सोडून बाकी मटन उकडून घेतलेलं होतं. ते अर्ध शिजल्यामुळे नरम पण झालेलं होतं. त्याला सुरीनी भोकं पाडून, त्याला तेल तिखट, मीठ, हळद आणि हिरव्या मिरच्या, टोमॅटो घालून मॅरिनेट करायला ठेवलं होतं बाकी उरलेले पीसेस कोळश्यांवर भाजले जात होते. करीमनी दही आणल्यावर ते मिक्स करून व्यवस्थित मॅरिनेट करायला ठेवलं.

संध्याकाळी चार लोक आले एकदम... एक नवीन चेहरा होता... दिसायला राकट आणि उद्धट होता... अन्वर!! त्यांची भाषा पण वेगळी होती अर्धा तास बोलून अन्वर गेला... जावेद पण ठसक्यातचं बोलत होता अन्वरशी...

जेवतांना सुखा मटण अणि मटण करी दोन्ही होतं. "You have been promoted to executive chef from khansama" असं जावेद बोलून गेला.

पुढचा दिवस एकदम euphoric होता कारण आल्या आल्या सगळी टीम खूप आनंदात होती... "लॉटरी लगी" "25 तो पक्के गये आज" म्हणून आनंदात होते. मनोजनी जाणलं की आज indian army चे 25 जवान शहीद झाले. कुठल्यातरी कॅम्पमध्ये

जाऊन त्यांनी हा घोळ केला होता. मनोजला फार वाईट वाटलं. त्याची काही खाण्याची इच्छाच मेली.

जवळ जवळ दीड महीना झाला होता. अचानक एक दिवशी दुपारीच तीन मधले दोघंच परत आले. याकूब नव्हता आलेला परत...

पटापट सगळे आवरून घोड्यावर लादून ती गुफा सोडली... आणखी दोन तास वर चढत परत एका गुफेवजा ठीकाणी येऊन पोचले...

त्या चौघांचे काहीतरी गंभीर बोलणे चालले होते. गुफे च्या आजूबाजूला झाडी आणि काही झुडपे होती... त्याला करवंदासारखी काही फळंपण लागलेली होती.

"Mr. chef you have to cook quickly और धुआं नही चाहिये बिलकुल"..."

मनोजला एव्हढे लक्षात आले की काहीतरी झालेले आहे आणि these guys are on the run"

पुढले काही दिवस शिधा आणि पाणी आणण्याशिवाय कोणीच बाहेर जात नव्हते... सैपाकाची वेळ आता अंधार पडल्यावर झाली होती. हळू आवाजात काहीतरी बोललं जायचं रात्री कोणीतरी पहारा ठेवायचं.

दोन महीने होत आले होते... सीझन बदलण्याची चिन्हे दिसू लागली होती...

एक दिवस सकाळी आंघोळ करून येतांना मनोज त्या झुडुपांजवळ गेला आणि त्याने त्या झुडुपाची करवंदासारखी असलेली फळे तोडली. तो एक फळ दातात चावायला घेणार एव्हढ्यात त्याच्या हातावर जोरदार फटका बसला.

"Those are extremely poisonous. मरना चाहते हो क्या" जावेद बाजूला उभा राहून विचारत होता. मनोजला तो केव्हा येऊन उभा राहिला हे कळलं पण नव्हतं पण आज त्याचा प्राण जावेदनी वाचवला होता.

एक दिवस इरशाद बाहेर गेलेला... त्याला जावेदनीच पाठवला होता... पण तो परत आलाच नाही. आता तिघं जणचं उरले होते.

आता शिधा आणायला जायला पण करीम घाबरत होता. जवळचं चरत असलेल्या एका बकर्याला पकडून त्याला मारून त्याचं मांस करीमनी मनोजला आणून दिलं. मनोजच्या डोक्यात एक कल्पना आली. त्यानी ते मांस शिजायला ठेवलं आणि टॉयलेट ला जायच्या निमीत्तानी तो बाहेर पडला. आता त्याच्यावर कोणीही नजर ठेवत नव्हतं... मनोज चुपचाप त्या झुडुपांजवळ गेला आणि त्यानी त्या झुडुपाची 15-20 फळे तोडून घेतली. गुफेत आल्यावर त्यानी ती फळे त्याच्या रुमालात बांधली आणि त्यांना ठेचून काढली. मटणाची करी बनवतांना त्याने ती रुमालाची पुरचुंडी त्या मटण करी मध्ये टाकली.

मटण करी शिजल्यावर त्याने ती रुमालाची पुरचुंडी बाहेर काढली, करी मध्ये पूर्ण निचोडली आणि बाजूला ठेवली.

परत टॉयलेटला जाण्याच्या निमीत्ताने मनोज ती पुरचुंडी घेऊन बाहेर पडला आणि त्याने ती पुरचुंडी त्या झुडुपात फेकून दिली. हात धुवुन त्याने सगळ्यांना जेवायला बसायला सांगितले... मनोज मात्र तसाच बसून होता...

“क्या हुवा. आज खाना नही खाना क्या... Is everything ok” असं जावेदनी विचारल्यावरं थोडसं ओशाळून... “am having stomach upset” म्हणून सांगितलं

“Oh ok” म्हणून जावेद पण चुप झाला.

जेवण करून तिघेही गुफेच्या बाहेर पडले. मनोज भांडी साफ करायला बाहेर पडला... अंधारात आता भांडी साफ करायची सवयं झाली होती.

भांडी घेऊन मनोज परत आला गुफेत भांडी ठेवली आणि तो बाहेर आला.

बाहेर तिघही आडवे झालेले होते... त्यांच्या तोंडाला फेस आलेला होता... मनोज गुफेत आला... त्याने त्याचे जॅकेट घातले... शूजच्या लेसेस बांधल्या त्याच्या सॅक मधून त्यानी त्याचा सेल फोन, पॅवर बॅन्क, चार्जर, घड्याळ, लायसन्स... आधार कार्ड, पैशाचं वॉलेट सगळं खिशात टाकलं.

बाहेर आला... सगळ्यांच्या बॉडीज ओढून त्यानी गुफेत आणल्या. जावेदच्या खिशातून त्याचा छोटा टॉर्च, मॅप आणि त्याचा सुरा घेतला, पाण्याची बाटली घेतली आणि गुफे च्या बाहेर येऊन खालच्या भागाला चालायला सुरवात केली...

जसं आठवेलं तसं मनोज पहाडावरून खाली उतरत होता. डोळे अंधाराला सरावले होते... रात्रभर चालायचं होतं त्याला... somewhere down below he knew that he would hit NH 1...

पहाट होत होती... अजूनही पहाडांच्या रांगा संपत नव्हत्या... पायाचे तुकडे पडायला आले होते... तेव्हढ्यात दूरवर मनोजला एक लाईट चमकतांना दिसला... मनोजच्या पायात परत बळ आलं आणि तो परत दमाने चालायला लागला...

सकाळचे आठ वाजतं होते...शेवटी मनोजला NH 1 दिसला. मनोजनी speed वाढवली पण त्याच्या मनात विचार आला की कोणी त्याला टेररीस्ट म्हणून उडवून तर नाही देणार... म्हणून त्याने जावेदचा टॉर्च, सुरा आणि मॅप फेकून दिला... anyway त्याची आता जरूर नव्हती.

मनोज NH 1 वर आला आणि सोनमर्ग च्या दिशेनी चालू लागला... पाय आता खूप दुखत होते... थकला होता... एव्हढ्यात त्याला पाठीमागून गाड्यांचा आवाज आला...

Indian army vehicles... मनोजच्या आनंदाला पारावार राहिला नाही. तो रस्त्याच्या मध्ये जाऊन ऊभा राहिला आणि हात वर करून हलवायला लागला. समोरून येणार्या गाड्या

काही अंतरावरच थांबल्या. त्यातून जवान बाहेर पडले आणि गाड्यांभोवती पोझीशन घेऊन बसले.

मनोज हात हलवता हलवता खाली गुडघ्यांवर बसला आणि बेशुद्ध पडला.

मनोज शुद्धीवर आला तेव्हा he found himself on a hospital bed... नर्सने तो शुद्धीवर आल्याचं डॉक्टरला कळवलं. डॉक्टर आणि एक मिलीटरी officer आत आले. मनोजनी विक्रमचा reference दिला आणि details सांगायला सुरूवात केली.

मनोज नी सगळं सांगून संपवलच होतं तेव्हढ्यात विक्रम पण आला. “मनोज... I am so happy that you are still alive and safe... सगळे किती काळजीत होते... we had almost given up hopes. मी आताच वैदेहीला कळवलयं. ती उद्या इथे पोचेल... आणि विनी पण.”

“But you will not be able to leave immediately coz we need to de-brief you... and also, you need to undergo strict medical checkup. Sorry old boy... rules are rules. Now you rest and get a shave and shower...you need it. I will come tomorrow” म्हणून विक्रम परत गेला.

मनोज ब्रश, दाढी आणि आंघोळ करून परत झोपला. तो एकदम दुसर्या दिवशीच उठला. परत ब्रश, दाढी, आंघोळ केली, Doctor येऊन तपासून गेले. मग लंच झाला. परत काही मेडीकल टेस्टस झाल्या. हे सगळं होता होता 5 वाजले. It was time for वैदेही आणि विनी... दहा मिनीटातचं विक्रम वैदेही आणि विनीला घेऊन आत आला...

It was an emotional outbreak... रडून झाल्यानंतर विक्रमनी वैदेहीला सांगितलं की मनोजला पुण्याला यायला आणखी दोन आठवडे लागतील. तर for safety’s sake, both she and Vini should return back to Pune tomorrow.

ट्रेक

दुसर्या दिवशी त्यांची पुण्याला रवानगी केल्यानंतर मनोजला एका helicopter मध्ये बसवले व ते मनोजला जिथे बंदिस्त "होस्टेज" ठेवले होते तिकडे घेऊन गेले. थोडं भटकल्या नंतर ती जागा मिळाली. तिथे पडलेले अतिरेक्यांचे मृत देह आणि त्यांची हत्यारे ताब्यात घेण्यात आली. गड्ढा नावाची जागा पण दोन तासांच्या शोधानंतर मिळाली... "गड्ढ्यात... arms and ammunitions मिळाले".

परतल्यावर हॉटेल अकबरवर धाड टाकून अश्रफ आणि 3 जणांना ताब्यात घेतलं गेलं. सुदैवाने हॉटेल बाहेर पडतांना अन्वर मनोजला दिसला. त्याने कमांडोजला सांगताच कमांडोनी अन्वरच्या पायात गोळ्या घालून त्याला खाली पाडले आणि ताब्यात घेतले.

जावेद मुख्तार हा प्रसिद्ध टेररीस्ट आणि मास्टरमाईंड होता. पण मनोजला त्यानी जे काही सांगितलं होतं ते सगळं खोटं होतं कारण जावेद पाकी होता.

जेव्हा मनोज त्याचे संभाषण सांगत होता त्यावेळेस मनोज म्हणाला की... "Javed saved my life but I took his life and others... they were poor souls..." हे ऐकल्यानंतर मनोजला Stockholm Syndrome झाला की कायं असं वाटायला लागलं होतं.

दोन आठवड्यांनंतर मनोजला घरी जायला परवानगी मिळाली. मनोजच्या धैर्याबद्दल त्याला Army तर्फे spatial appreciation देण्यात आलं... आणि कुख्यात टेररिस्टला मारल्या बद्दल पण.

मनोज घरी येऊन दोन दिवस झाले होते... सकाळी चहा घेतांना मनोज म्हणाला... "वैदेही... I know what I am going to do now..."

वैदेही म्हणे "काय... सैपाक...Cooking?"

"नाही गं... I am planning to work for the families of the soldiers who have lost their lives. I have seen them at close quarters... I have to... My second innings starts now"

"Ok count me in" वैदेही म्हणाली... डोळ्यातून अश्रु मुक्तपणे वाहत होते.

बुद्धीबळ...

बुद्धीबळ हा खेळ ज्या कोणी शोधून काढला असेल तो बहुतेक कुठल्यातरी राजाचा रिकामटेकडा खुशमस्कर्या असावा. तसाच तो विक्षिप्त पण असावा.

नाहीतर काय... हत्ती पुढे आणि पाठीमागे जाउ शकतो हे ठीक आहे...पण आडवा सुद्धा जातो... काहीही... आडवा चालणारा हत्ती ही कल्पना करणारा विक्षिप्तच असायला हवा... आणि तसचं ऊंट तिरपा चालतो... असेल दारू प्यायल्यावर कदाचित... आता दारू पिउन माणसं तिरपी चालतात तर बिचार्या ऊंटाने काय घोडं मारलयं...

ते घोडं पण फक्त अडीच घरं चालतयं... मरायला टेकलेलं घोडं असेल कदाचित कारण घोडे हे फेफाम धावणारं शक्तीशाली जनावर आहे...

पण बुद्धीबळात बिचार्याला लिमीटेडच स्कोप दिलायं. हां वजीर कुठेही जाऊ शकतो... आपल्या अमित शहां सारखं.

प्यादे बिचारे पटापट मरतात... त्यांना सिनेमातल्या extras प्रमाणे वागवतात...

आता खरं तर ऊंट, हत्ती, घोडे सगळेच गेले... replaced by cars, scooters, bikes, planes...मग बुद्धीबळ modern का केले नाही? हत्ती च्या ऐवजी कार, ऊंटाच्या ऐवजी बाईक... प्यादे म्हणजे pedestrians... Traffic मध्ये मरतातच की बिचारे.

कधी वाटतं च्यायला हे सगळे प्राणी उठाव का करत नाहीत. काय औकात आहे राजा अन् वजीराची जर ह्या प्राण्यांनी त्यांच्यावर हल्ला बोल केला तर... कसला शह अन् कसली मात... राजा अन् वजीराचे पळतांना धोतरचं सुटायचे. प्याद्यांनी शांतपणे तमाशा बघायचा.

कसं दिसेल हे बुद्धीबळाच्या पटावर... का कधिच कोणी ह्यावर विचार करत नाही...!!! म्हंजे अजूनही राजा च महत्वाचा... प्रजा गेली तेल लावतं. राजा हा पण प्रजेतूनच येतो ह्या गोष्टीचा विसर पडतो ना...

लिहीलयं ना कुठेतरी... from eternal sea he rises, creating armies on either shores, when the man turns against the man... then you and I shall have to die.

बुद्धीचं बळ संपुष्टात आणणारा हा बुद्धीबळ, तुमच्या आमच्या रोजच्या जीवनातला...

विमुक्त

सप्टेंबरच्या त्या सकाळी हवेत गारवा जाणवत होता. गणपती दोन दिवसावर येऊन ठाकले होते. बंगल्याचे दार उघडून त्या बाहेर आल्या. दार आवाज न करता हळूच बंद केलं. दगडी पाऊलवाटेवरून त्या गेट जवळ आल्या.

गेटच्या बाजूला असलेल्या टॉमीच्या लाकडी शॅक समोर असलेल्या त्याच्या थाळीत पोळ्यांचे तुकडे दिसत होते... अर्धवट खाल्लेले. त्यावर चिमण्या ताव मारत होत्या. टॉमी त्याच्या शॅक मध्ये शांतपणे झोपला होता.

चाहूल लागताच त्याने डोळे उघडून बघितले. उठण्याची तसदी न घेता त्याने परत डोळे मिटले अन् तो झोपी गेला. बाई गेट उघडून बाहेर पडल्या.

रस्ता साफ करणार्या माणसाने काम थांबवून बाईंना जाऊ दिले आणि परत निर्वीकारपणे रस्ता झाडायला लागला. कोपर्याच्या ऑटो स्टॅन्डवर फक्त एकच रिक्षा ऊभा होता. बाईंनी रिक्षावाल्याला जागेचं नांव सांगितलं... त्याने मान डोलावली, मीटर टाकलं आणि रिक्षा सुरू केली.

रिक्षा चालकाने सहजच आरशात नजर टाकली... बाई साडीच्या पदराने डोळे पुसत होत्या. साधीच साडी होती... बाई 65-70 वर्षाच्या असाव्या असा कयास मनाशी बांधला. आता ह्या वयात कशामुळे पण रडायला होतं... तब्येत, नवरा, मुलगा,

मुलगी, नातवंड... काहीपण असू शकतं. जायच्या जागेचं नांव माहिती असल्यामुळे कयास बांधणं अवघड नव्हतं.

रहदारी नसल्यामुळे अवघ्या 25 मिनीटात रिक्षा सांगितलेल्या जागी येऊन पोचला. बाई सतत रडतचं होत्या.

“बाई... आलोयं आपण. पोचलो.”

“अं? हो.”

“65 रुपये झालेत”.

“अं... हो हो”

बाईंना लक्षात आलं की त्यांच्या जवळ काहीच नव्हतं. बंगल्यातून निघतांना सगळं काढून ठेवलं आणि चप्पल अडकवून निघाल्या होत्या. अचानक जाणवलं की बोटात अंगठी तशीच होती. काढायची लक्षात आलीच नाही.

“ऐंगेजमेंटची... आता काही उपयोगाची नाही” असं पुटपुटत बाईंनी बोटातून अंगठी काढली. रिक्षाचालकाच्या हातावर ठेवत त्या म्हणाल्या...

“माझ्याकडे द्यायला पैसे नाहीत. ही अंगठी असू द्या तुमच्याकडे... माझ्या कामाची नाही ती आता. सोन्याची आहे, तुमच्या कामात येईल.”

येव्हढं बोलून बाई रिक्षातून उतरल्या आणि रिक्षाचालकाच्या बोलण्याकडे लक्ष न देता समोरच्या मोठ्ठया स्टीलच्या गेट कडे चालू लागल्या.

गेट वरचा सैंन्ट्री त्यांच्या कडे आश्चर्याने बघून “बाई तुम्ही?” असा विचारता झाला.

“अं... हो... आता इथेच मुक्काम... हेच माझं घर... आहेत ना सगळे?”

गेटचा छोटा दरवाजा उघडत सेन्ट्रीनी बाईंना आत घेतलं आणि म्हणाला...

“बाई बसा इथे. मी कळवतो आत. कोणीतरी येईल तुम्हाला घ्यायला.”

साडीच्या पदराला डोळे पुसत बाई सेन्ट्रीनी दिलेल्या स्टुलावर बसल्या.

आजीच्या लुगड्याच्या पदराच्या आडून पुष्पा चाललेला गोंधळ बघत होती. तीन वर्षाच्या तिच्या बालमनाला काय चाललयं हे कळत नव्हतं. आजीचे रडणे, आजू बाजूच्या लोकांचे, शेजार्यांचे सांत्वन करणे, पोलिस... सगळाचं गोंधळ होता.

आई, बाबा बाजारात गेलेले होते. ते अजून आलेले नव्हते. कोणीतरी शेजारच्या काकू आल्या आणि पुष्पाला घरी घेऊन गेल्या. तिला दूध, बिस्कीट दिलं. पण काहीतरी घडलयं आपल्या घरी एव्हढं आकलन झाल्यामुळे तिला दूध अन् बिस्कीट पण नको होतं.

तो दिवस अन् रात्र पुष्पा तिथेच होती. तिला एव्हढं समजलं होतं की आई अन् बाबा तिला घ्यायला आलेले नव्हते. बाबा घरी आले की पहिले तिला उचलून खांद्यावर घ्याचे अन् म्हणायचे... "काय म्हणतोयं आमचा नंदीबैल?"

पण काल काही तसं झालं नव्हतं. पुष्पाला तिच्या घरी नेलं तेव्हा आजी भिंतीला टेकून बसली होती आणि रडत होती. पुष्पाची शालू आत्या आणि तिचे मिस्टर चंदूकाका आलेले होते.

"आई बाबा कुठायं" पुष्पाने विचारले... "आजी का रडतेय सारखी?"

"बेटा आई आणि बाबा आता नाही येणार परत. त्यांना देवबाप्पा घेउन गेला"

"का?"

"त्याच्या कडे पण रेल्वे आहे. तिथे त्याला चांगले लोक हवे होते म्हणून."

"मग मला का नाही नेलं?"

"तिथे लहान मुलांना नाही नेत म्हणून."

"मग ते परत कधी येणार"

"कधीच नाही"

"_____"

"तू आता आमच्या बरोबर नाशीकला येणार आहेस"

"आणि आजी? ती इथेच मंमाडला राहणार?"

"नाही. आजी मनमाडला नाही राहणार. ती तिच्या खेड्यावर जाईल. पण तुला भेटायला येत राहील ती अधून मधून."

"_____"

मनमाड च्या रेल्वे क्वार्टर्स मध्ये जोडलेले तिचे मित्र मैत्रिणी पण आता दिसणार नाहीत हे पुष्पाच्या बालमनाला जाणवले. आपण जिथे जाणार आहोत तिथे आपले कोणीही नसणार हे जाणवून पुष्पा अंतर्मुख झाली.

बांधाबांध झाली आणि एक दिवशी सकाळी पुष्पा शालूआत्या आणि काकांसोबत नाशीकला रवाना झाली.

❧

"मला वाटलचं होतं की तू हिला घेऊन येशील म्हणून. घरचं झालं थोडं अन्..."

"आई, आपण ह्या विषयावर नंतर बोलू. आम्हाला घरात पाऊल तर टाकू दे. आणि तुला तिची काळजी नको" चंदू काकांनी आपल्या आईची सरबत्ती तोडत चढ्या आवाजात सांगितलं.

त्यांचा आवाज ऐकून घरातले सगळेच बाहेरच्या पडवीत आले. लता, शालूआत्याची 8 वर्षाची मोठी मुलगी पटकन पुढे आली आणि तिने छोट्या पुष्पाला ऊचलून घेतले.

तिची पप्पी घेत लता म्हणाली... "आजपासून मी तुझी काळजी घेईन हं... माझं नांव माहिती आहे का तुला?"

लहानग्या पुष्पाला एव्हढं लक्षात आलं होतं की ह्यांच्या घरातल्या आजींना ती आवडली नव्हती. पण काकांनी तिला दाटलं होतं.

पुष्पाने नाही. म्हणत मान डोलावली.

"माझं नांव लता आहे. तू मला लतादिदी म्हण का?"

"हो" म्हणून पुष्पाने मान डोलावली.

दिवसभरात घरातल्या सगळ्या लोकांची ओळख झाली.

आजोबा एकदम छान, शांत होते, आजी कडक होती. दिपकने, लताचा लहान भाऊ, वयं 5 वर्षे, दुर्लक्षच केले होते. एकंदरीत पुष्पाच्या लक्षात आले की हे आपले घर नाही आणि सगळ्यांना मी इथे आलेले आवडलेले पण नाही.

आता आई, बाबा आणि आजी कधीच दिसणार नाही ह्या विचारानेच तिचे मन उदास झाले आणि तिला रडू आले. पण रडणार कोणाजवळ? आणि कोणी रागवलं तर... 'नको ते" असा विचार मनाशी करत पुष्पाने डोळे पुसले.

रात्री आजीच्या कुशीत किंवा आईच्या आता झोपायला मिळणार नाही, भूक लागली की आजीला किंवा आईला तुप गूळ पोळी हवी म्हणून हट्ट करता येणार नाही किंवा सायकलवर फिरवून आणा म्हणून बाबांच्या पाठी लागता येणार नाही... हे पुष्पाच्या लहानग्या मनाला जाणवलं. आपण आता दुसर्यांच्या घरी राहणार आणि त्यांचेच ऐकावे लागणार हे तिच्या लक्षात आलं.

रात्री लतादिदी बरोबर झोपणे, सकाळी उठल्यावर जमेल तशी पांघरूणाची घडी करणे, तोंड धुवून फुले तोडून आणणे, फुलांचा हार करणे... हे झाल्यावर मग चहा आणि दोन बिस्किटं मिळायची. घरी दूध पिण्याची सवयं होती पण इथे दूध मिळणार नाही हे पुष्पाच्या लक्षात आलं. दूध फक्त दीपकलाच मिळायचं.

दुपारी जेवण झाल्यानंतर आत्याला भांडी आवरायला मदत करायची. मग दुपारी घरात शांतता व्हायची. पुष्पा अंगणातल्या पारिजातकाच्या झाडाखाली असलेल्या दगडावर जाऊन बसायची... आई, बाबा आणि आजी ची आठवण काढत. काय करत असेल आजी आता... आई बाबा काय करत असतील... देवाकडे पण खरचं रेल्वेगाडी असेल का... बाबा त्या गाडीचे गार्ड झाले असतील

का... मला त्यांची रेल्वेगाडी आकाशात दिसेल का... असे सगळा विचार करत ती पारिजातकाच्या झाडाखाली वेळ काढायची.

आठवड्या नंतर तिला एक दिवस सकाळी आजोबा बाहेर घेऊन गेले... घरापासून थोडं दूर गेल्यावर एका दुमजली घरात त्यांनी तिला नेलं. आतून बर्याच लहान मुलांचा आवाज येत होता.

एक आजी सारखी दिसणारी बाई बाहेर आली...

“हीच का ती... काय नावं तुझं बाळ?” आजीनी तिच्या गालावर हात फिरवत विचारलं.

पुष्पाचे डोळे आजीच्या आठवणीनी भरून आले आणि डोळ्यातून अश्रू बाहेर पडले.

“पुष्पा” डोळे पुसत उत्तर आलं

“रडू नको बाळ...आता रोज तुला इथे यायचं आहे... तुझ्या सारखीच आणखीन लहान मुलं इथे आहेत. त्यांच्या बरोबर तू खेळायचं, अभ्यास करायचा... मजा येईल तुला इथे. मग चार वाजता घरी जायचं.”

“ही तुझ्यासारख्या लहान मुलांची शाळा आहे पुष्पा. आता रोज तुला इथे यायचंय... मी रोज तुला सोडायला आणि घ्यायला येईन का” आजोबा म्हणाले आणि पुष्पानी मान डोलावली.

त्या आजींनी काहीतरी कागदावर लिहीलं आणि आजोबांनी पण नंतर त्या कागदावर काहीतरी लिहीलं. आजोबांनी नंतर खिशातून काही पैसे काढून त्या आजींना दिले.

“उद्यापासून तुझी शाळा सुरू... काय... मग येशील ना तू?” आजींनी गाल कुरवाळत विचारलं. “माझं नांव आहे मनोरमा आजी”

मान डोलावत पुष्पानी होकार भरला. “आता पारिजातकाच्या झाडाखाली बसता यायचं नाही” असा विचार करत ती आजोबांबरोबर घरी परतली.

दुसर्या दिवशी सकाळी दहा वाजता आत्याने पुष्पाला तयार करून तिच्या हातात एक छोटा कडीचा डब्बा दिला. “गुळंबा पोळी आहे... मधल्या सुट्टीत खायला... आवडते ना तुला?”

मान डोलवून, डब्बा घेऊन, आजोबांचा हात धरून पुष्पा बालकमंदीरात गेली.

तिच्या वयाचीच चार मुलं आणि चार मुली होत्या. लक्ष ठेवायला मनोरमा आजी आणि सखूबाई होत्या. खेळ आणि बाराखडी शिकण्यात दिवस गेला.

घरी आल्यावर आजी आणि दीपक सोडून सगळ्यांनी विचारलं तिला की शाळेत काय काय केलं. घरा बाहेरचं जग आता बघायला मिळणार एव्हढाचं आनंद पुष्पाला झाला होता.

आता रोज संध्याकाळी आत्या तिला देवळात घेउन जायची. आत्याचा हात धरून चालत चालत आजू बाजूचा परिसर बघत संध्याकाळी देवळात जायला मजा यायची.

“देवळात देव असतो तर मग आकाशात देव कसा असेल?”

“तो एकाचवेळी सगळीकडे असतो म्हणून तर त्याला देव म्हणतात.”

“सगळीकडे असतो तर मग देवळात का यायचं आपण?”

“कारण इथे त्याची मूर्ती आहे म्हणून.”

लता पण तिला कधी कधी संध्याकाळी आपल्या मैत्रीणींबरोबर खेळायला घेऊन जात असे. तिला सगळ्या मैत्रीणी लिंबू टिंबू म्हणत.

आणि आजोबा अभ्यास घेत... त्यामुळे सकाळी उठल्यापासून रात्री झोपेपर्यंत पुष्पाला विचार करत बसायला आता वेळच नव्हता.

अडीच वर्ष उलटली होती. पुष्पाला आता सकाळी फुलं गोळा केल्यानंतर आंगण झाडून सडा घालायची पण जबाबदारी मिळाली होती. शाळा पण बदलली होती. आता लता दिदीच्या शाळेत तिला घातलं होतं.

सकाळी सडा घालून झाल्यावर आत्याला स्वयंपाक घरात मदत करायची, मग चहा पिऊन सगळ्यांच्या कपबशा धुऊन ठेवायच्या. मग फुलांचे हार करायचे. नंतर आंघोळ. मग तयार होऊन शिळ्या पोळीचा लाडू खाऊन, डब्बा घेऊन शाळेत जायचं. आता शाळेत सोडायला आजोबा नव्हते. आजू बाजूच्या मुलांबरोबर शाळेत जायचं. आता गुळंबा पोळीचा डबा पोळी भाजीचा झाला होता.

पुष्पानी जाणीवपूर्वक काहीच आवड निवड ठेवली नव्हती आणि जे जे मिळायचं, जेव्हढं मिळायचं त्यावर ती समाधान मानायची. तिला दिसत होतं की दिपकला रोज दूध पिऊन झाल्यानंतर सुका मेवा दिला जायचा. कधी लताला पण दिला जायचा. लता नेहमीच पुष्पाला तिला मिळालेला खाऊ शेअर करायची. सुरवातीला पुष्पाच्या डोळ्यात पाणी यायचं. नंतर मात्र पुष्पा त्या वेळेस बाथरूम मध्ये जायची आणि खाऊ घेणे टाळायची.

अभ्यास, घरकाम आणि आत्याबरोबर देवळात जाणे ह्यातचं दिवस संपायचा. होता होता प्रायमरी संपून सेकंडरीचे वर्ग सुरू झाले. सातवीत असतांना एकदा दिपकचा एक मित्र घरी आला होता. त्याने हडकुळ्या, अशक्त दिसणार्या पुष्पाला बघितले आणि ही कोण असे दिपकला खुणेनीच विचारले.

“अरे ती आमच्या घरी आश्रित म्हणून राहते. आईच्या भावाची मुलगी आहे. तिचे आईबाप ॲक्सिडेंट मध्ये मेले म्हणून तिला आमच्या घरी आणलं”

“अरे, आईचा भाऊ म्हणजे तुझा मामा नाही का?”

“असेल. मला काय करायचयं?” दिपकने तुसड्या आवाजात उत्तर दिले.

आश्रित हा शब्द पुष्पाला नवीन होता. दुसर्या दिवशी तिने तिच्या क्लासटीचर कडून अर्थ समजाऊन घेतला. अर्थ समजल्यानंतर मात्र पुष्पाला रडू आवरेना. पण सद्य परिस्थितीत

ती काहीच करू शकत नव्हती त्यामुळे अश्रू गिळून तिने स्वतःला सावरले. शिक्षण पूर्ण झाल्याशिवाय काही करता येणं अशक्य होतं.

अनाथाश्रमावर एक धडा होता. तो शिकतांना पुष्पाच्या लक्षात आलं की आपण पण अनाथच आहोत. फक्त आपण अनाथाश्रमात न राहता आत्याच्या घरी आश्रित म्हणून राहत आहोत.

नहाण आले. आणखी एक जबाबदारी वाढली. लतादिदीचे जुने कपडे तिच्या वाट्याला आले... निर्बंध वाढले... तसेही पुष्पा फार काही खेळायला जायची नाही... आजूबाजूच्या मुलांमध्ये... आता तर बंदच झालं.

लता दिदी आता कॉलेजला जायला लागली होती. तिला लेडीज सायकल घेतली होती. ती आता बरेचदा बेल बॉटम आणि शर्ट घालायची. पुष्पाला पण वाटायचं की आपण पण तसेच घालावे पण शाळेत असल्यामुळे ते शक्य नव्हते. परत एकदा पुष्पानी आपली इच्छा दाबून टाकली.

"नकोच कशाचीच इच्छा मनात ठेवायला. उगीच मनाला त्रास" असा विचार करून पुष्पानी बेल बॉटमचा विचार मनातून काढून टाकला.

दिपक बारावीला होता. मनसुबे तर खूप होते पण गणित आणि सायन्स मध्ये यथा तथाच असल्यामुळे कठीण होते. आजीच्या लाडानी तो बाकी सगळ्यांकडे दुर्लक्ष करायचा. त्याच्या वडीलांचे आणि दिपकचे सतत खटके उडायचे अभ्यासावरून.

पुष्पा नववीत होती. गणित, सायन्स आवडायचं. बॉयॉलॉजी जरा कठीण वाटायचं. बाकी मैत्रीणी यथातथाच होत्या. तिच्या बाजूच्या बाकावर बसणारा नवीन मात्र हुषार होता. त्याचे आई वडील दोघेही डॉक्टर होते आणि त्यांचे हॉस्पिटल पण होतं.

एक दिवस धाडस करून पुष्पानी नवीनला "मला बॉयॉलॉजी मध्ये जरा मदत करशील का" म्हणून विचारलं

"तू मला गणितात मदत करणार असशील तर मी करेन" नवीन उत्तरला. हे पुष्पाला अगदी अनपेक्षित होतं... पण ती हो म्हणाली.

त्यानंतर रोज मधल्या सुट्टीत एकत्र डबा खाणे आणि खाता खाता शिकणे सुरू झाले. एक दिवस गणित तर एक दिवस बॉयॉलॉजी असं सुरू झालं. बॉयॉलॉजीतले नांव उच्चारतांना आणि लक्षात ठेवतांना पुष्पाची त्रेधा तिरपीट व्हायची आणि नवीन खळखळून हसायचा.

नववीपासूनचं हे एकमेकांना शिकवण्याचं सत्र बारावीला पण सुरू होतं. नवीनला त्याच्या आई वडीलांसारखचं डॉक्टर व्हायचं होतं.

"तुला काय व्हायचयं... इंजीनीअर का?" नवीन विचारत होता.

"मी एक आश्रित आहे नवीन. त्यामुळे मला माझे मत नाही. आणि मी कुठलीच इच्छा मनात ठेवत नाही. त्यामुळे मी काहीच सांगू शकणार नाही"

"आश्रित... म्हणजे?"

पुष्पाने थोडक्यात नवीनला आपली कहाणी सांगितली. आई आणि वडील बाजारात गेले असतांना एका भरदाव वेगाने येणाऱ्या ट्रकने ताबा सुटल्याने त्यांचा आणि काही लोकांचा बळी गेला. आत्याच्या घरी राहत असल्यामुळे जे जसं मिळतयं त्यावर समाधान मानून आयुष्य जातयं.

"म्हणजे तुला काहीच फ्रीडम नाही?"

"नाही. अरे मी अजून एकही सिनेमा पण बघितलेला नाही... की कुठल्या गावाला पण गेलेली नाही."

"सिनेमा कधीच बघितला नाहीये?"

"उं हू. कधीच नाही".

"बघायला आवडेल?"

"नक्कीच. पण माझ्याकडे पैसे पण नाहीत आणि वेळ पण. वेळेत घरी जावं लागतं"

"मी दाखवीन तुला. पैशाची काळजी करू नकोस तू. वेळ पण काढू."

"नको रे. ऊगीच कोणी बघायचं आणि मला त्रास व्हायचा."

"नाही होणार. मी करतो सगळं व्यवस्थीत"

"जेव्हा जाऊ तेव्हा बघू. मी काहीच स्वप्न रंगवत नाही" पुष्पा नी निर्वाणीचं सांगितलं. खरं तर तिला सिनेमा बघायला जायचंच होतं.

एका शनिवारी शाळेचे कोणी ट्रस्टी वारल्यामुळे दुपारचे वर्ग कॅन्सल केले गेले आणि शाळेला सुट्टी दिल्या गेली.

"चल आत्ता आपण सिनेमाला जाऊ. मॅटिनी शो मिळेल" म्हणून नवीन ने पुष्पाला सायकल वर पाठी बसवून थिएटर कडे सायकल दामटली.

आराधना सिनेमाची टिकीटे काढून दोघही थिएटर मध्ये प्रवेश करते झाले. पुष्पा आयुष्यात पहिल्यांदाच थिएटर मध्ये आलेली होती त्यामुळे बावचळली होती.

नवीन ने तिचा हात पकडून तिला त्यांच्या सीट्स कडे नेलं. आयुष्यात पहिल्यांदाच तिचा हात कोण्या मुलाने पकडला होता. मनातल्या मनात ती सुखावली पण होती आणि तिला धाकधूक पण वाटत होती. सिनेमा लागून आता बरेच आठवडे झाल्यामुळे गर्दी पण नव्हती.

सिनेमा सुरू झाला. अधून मधून नवीनचा हात तिच्या हाताला लागायचा आणि तिला तो स्पर्श हवाहवासा वाटायचा. शेवटी न राहवून तिने शर्मिलाच्या रेपच्या सीनच्या वेळस नवीनचा हात घट्ट पकडला आणि आपल्या हृदयावर दाबून धरला.

"अगं घाबरतेस कशाला. ते काही खरं नाहीये... सिनेमा आहे तो... खोटं खोटं आहे ते" नवीन तिच्या कानात कुजबुजला. पण सिनेमा संपे पर्यंत तिने नवीनचा हात सोडला नाही. सिनेमा सुरू असतांना अनेकदा ती रडली.

"अगं वेडे रडू नकोस... ते खरं नाहीये" नवीन तिच्या कानात कुजबुजत होता.

सिनेमा संपला. बाहेर आल्यावर पुष्पाला जरा बरं वाटलं. नवीन तिच्याकडे बघून हासला. तिच्या गालावर हात फिरवत "वेडी आहेस" म्हणाला.

सायकलवर बसून परत शाळेत आणि नंतर घरी आली. घरी आल्यावर कितीतरी वेळ गालावर फिरवलेल्या हाताच्या स्पर्शात ती हरवलेली होती. पण शेवटी भानावर येत एक उसासा सोडून ती घरकामाला लागली.

बारावीचा निकाल लागला... पुष्पाला बहात्तर टक्के मार्क पडले... दिपक आणि लतादिदी पेक्षा खूपच जास्त. लतादिदीला बासष्ठ तर दिपकला जेमतेम अठ्ठावन्न टक्केच मिळाले होते.

त्यामुळे घरातलं वातावरण फार काही आनंदी नव्हतं. आजी आणि दिपक सोडून बाकी लोकांनी थोडंफार कौतुक केलं. लतादिदीचं MA चं शेवटचं वर्ष होतं. तिच्यासाठी स्थळ पहाणं सुरू होतं.

पुष्पाला सायन्स कॉलेज मध्ये प्रवेश मिळाला आणि त्या बरोबरच लतादिदीचे जुने कपडे. नाही म्हणायला एक नवीन बेल बॉटम आणि शर्ट शिऊन मिळाला. कॉलेज ला चालत जायला 40 मिनीटे लागायची. आता डबा नव्हता. आठवड्याचे 5 रुपये मिळायचे पॉकेट मनी म्हणून.

मैत्रीणींच्या डब्यातला लंच, कॅटीन मधला चहा किंवा कधी एक समोसा... असं करत 5 रुपयातले 2 रुपये वाचवायचे... कधी काळी कामास येतील म्हणून. नवीनचा संपर्क तुटला होता पण आठवण येत असायची.

"त्याला माझी आठवण येत असेल का... शक्यच नाही. माझ्या सारख्या आश्रित आणि अनभिज्ञ मुलीची त्याला का

आठवण येईल?" असा विचार करून तिचं मन खट्टू होत असे.

BSc च्या दुसर्या वर्षाच्या फायनल परिक्षेला असतांना आजी आणि आजोबा लागोपाठचं गेले. त्यामुळे आता लतादिदीच्या लग्नाची घाई लागली होती. ती थोडी स्थूल झाल्यामुळे लग्नाला अडचण येत होती.

BSc चे तिसरे वर्ष सुरू झाले होते. एका रविवारी दुपारी घरातले सगळे वामकुक्षी करत होते. स्वयंपाक घरात पुष्पा तिचा अभ्यास करत होती. तेव्हढ्यात पाठीमागून येऊन दिपके तिला घट्ट मिठी मारली आणि तिचे तोड वळवून तिच्या ओठाचे किसेस घ्यायचा तो प्रयत्न करू लागला. पुष्पा जिवाच्या आकांताने ओरडली.

तिचे ओरडणे ऐकून सगळे जागे झाले आणि स्वयंपाक घराकडे धावले. दिपकला स्वयंपाक घराच्या पाठीमागच्या दरवाजाने पळून जातांना काकांनी बघितले. पुष्पाच्या ओठातून येणारे रक्त बघून सगळ्यांना काय प्रकार झाला ते समजले.

दिपक रात्री उशीराने घरी आला. आत्या आणि काकानी त्यांच्या खोलीत नेऊन दिपकचा चांगलाच समाचार घेतला. पुष्पाच्या सोबतीला आता लतादिदी झोपायला होती.

घरातलं वातावरण आता खूपच बदललेलं होतं. एक दिवस पुष्पाला घेऊन आत्या शॉपिंगला घेउन गेली आणि तिच्या साठी 2 चांगल्या साड्या घेतल्या.

"असू दे. लागतात प्रसंगी" आत्या म्हणाली.

पण पुष्पाला ते पटलं नव्हतं. तिला कुणकुण लागली होती की तिचं पण लवकरात लवकर लग्न करून टाकतील म्हणून. आत्याला आता जबाबदारी नको होती. डिसेंबरच्या दुसर्या आठवड्यातचं एका रविवारी सकाळी देवळात जातांना पुष्पाला सांगण्यात आलं की तिला बघायला लोक येणार आहेत. पुष्पाला

सांगावसं वाटलं की BSc ची फायनल परिक्षे पर्यंत थांबा... पण तिच्या तोंडातून शब्दही बाहेर पडला नाही.

पुढल्या आठवड्यात मुलाचे आई, वडील, मुलगा आले. पुष्पाला बघितलं, जुजबी बोलणं झालं आणि पसंत करून गेले. मुलगा इंजीनीअर होता आणि PWD मध्ये नोकरी करत होता. बाकी माहिती तिला दिली गेली नाही.

जानेवारीच्या शेवटच्या आठवड्यात पुष्पाचं लग्न लाउन देण्यात आलं आणि तिची तिच्या सासरी बोळवण करण्यात आली.

पुष्पाच्या भाषेत, एक अध्याय संपला होता. दुसरा सुरू झाला होता.

कॅनडात ह्यावेळी नोव्हेंबर मध्येच स्नोफॉल सुरू झालेला होता. दिवसभराचं हॉस्पिटल मधलं काम संपवून आकाश घरी निघाला होता. ओटावा मध्ये संध्याकाळचे सात वाजले होते. स्नोफॉलमुळे ट्रॅफिक हळू हळू पुढे सरकत होता.

"अजून अंजलीला पिक अप करायचं आहे. म्हणजे घरी पोचायला नक्कीच आठ वाजणार" आकाश पुटपुटला आणि डॅशबोर्डवर अडकवलेल्या मोबाईल फोनचे बटणं दाबायला लागला.

संजनाचे नांव दिसताच त्याने कॉल चं बटण दाबलं. दोन रिंग्ज नंतर संजनाने फोन उचलला.

"काय रे?"

"I am on my way, पण traffic is pretty slow. Friday evening traffic, you know. यायला अजून 20 minutes तरी लागतील ह्या speed नी."

"ठीक आहे ये सावकाश. मला पण दहा एक मिनीटं लागतील आवरायला."

"Ok. Just wanted to give you heads up" म्हणून आकाशने फोन disconnect केला.

परत बटणं दाबून त्याने कॉल केला...

"Hi Anjali... whats up?"

"Oh. Nothing dad. Just watching the news now. Came back from school and first thing finished my assignment. Now just chilling in chilly weather. Are you held up in traffic?"

"हो. अजून मॉम ला पिक अप करायचं आहे. We should be home by 8. Did you eat anything?"

"Yeah... had a peanut butter sandwich. Am not hungry."

"Alright. Be there by 8. Bye".

"नशीब की पोरगी well behaved आहे... सध्यातरी." आकाश पुटपुटला.

"At least tomorrow I don't have to go early morning... hopefully" आकाश हॉस्पिटलच्या कामाचा विचार करत होता. Government चे हॉस्पिटल असल्यामुळे rules regulations प्रमाणेच काम चालायचे. Extra hours काम करण्याचा प्रसंग फार क्वचितच यायचा.

अंजलीला पिक अप करून घरी पोचायला 8.15 झालेत. शॉवर घेऊन, डिनर करून आकाश चॅनेल्स surf करत होता. मनात मात्र आज आलेल्या नवीन केसचे विचार चालू होते.

"अरे तू tv बघतोय की पेंगतोय?" संजनाने किचनमधून बाहेर येत विचारले. "आता जस्ट 9.30 वाजताहेत... आत्ता कुठं झोपतोस?"

"नाही...मी नवीन आलेल्या केसचा विचार करत होतो."

"कॅनडातले लोग एव्हढे पागल झालेत का की रोज तुझ्याकडे एक नवीन केस येते. तू काय एकटाच psychiatry चा डॉक्टर आहे काय?"

"अगं बरयं ना. लोग पागल, मेटल होतील तोपर्यंत आपला जॉब secure राहील." आकाश ने हसतच म्हटले.

"काहीही फालतू जोक करू नको असे. It is not good. Seriously".

"Ok... नाही करणार... I guess I will hit the bed. Am tired. आज रात्री काय temperature असणार आहे... त्याप्रमाणे heater adjust करतो." असं म्हणून आकाश उठला आणि बेडरूम कडे निघाला.

अंजली तिच्या रूममध्ये काहीतरी वाचत पडली होती.

फोन चार्जीगला लाऊन आकाशनी बेडवर अंग टाकताच त्याला लगेच झोप लागली.

फोनची रिंग वाजत होती आणि संजना त्याच्या खांद्याला धरून हालवत होती... "अरे तुझ्या फोनची रिंग वाजते आहे. बघ कोण फोन करतयं".

आकाशने झोपेतच चाचपडत टेबल लॅम्पचं बटण दाबलं आणि फोन उचलला. चश्मा लावलेला नसल्यामुळे फोन कोणाचा आहे ते तो बघू शकत नव्हता.

"हॅलो... Dr Aakash here" सवयी प्रमाणे आकाश उत्तरला.

"अरे दादा, प्रकाश बोलतोयं. मोठ्ठा प्रॉब्लेम झालायं अरे. आई वेड्यासारखं वागायला लागली आहे आणि ती आम्हाला कोणालाच ओळखतं नाहीये." प्रकाशचा आवाज रडवेला झालेला होता.

आकाशची झोप क्षणाधार्त उडाली. त्याने हात लांब करून चश्मा घेतला आणि तो बेड मध्ये उठून बसला. घड्याळात रात्रीचे 3 वाजत होते.

"शांत हो. काय झालं ते नीट शांतपणे सांग मला"

पुढचे दहा मिनीटे आकाश शांतपणे प्रकाश चे बोलणे ऐकत होता.

"हे बघ, मी लगेच निघण्याचा प्रयत्न करतो. पण तरीही मला पोचायला 2 दिवस तर लागतील minimum... आज

निघालो तरीही. तोपर्यंत तुम्ही सांभाळून घ्या तिला. माझं flight चं booking झालं की मी कळवतो तुला. आणि मला बाकी पुढची पण व्यवस्था करून यावं लागेल ना. कारण मला परत इथे लवकर येणं भाग आहे. करतो नंतर फोन मी". म्हणत आकाशनी फोन ठेवला.

"काय झालं?"

"आईचं डोकं दाराच्या फ्रेमवर आपटलं आणि now she is behaving very odd. Prakash says she does not recognize anyone and keeps talking about some person called Praveen. Looks like I have to travel today itself. Let us see. Now, I will not be able to sleep... so let me get up and see if I can book a seat for today's flight."

"Remember, I told you after dinner... not to make a fun of people. So... be careful in future. Do you want me to come with you?"

"No...I will go alone." म्हणत आकाश उठला आणि टॉयलेट कडे निघाला.

"I need to inform the Dean of the faculty... tell him the situation. Get my leave sanctioned. Need to contact Dr. Gadre in Nasik and check his availability." आकाशचे विचार चक्र जोरात फिरत होते.

मुंबईला जेव्हा फ्लाईट लॅन्ड झाली त्यावेळेस रात्रीचे 3 वाजले होते.

"अजून immigration व्हायला एक तास आणि नाशीकला पोचायला पुढे 4 तास... देवा!!!" आकाश over-head bin मधून आपली बॅग काढता काढता विचार करत होता.

रात्री तीन ला जागवल्या गेल्या नंतर तो non-stop काम करत होता. पहिले त्याने कुठल्या एअर लाईन चे बुकींग मिळतयं ते बघितलं. टोरोंटो ते मुंबई direct flight तर नव्हतीच... त्यातल्या त्यात भरवशाची आणि थोडी स्वस्त अशी Luftansa ची फ्लाईट घेतली. ओटावा - टोरोंटो फ्लाईट पण बुक केली. एक कॅरी ऑन बॅग भरली. सकाळी सात ला हॉस्पिटलच्या Dean ला फोन करून परास्थिती समजावली आणि आठवड्याची रजा टाकून तो आठ वाजता ओटावाच्या एअरपोर्टला निघालापण होता. संजना त्याला ड्रॉप करत होती.

"हे बघ, टेंशन घेऊ नकोस ऊगीच. काही serious नसणार."

"बघू. तिथे गेल्यावरच कळेल".

"डॉक्टर गद्रे तुझे प्रोफेसर पण होते ना ग्रॅन्ट ला... तेच ना."

"हो. बोललो ना त्यांच्याशी मी आत्ता... त्यामुळेच तर थोडा रिलॅक्स्ड आहे."

"एअरपोर्टला खाऊन घे आणि फ्लाईट मध्ये झोप निवांत"

"हममम. बघू"

"हे बघ तू काळजी करून तर काहीच होणार नाहीये."

"कळतयं. I will be okay."

आता मुंबईला फ्लाईट मधून उतरतांना थकवा जाणवत होता. फ्लाईट मध्ये झोप लागलीच नव्हती. आणि आता परत प्रवास होता पुढे.

मुंबईहून टॅक्सीत बसल्या बसल्या मात्र आकाशचा डोळा लागला.

"साब... हम नासीक पहूंचे है... किधर जानेका?"

टॅक्सी ड्रायव्हरचं बोलणं ऐकून आकाश जागा झाला. घड्याळात सकाळचे 8.30 वाजले होते. सोमवार सकाळ असल्यामुळे रस्त्यावर रहदारी होती, हॉर्न्सचे आवाज आणि गोंगाट ऐकू येत होता. हवेत थोडा गायवा पण जाणवत होता.

आकाशनी टॅक्सी ड्रायव्हरला guide करणं सुरू केलं. पंधरा मिनीटात टॅक्सी घरासमोर येऊन थांबली.

आकाशच्या मनात एक अनामिक भिती निर्माण झाली. बॅग घेऊन त्याने घराचे फाटक उघडले. टॉमीने आवाज ऐकताच आणि आकाशला बघताच भुंकायला सुरूवात केली.

आकाशने टॉमीजवळ जाऊन त्याला थोपटले... तेव्हढ्यात बंगल्याचे दार ऊघडून प्रकाश बाहेर आला.

प्रकाशचा चेहेरा उतरलेला होता. त्याने न बोलता आकाशची बॅग घेतली आणि दोघेही घरात प्रवेशते झाले.

"तू बाथरूमला जाऊन थोडा फ्रेश होऊन ये मग बोलू" प्रकाश अगदी हळू आवाजात म्हणाला.

घरात एर्कंदरीतच शांतता होती. आकाशच्या प्रश्नार्थक चेहर्याकडे बघून प्रकाश म्हणाला... "चंदन शाळेत गेलायं, बाबा वॉकला आणि त्यांच्या कट्ट्यावर, प्रणाली आंघोळीला... तिला कामावर जायचयं ना".

आकाशनी मान डोलावली आणि तो बाथरूम कडे गेला... आईबद्दल प्रकाशनी काहीही सांगितलं नसल्यानी आकाश चिंतेत होता.

"बरं झालं तू आलास. तुझ्या आईला काय धाड भरली आहे ते बघ जरा. अजून बाहेर समजलं नाहीये की तिला वेड लागलयं म्हणून, नाहीतर आमची काही खैर नाही" बाबा आकाश ला म्हणाले.

"हो ना..." प्रणाली चहाचे कप टेबलावर ठेवत म्हणाली.

"अहो, कोणी. सांगितलं तुम्हाला तिला वेड लागलयं म्हणून. Are you even qualified enough to make that judgement? आणि provoke कोणी केलं तिला... तूच ना प्रणाली... आणि आता वरतून शेखी मारतायं" आकाशचा चढलेला आवाज ऐकून बाबांनी आणि प्रणालीनी काढता पाय घेतला.

अर्धा कप चहा घेतल्यावर आकाशला राहवलं नाही...

"आई कुठायं"

"तिच्या खोलीत तिला बंद करून ठेवलयं. ती काही खात पीत नाही. रोज सकाळी शाळेत जायचं म्हणून तयार होऊन बसते आणि कोण्या प्रवीण शी संवाद साधत बसते. बाबा तिला बघायला गेले तर साडी सोडून" न जाओ सैंय्या गाणं म्हणत त्यांचा. हात धरून ठेवला आणि "प्रवीण... कुठे चाललास रे" असं म्हणायला लागली."

"म्हणजे ती तीन दिवस झाले उपाशी आहे?"

"हो... ती काहीच खायला बघत नाही. खोलीत नेऊन दिलेलं ताट तसचं असतं नाही तर खिडकीतून बाहेर पक्षांना टाकलेलं असतं. मला वाटतं तू आंघोळ करून तयार हो. मी पण होतो. मग आपण तिला तुझ्या doctor सरांकडे घेऊन जाऊ."

"ठीक आहे" म्हणत आकाश उठला आणि आंघोळ करायला बाथरूम कडे निघाला. त्याच्या मनात निरनिराळे विचार येत होते. "This looks like Amnesia of some sort... perhaps short term memory loss... let us see. Meeting her will be quite a challenge."

आंघोळ करून आकाश तयार झाला. प्रकाश पण तयार होऊन आला. आईच्या रूमचं दार बाहेरून उघडून दोघेही रूम मध्ये गेले.

आई आरशासमोर बसून "तयार" होत होती.

आईनी कुठलीच ओळख दाखवली नाही...

"चला मी तयार आहे. शाळेत जायचयं मला. कोंडून कशाला ठेवलयं मला तुम्ही? शाळेत का जाऊ देत नाहीये मला... वीण बरोबर बसून बॉयॉलॉजी चा पुढचा लेसन समजाऊन घ्यायचायं. मला जाऊ द्या शाळेत."

आकाशनी परिस्थिती ताडली आणि तो म्हणाला...

"हो. शाळेतच न्यायला आलोयं. शाळेची जागा बदलली ना... नवीन जागी गेली शाळा म्हणून तुला जाता आलं नाही. आता जाऊया आपण... चलं"

काही न बोलता आकाशच्या आईनी एक पिशवी खांद्याला लावली आणि ती त्यांच्याबरोबर चालू लागली. पिशवीत पुस्तकं भरलेली दिसत होती.

"आजच्या दिवस आपण कार नी जाऊ शाळेत मग उद्यापासून तुझी तू जा... कायं"

"बरं. मी रस्ता बघून ठेवते".

प्रकाशच्या कार मधून तिघेही निघाले.

～

"तुझ्या सासरचे म्हणे फारच कर्मठ लोक आहेत म्हणे. त्यातल्या त्यात तुझे सासरे" लतादिदी सांगत होती.

"त्यांचं सोवळं ओवळं फार सांभाळावं लागतं... तसचं त्यांचे वेळापत्रक सुद्धा. सगळं घड्याळ्याच्या ठोक्यावर चालतं म्हणे."

पुष्पाच्या मनावर एकदम दडपण आलेलं होतं... घाबरली होती... पण वरकरणी आवंढा गिळून म्हणाली...

"तुला कसं कळलं हे सगळं?"

"अग बाबा आईला सांगत होते तेव्हा ऐकलं मी. बाबांच्या ओळखीतलेच आहेत ना ते... ते पण संघाचेच आहेत त्यामुळेच बाबांची ओळख आहे. तुझ्या सासूला तू आवडलीस. आणि मुख्य म्हणजे तुझ्या सासूनी हुंडा नाही घ्यायचा असं तुझ्या सासर्‍यांना ठणकाऊन सांगितलं... म्हणून सरळ बाबांनी हो म्हटलं. मलाच सांगून आलं होतं हे स्थळ पण मी बाबांना सांगून टाकलं की मला सोवळं ओवळं जमणार नाही ते."

पुष्पाला आता मात्र आपण आगीतून निघून फोफाट्यात जाउन पडणार ह्याची खात्री झाली. "आलिया भोगासी" असा विचार करून "जे होईल ते भोगण्याची तयारी ठेव" असं स्वतःलाच बजावलं.

"आणखीन काय माहिती आहे तुला?"

"पाच बहिणी आणि तुझा होणारा नवरा... असे अर्धा डझन मुलं आहेत तुझ्या सासर्याला. त्यातल्या चार पोरीची लग्न झालीये... पाचवीचं बघत आहेत. तिचे नखरेच खूप आहेत म्हणे. आजे सासू पण आहे तुला... तू एकदम बिझी होणार आहेस बघ."

"हममम. पण माझं BSc पूर्ण झालं असतं तर बरं झालं असतं"

"तरी पण तुला तेच कराव लागणार आहे... डिग्री घेऊन पण. मला तर जॉब मिळतोयं... पगार फार नाहीये. पण मी घेणार आहे. मला काही लग्नाची पडली नाहीये. तुझं मात्र मला वाईट वाटतं पण त्या दिपकच्या प्रसंगानंतर बाबांना घाई लागली आहे तुझ्या लग्नाची"

"हममम. समजतयं मला. बघू जे नशीबात असेल ते."

"पुष्पा, हे बघ... तू तुझ्या सासूची आणि आजे सासूची मर्जी सांभाळ... म्हणजे सगळं सुरळीत होईल. तुझी सासू सर्वेसर्वा आहे. ती हो म्हणेल तरच सगळं होतं."

"बरं आत्या."

"तोंड आणि मन बंद ठेवायचं. तुला ते जमतं पण."

"हो" पुष्पाला म्हणावसं वाटलं की "माझ्या सगळ्या इच्छा मारल्या जातात त्याचं कायं?" तिला कॉलेज मधला मागच्या वर्षीचा प्रसंग आठवला.

"पुष्पा यंदाच्या मराठी नाटकात तुला सूट होईल अशी भूमिका आहे... तू करच ती"

"अगं मला नाही जमणार"

"अगं त्यात काय आहे... तुला आरामात जमेल. तू कधी बॅडमिंटन खेळलेली नव्हतीस. परवा 10 मिनिटे खेळलीस तर एकदम सराईत पणे शॉट मारत होतीस. टीम प्रॅक्टिसला ये म्हटलं तरी तू नाहीच म्हणालीस."

"अगं मला घरची परवानगी नाही"

"अगं मी येते तुझ्या आई वडलांची परवानगी घ्यायला"...

पुष्पा आठवत होती...

"आश्रितचा राग मला परत त्यावेळेस आळवावा लागला... सगळ्याच बाबतीत मन मारावं लागलं... साधं पतंग उडवायला पण नाही मिळालं, बॅडमिंटन तर दूरची गोष्ट. शिकायला मिळालं डिग्री पर्यंत हे काय थोडं झालं" पुष्पाने मनाची दारं परत बंद केली.

"तुझा नवरा जरा मनस्वी आहे. पण घरी त्याची डाळ शिजत नाही म्हणून स्वारी चिडलेली असते असं दिसतयं" आत्या सांगत होती.

"एकंदरीत काय तर सगळाच आनंदी आनंद आहे तर" पुष्पा एकदम बोलून गेली.

"अगं तसं नाही. मी तुला पूर्वकल्पना दिली म्हणजे तुला कसं वागायचं ते कळेल तिथे जाण्या अगोदरच. एकदम धक्का बसायला नको. बायकांना सांभाळून घ्यावचं लागतं सगळं."

"बरं मी लक्षात ठेवीन आत्या"

"हनीमूनला कुठे जाणार आहे" लतादिदी विचारत होती

"मला नाही माहिती" पुष्पाने दुर्लक्षच केलं

"अगं ते सत्यनारायण आटोपला की त्र्यंबकेश्वरला जाणार आहेत आणि तिथून मग दोन दिवस अंजनेरीला. देवदत्तला फक्त आठवडाभराचीच सुट्टी मिळालीयं म्हणे" आत्यानी माहिती पुरवली.

सोळा सतरा वर्ष नाशिकात राहूनपण पुष्पा कधीच त्र्यंबकेश्वरला गेली नव्हती. ते 28 किलोमीटर पण तिच्यासाठी 2800 किलोमीटर होते.

घर-शाळा, घर-कॉलेज, घर-मंदिर, घर-किराण्याचं दुकान, घर-चक्की ह्या व्यतरिक्त पुष्पाचे दुसरे कुठले जगच नव्हते.

नाही म्हणायला नववीत असतांना एक सिनेमा बघितला होता. पण दहावी नंतर नवीन पण मुंबईच्या एका चांगल्या शाळेत गेला होता. त्याला मेडिकलला जायचं होतं म्हणून. त्यामुळे नंतर सिनेमा बघायचा प्रश्नच नव्हता नवीनला नंतर मुंबईलाच मेडीकलला ॲडमिशन मिळाली.

रात्री अभ्यास करतांना लतादिदीने रेडीओवर लावलेले गाणे, बिनाका गीतमाला, बेला के फूल... हीच काय ती करमणूक होती. रेडिओवरची धूळ साफ करण्याखेरीज पुष्पाने कधी रेडीओची बटणं पण फिरवली नव्हती.

फोन घरी नव्हताच... पण त्याबद्दल अप्रूप पण नव्हतं "आपल्याला काय करायचयं" ही भावना.

लग्नाच्या निमीत्ताने आता दोनचार नवीन कपडे, साड्याच... आणि एक दोन दागीने, चपला, काही निवडक भांडी ह्यांची खरेदी झाली. पुष्पाने मान डोलावल्या खेरीज कुठलीच प्रतिक्रीया दिली नाही.

एक रिती रिवाज ह्या विचारानेच तिने सगळे लग्नाचे सोपस्कार केले. सासरी जातांना चेहेर्नायावर हसू होतं ना रडू... एक स्थितप्रज्ञ चेहेरा ठेऊन पुष्पा सासरी रवाना झाली... मनात खोल कुठेतरी आपल्या आई बाबांची आणि आजीची उणीव प्रकर्षाने जाणवत होती.

आजी गेली हे सुद्धा तिला दोन वर्षानंतर सांगण्यात आलं होतं... ऊगीच वाईट वाटायला नको म्हणून. आता आजीचा चेहेरा पण अंधूक झाला होता. आईबाबांचा एकुलता एक फोटो तिला आत्याने दिलेला होता... म्हणून त्यांचे चेहेरे तरी लक्षात होते.

बेंद्र्यांच्या घरात... बंगल्यात प्रवेश झाला... आणि पुष्पाच्या मनात खोल कुठेतरी पतंगाचा दोर कापल्याजातो तसा माहेरचा दोर कापल्या गेला. ह्यापुढे आत्याच्या घराचे दरवाजे कायमचे बंद झाल्याचा आवाज तिच्या कानात घुमला. पुष्पा काळे आता

कायमची काळाच्या पडद्याआड गेलेली होती... आता होते ते बेंद्रे आणि मंडळी.

त्र्यंबकेश्वरची पूजा आटोपून पुष्पा आणि तिचा नवरा अंजनेरीला एका छोट्या सरकारी गेस्ट हाउस मध्ये मुक्कामाला पोचले. देवदत्त PWD मध्ये असल्यामुळे सरकारी गेस्ट हाऊस चा प्रबंध झालेला होता. रात्रीचे जेवण तयार करून खानसामा निघून गेला होता.

दीड दिवसातचं पुष्पाच्या लक्षात आलं की नवरा अजीबातच रोमॅन्टिक नाही ते. त्यामुळे खानसामा निघून गेल्यानंतर पण देवदत्तचे "हां ठीक आहे" चे वर्तन सुरूच होते.

आठ वाजता शेवटी न राहवून पुष्पाने विचारले... "जेवायचं का, पानं घेते मी".

"हूं घे. काय आहे ते खाऊन टाकू" जिवावर आल्यासारखे उत्तर आले.

जेवतांना... "उद्या काय करायचं कुठं जायचं आपण?" ह्या पुष्पाच्या प्रश्नाला... उद्याचं उद्या बघू... असं उत्तर आलं.

फार काही संवाद न होता जेवण आटोपलं. देवदत्त तिथे पडलेला एक जुना पेपर चाळत बसला होता.

पुष्पा बाथरूम मध्ये जाऊन फ्रेश होऊन आली आणि लतादिदीने recommend केलेला नाईट गाऊन घालून बेडवर जाऊन बसली. मनात जरा हुरहूर होती... पण आता जे होईल ते क्रमप्राप्त आहे असा विचार करून मन शांत ठेवायचा पूरयत्न करत होती.

साधारण आणखी अर्ध्या तासाने देवदत्त बेडरूम मध्ये आला. दिवा मालवून बेडवर आला. काहीही preamble न करता त्याने "कपडे काढ" अशी order सोडली.

पुढची दहा-बारा मिनीटे शरिराशी खेळून काम झाल्यावर पुष्पाच्या बाजूला तिच्याकडे पाठ करून झोपून गेला. पाचच मिनीटात त्याचे घोरणे पण ऐकू येऊ लागले.

पुष्पा तशीच आढ्याकडे बघत पडून होती. तिच्या डोळ्यातून पाण्याच्या. धारा वाहत होत्या. अंगाची आग होत होती. खरं तर तिला थंड पाण्याखाली बसून राहवसं वाटत होतं पण आवाज होईल म्हणून ती तशीच पडून होती.

शेवटी तिनी फक्त अंगावर एक चादर ओढून घेतली आणि थोड्यावेळातच तिला झोप लागली.

कोणीतरी आपल्या अंगाशी खेळतयं जाणवल्यानी तिची झोप उघडली. देवदत्त परत त्याचा कार्यक्म उरकत होता. पुष्पा ते सहन करत शांतपणे पडून होती.

कार्यक्रम उरकून देवदत्त परत झोपी गेला. ह्यावेळेस मात्र पुष्पा उठली, कपडे, गाउन चढवला. बाथरूमला जाऊन आली... थंडगार पाण्याने वॉश घेतल्यावर जरा बरं वाटलं. ब्रश करून ती किचन मध्ये गेली पाणी पितांना सहजचं तिचं लक्ष घड्याळा कडे गेलं. सकाळचे साडेपाच वाजत होते.

बेडरूम मध्ये येऊन हळूच बॅगेतून शाल काढून ती बाहेर आली. गेस्ट हाऊसचा दरवाजा उघडून ती बाहेर व्हरांड्यात आली.

बाहेर फटफटत होतं. सगळीकढे धुक्याचं साम्राज्य होतं. जणूकाही ढगच जमिनीवर उतरलेत असं वाटत होतं. फरशी गार होती. पण पर्वा न करता पुष्पा तशीच पहिल्या पायरीवर एका पिलरला टेकून बसली. पायरीचा थंडपणा होणारी आग जरा शमवत होता. बसल्या बसल्या पुष्पाचा डोळा लागला.

“बाई थंडी बाधेल इथं बसलं तर”

पुष्पाने डोळे उघडले तर समोर खानसामा उभा होता. चांगलच उजाडलं होतं. बाजूच्या डोंगराशर मात्र अजूनही धुक्याचं साम्राज्य होतं.

“किती वाजलेत” पुष्पाने न हलता विचारलं

“सात वाजायला आलेत बाई”

आपण दीड तास बसलोय हे पुष्पाला जाणवलं पण ती “म्हणजे मी फक्त अर्धा तासच बसलेय इथे” म्हणाली आणि

"चहा करणार का" असा उलट प्रश्न तिने खानसाम्याला केला.

"साहेब उठले असतील तर त्यांचा पण करा नाही तर फक्त माझा" हे सांगून पुष्पानी परत डोळे मिटले. थंड हवेत डुलकी काढल्यानी तिला फ्रेश वाटत होतं.

खानसामाने आणलेला चहा प्यायल्यावर पुष्पाला खूपच बरं वाटलं. अंगात जरा ताकत आल्यासारखं वाटलं.

ती उठली... आत गेली... आपले कपडे घेतले आणि आंघोळीला गेली. आंघोळ झाल्यावर परत एकदा चहा घेतला... आणि ती पुन्हा व्हरांड्यात येऊन बसली.

साधारण नऊच्या सुमारास तिला देवदत्तचा आवाज ऐकू आला. तो खानसाम्याला चहा करायला सांगत होता. चहा घेऊन तो व्हरांड्यात आला.

पुष्पाला वाटले की देवदत्त काही म्हणेल पण तो शांतपणे चहा पीत होता. शेवटी न राहवून पुष्पाने विचारले...

"काय करायचयं आज. कुठं जायचं?"

"कुठही नाही. कुठे कशाला जायचं? काय करायचं कुठं जाऊन? नाश्ता करू, जेवण करू अन् पाच वाजता घरी जायला निघू. साडे सहा, सात पर्यंत घरी पोहचू. उद्यापासून ऑफिस सुरू."

पुष्पाचा विरस झाला पण तिने वरकरणी... "चला मी बॅग आवरून ठेवते" म्हणत तिथून काढता पाय घेतला.

नाश्ता आणि जेवणाचा कार्यक्रम आटोपून, पाच वाजता निघून ते सात वाजता घरी पोचले पण होते.

हनीमून संपला पण होता.

⌒

"पुष्पा आता तुला एक एक करून सगळे स्वयंपाकाचे स्वतःच्या ताब्यात घ्यायचे आहे. मी सांगेन सगळे समजाऊन... सोवळे ओवळे वगैरे." सासूबाई रात्री जेवतांना सांगत होत्या.

देवदत्त, तिचे सासरे आणि धाकटी नणंद अनघा जेवायला बसले होते आणि सासूबाई वाढत होत्या. पुष्पाला आजेसासूच्या बाजूला बसवले होते.

मनाचा हिय्या करून पुष्पाने “मी एक विचारलं तर चालेल का” असे म्हटले.

“विचार ना त्यात काय”... सासू सहजतेनी म्हणाली. सासर्यांनी फक्त एक उडता कटाक्ष टाकला. देवदत्तनी ढुंकून पण बघितले नाही.

“BSc फायनलची परिक्षा दोनच महिन्यात आहे. मी ती दिलेली चालेल का. निदान डिग्री तरी हातात पडेल.”

“काही नको. काय करायचीयं डिग्री. घरातली काम करायला डिग्री कशाला हवीये?” देवदत्त डाफरला.

“नाही पुष्पा. तू परिक्षा दे आणि डिग्री मिळव. डिग्री असलेली केव्हाही चांगली. वेळ सांगून येत नसते. दे तू परिक्षा.” सासूबाईंनी कडक शब्दात सुनवलं.

“बरोबर म्हणालीस... गे पुष्पा, कर अभ्यास तू. शीक आणखी. आजकाल मुलींनी शिकायलाच हवं” आजेसासूंनी पण री ओढली.

“हे पहा, शिकायला माझी काहीच हरकत नाही. जेव्हढं शिकायचयं तेव्हढं शिका. पण बाहेर नोकरी करायला जायचं नाही. घर सांभाळणं हे जास्त जरूरी आहे.” सासरेबुबांनी त्यांचे मत सुनावले.

“मी घरचे सांभाळून शिकेल.” पुष्पानी थोडक्यात सांगून विषयं संपवला. तिला खूप बरं वाटलं की निदान आपल्याला शिक्षणाच्या निमित्ताने का होईना बाहेरच्या जगाशी संबंध राहील.

“हे बघ, जो पर्यंत तू शिकशील, तो पर्यंत सकाळच्या सैंपाकाचं मी बघेन. संध्याकाळचं तू करत जा म्हणजे सवयं होईल” सासूबाईं त्यांची पानं घेता घेता म्हणत होत्या... “तू त्या देवदत्तचं मनावर घेऊ नकोस. तू कर तुझा अभ्यास आणि कॉलेजला जायचं असेल तरी जा.”

त्या रात्री देवदत्त रागातचं होता आणि त्याने त्याचा राग पुष्पावर काढलाचं. धसमुसळेपणानी पुष्पावर रागानी आक्रमण करून झाल्यावर देवदत्त पुष्पाकडे पाठ करून झोपला आणि घोरायला लागला.

पुष्पाला रडू आवरत नव्हतं. हुंदके दाबून उशीत तोंड खुपसून ती रडत होती.

दुसर्‍या दिवशी नवरा तयार होऊन गेल्यावर पुष्पापण तयार झाली. आपली वह्या पुस्तके घेऊन, सासू सासर्‍यांची "जाऊ ना" म्हणून परवानगी घेऊन ती कॉलेजला गेली. कॉलेजला जातांना जरा वेगळं वाटतं होतं... पण तो विचार मनातून काढून ती कॉलेजची वाट चालू लागली.

पिरिएड्स झाल्यावर मैत्रिणीबरोबर फार्मसीमध्ये जाऊन गर्भनिरोधनाच्या गोळ्या विकत घेतल्या आणि ती घरी परतली.

घरी पोचेपर्यंत सहा वाजत आलेले होते.

"हे बघ, सकाळ संध्याकाळ दोन्हीवेळेस सोवळ्यात सैंपाक असतो. तेव्हा तू आंघोळ करून घे आणि हे सोवळे नेस. मी सांगते कसा सैपाक करायचा ते"

सासूने दिलेले सोवळ्याचे पातळ घेऊन पुष्पा आंघोळ करून आली.

"हे सोवळ्याचं पाणी... सकाळी भरून ठेवायचं... दोन्ही वेळेसच्या सैपाकासाठी. ही मातीची चूल... ही सैपाकासाठी वापरायची. ही लाकडं आणि हे कोळसे."

"गॅस आहे ना"

"हो. पण तुझ्या सासर्‍याला चुलीवरचाच सैपाक लागतो. त्यासाठी बायको चुलीत गेली तरी चालते त्याला. कळेल तुला हळू हळू"

चूल पेटवतांना डोळ्यांची वाट लागली होती. बाकी सैपाक आणि शेवटी भाकर्‍या करता करता आठ वाजले होते. जेवण

करून सगळे आवरे पर्यंत साडे नऊ झाले होते. पुष्पा थकली होती... अजून अभ्यास बाकी होता.

सोवळे बदलून, तोंड धुऊन पुष्पा अभ्यासाला बसली. 10-15 मिनीटेच अभ्यासाला झाले नसतील तर देवदत्त रूममध्ये आला.

"दिवा बंद कर, अन् कपडे काढून ये"

"अभ्यास करते आहे"

"मला कारणं नकोत. बंद कर अभ्यास".

नाइलाजाने पुष्पाने अभ्यास बंद केला. दिवा मालवला, कपडे काढून बिछान्यावर जाऊन झोपली. देवदत्तने रोजच्या प्रमाणे आपला कार्यक्रम उरकला आणि कुशीवर वळून झोपला.

पुष्पा उठली. बाथरूमला गेली. स्वच्छ होऊन आपली वह्या पुस्तकं घेउन स्वयंपाकघरात जाऊन बसली आणि अभ्यासाला परत सुरूवात केली. अंगाची आग होत होती पण "हे रोजचं होणार आहे. मला दुर्लक्षच करायला हवं" असं स्वतःला बजाऊन अभ्यासात लक्ष घातलं.

दूर कुठेतरी बारा ठोक्यांचा आवाज ऐकू येत होता. पुष्पानी अभ्यासाचं आवरलं. पाणी प्यायली आणि जाउन झोपली. बिछान्यावर पडताच गाढ झोप पण लागली.

जाग आली ती देवदत्तच्या ओरडण्याने. "सहा वाजले ऊठ. कामं करायला जा. लोळते काय आहेस आळशा सारखी".

उत्तर देण्या ऐवजी पुष्पा उठली. बेड आवरला. तोंड धुवून ती स्वयंपाकघरात आली. सासूबाई चहा करत होत्या.

"अगं तू का उठली एव्हढ्या लवकर. रात्री बारा पर्यंत अभ्यास करत बसली होतीस ना. परिक्षेच्या आधी आजारी नको पडूस बाई. मी करते सकाळचं सगळं. तू जा तयार हो." सासूनी सांगितलं. हे सगळं देवदत्तसाठी होतं हे पुष्पाच्या लक्षात आलं पण उपयोग नव्हता. कारण देवदत्तला प्रणय, रोमान्स ह्याचा गंधच नव्हता.

रोजचं रहाटगाडगं सुरू झालं. परिक्षेच्या दिवसात मात्र सासूबाईनी दोन्ही वेळच्या जेवणाचा ताबा घेतला आणि पुष्पाची आजेसासूच्या खोलीत रवानगी केली.

दोन मजली घर होतं. चार बेडरूम्स होत्या, 3 बाथरूम, एक सासर्यांची बैठक/कन्सल्टींग रूम, एक मोठा दिवाणखाना आणि मोठं सैपाकघर. एक गच्ची पण होती. भर वस्तीत घर होतं. घराला आंगण होतं. पण घराच्या बाजूला रस्त्याच्या कडेला कचर्याची पेटी होती... तेच काय ते एक खटकण्यासारखं होतं.

सासरे वैद्य होते. त्यांचचं सोवळं ओवळं फार असायचं. पत्रिका पण बघत. सुरूवातीला धंदा जोरात चालायचा. पण नंतर उतरती कळा लागली. आता क्वचितचं कोणी यायचं. पण सासूबाईंच्या भाषेत... "सुंभ जळून खाक झालायं तुझ्या सासर्याचा पण पीळ जात नाहिये बघ. एक कवडी पण कमाई नाहीये ह्यांची पण अकड मात्र खूप आहे"

परिक्षा संपली. आता दोन्ही वेळेस पुष्पाची सैपाकासाठी ड्यूटी लागली. रात्री देवदत्तचा खेळ... त्यामुळे पुष्पाची वाट लागलेली होती. अगोदरचं कृश अंगकाठी होती... आता तर हाडं दिसायला लागली होती.

निकाल आला. पुष्पाला फर्स्टक्लास मिळालेला होता.

"मला MSc करायचयं" पुष्पानी त्याच दिवशी रात्री सांगितलं.

"काही नको" देवदत्तनी लगेच फटकारलं.

"का नको? कर गं तू MSc" सासूबाईंनी ठणकाऊन सांगितलं. "तुला मिळतयं ना सगळं वेळच्या वेळी... काय रे... तुला तर इकडची काडी तिकडे करावी लागत नाही... ना तुझ्या बहिणीला. पुष्पा तर घर सांभाळून शिकतेयं आणि फर्स्टक्लास पण मिळवतेयं. तुम्हाला सगळं आयतं मिळून तुम्ही काय दिवे लावलेत... काठावर कसे बसे फर्स्टक्लास मध्ये आलात. स्वतःचं बघा पहिले" सासूबाईंचा आवाज चढला होता.

"आता जेवतांना हे सगळं कशाला?" सासर्यांनी पोरांची बाजू घेत डिफेन्स केला.

"आता नाही तर केव्हा सांगणार... संघाच्या सारखी वेगळी बैठक बोलाऊन बौद्धिक घेउ का?" सासूबाईंचा आवाज आणखीनच तीक्ष्ण झाला होता. "मी जिवंत असे पर्यंत तुला जेव्हढं शिकायचयं तेव्हढं शीक." सासूनी पुष्पाला सांगितले.

पुढच्या दोन दिवसांनीच BA चा रिझल्ट लागला आणि त्यात अनघा जेमतेम पास झालेली होती. सासूबाईंचं आणि सासर्यांची खडाजंगी झाली होती. "डोक्यावर बसऊन ठेवलीयं पोरीला. सुनेला अक्कल शिकवता... जरा स्वतःच्या पोरीला शिकवा ना. पाच पोरी अन् एक पोरगा... अर्धा डझन पैदा केलेत... एक पण धड शिकला नाही. आडातचं नाही ते पोहर्यात कुठून येणार" सासूबाईंचा पट्टा सुरू होता.

MSc चे वर्ग सुरू झाले होते. पुष्पाचं BSc प्रमाणेच रहाटगाडगं सुरू होतं.

एका रविवारी दुपारी पाचच्या सुमारास बैठकीची खोली पुसतांना तिचं लक्ष सासर्यांच्या बैठकीच्या खोलीतून येणार्या आवाजांनी वेधलं गेलं. ती जरा जवळ जाऊन ऐकू लागली.

देवदत्त म्हणत होता... "तुम्ही तर म्हणाला होता की ही सहा महिन्याच्या आतचं खपेल म्हणून."

"हो... आता तिची पत्रिका बरोबर आहे का... ह्यावर अवलंबून आहे"

"तुम्हाला कळतं ना पत्रिका बरोबर आहे की नाही. नीट बघून सांगा की ही बया केव्हा खपेल ते. मला वीट आलायं तिचा. उसाचं चिप्पाड तुम्ही माझ्या गळ्यात बांधलं... संघाच्या स्नेह्यांची पुतणी म्हणून" देवदत्तचा आवाज दबका पण चिडलेला होता.

पुष्पाच्या कानावर विश्वासचं बसत नव्हता. तिच्या डोळ्यात पाणी आले. ती वळणार एव्हढ्यात तिच्या खांद्यावर हात पडला. तिने दचकून वळून पाहिले तर तिची सासू तोंडावर बोट ठेउन उभी होती. सासूने तिचा हात पकडला आणि तिला सैपाकघरात नेले. "चहा झाला की तू माझ्याबरोबर देवळात चलं" सासूने हळूच सांगितले... "जा तयार होऊन ये. तोपर्यंत मी चहा करते".

चहा झाल्यावर पुष्पा सासू बरोबर बाहेर पडली.

"कुठं चालल्या?" देवदत्त दारातून खेकसला

"मसणात... यायचयं का तुला?" सासूने फटकारले... थोबाडीत बसल्यासारखा चेहरा करून देवदत्त घरात परतला.

"बेंद्र्यांच्या घराण्यात पहिल्यांदाच पोरी जन्माला आल्यात. नाही तर प्रत्येक पिढीत पोरचं जन्माला आलेत. आणि प्रत्येक पिढीत पोराची पहिली बायको 3-4 महिन्यातचं मरायची. मग पोराचं दुसरं लग्न करायचे. मी पण दुसरी बायको आहे. मला ह्यांच्याच कोणी नातेवाईकाने सांगितलं की बेन्द्र्यांच्या सात पिढ्यांना असा शाप होता की पहिली बायको मरेल म्हणून. खरं खोटं देवच जाणे. माझी सासू पण दुसरी बायकोच आहे. पण मेख अशी आहे की हे बेंद्रे लोक पहिल्या आणि दुसर्या बायको कडून पण जबरदस्त हुंडा घ्यायचे. ह्यांच पूर्वी फार मोठं प्रस्थ होतं... वैद्य म्हणून... आता नाही राहिलं. हा आत्ताचा जो बंगला आहे, तो माझ्या वडलांनी दिलेल्या हुंड्याच्या पैशानीच बांधलायं. म्हणून मी तुझ्यावेळेस हुंडा नाही म्हणून ठासून सांगितलं. ह्या दिवट्याला दुसर्या एकीशी लग्न करायचं होतं. मी दाखवते ती मुलगी तुला आज. त्या मुलीने ह्यांच्या दोघांच्या डोक्यावर मिरे वाटले असते. तिचं लग्न ठरतयं म्हणून आपल्या दिवट्याचा जीव कासावीस होतोयं. ती रईस बापाची पोर आहे. ह्यांना वाटतयं जबरा हुंडा मिळेल. म्हणून तर तो विचारत होता... पण कदाचित तो शाप माझ्यावेळेसच संपला असेल. किंवा काय माहित... हेच बेंद्रे वैद्य औषधं देऊन पहिल्या बायकोला मारत असतील."

सासूबाई बोलायच्या थांबल्या. देवळाच्या पाठीमागच्या बाजूला पुष्पाला नेत त्यांनी समोरच्या बंगल्याकडे हात दाखवला... "हे त्या बयेचं घरं. येईलच बाहेर ती आता."

पाचच मिनीटात एक 22-23 ची अंगानी भरलेली, थोडी ऊंच आणि डौलदार पोरगी छोटं गेट उघडून बाहेर आली.

पाठोपाठ मोठं गेट पण उघडल्या गेलं आणि एक फियाट कार बाहेर येऊन थांबली. ती मुलगी कार मध्ये बसली आणि कार निघून गेली.

पुष्पाला त्या मुलीला बघितल्या नंतर जाणवलं की आपण खरोखरचं उसाचं चिप्पाड आहोत. तिला खूप वाईट वाटलं.

"तू कशाला वाईट वाटून घेतेस. ती जेमतेम बारावी पास आहे. तिला कुठलचं काम येत नाही. नुसतं रूप असून काय फायदा. तू हजार पटीनी श्रेष्ठ आहेस तिच्या पेक्षा. आपलंच पात्र मूर्ख आहे त्याला हिर्यातला आणि काचेतला फरकच कळत नाही. चलं देवळात जाऊ."

पुष्पाला कळून चुकलं होतं की नवर्या कडून प्रणय, श्रृंगार, रोमान्स वगैरेची अपेक्षा ठेवण्यात काहीच अर्थ नव्हता. एक तर त्याला पाहिजे तशी शरिरयष्टी तिच्याकडे नव्हती आणि ना उलटून बोलण्याची सवयं. वय वर्षे तीन पासून जे आयुष्यात वाट्याला येईल ते स्वीकारायचं असच धोरण ठेवलेलं होतं. आता तर काय जन्माचीच गांठ होती. सहन करणं क्रमप्राप्त होतं.

पुष्पाच्या लक्षात यायला लागलं होतं की घरातून तिच्या वस्तू गायब होत आहेत. कधी कानातले... इमीटेशनचेच पण ते सुद्धा, कधी चपला... एकदा लायब्ररी कार्ड पण गायब झालं... ते सुद्धा तिच्या पर्स मधून.

तिला कल्पना आली होती की हे सगळं अनघाच करत असावी. कारण आता BA ला जेमतेम पास झाल्यामुळे कुठेही

ॲडमिशन मिळणं शक्यचं नव्हतं आणि अभ्यासाची आवड नसल्यामुळे काही करायची पण इच्छा नव्हती. असूये पोटी तीच हे असं करत असावी असा दाट संशय पुष्पाला आला होता. पण सांगणार कोणाला?

त्यामुळे महत्वाचे कागदपत्र, कॉलेजचे ID कार्ड वगैरे पुष्पानी मैत्रीणीच्या घरी ठेवायला सुरूवात केली होती.

कॉलेज मध्ये एका रफबुक मध्ये सगळे लिहून रात्री घरी ती अभ्यास करतांना वेगवेगळ्या कागदांवर ती ते क्रमवार उतरवून काढायची.

एकदा तिने सकाळी कॉलेजला जाण्या अगोदर रात्री लिहीलेले कागद गादीखाली ठेवले. रफबुक गादीवर ठेऊन ती आंघोळीला गेली. आंघोळ करून बाहेर आल्यावर बघितले तर रफबुक गायब झालेली होती. गादीखालचे कागद मात्र तसेच होते.

पुष्पाच्या डोक्यात आता धोक्याची घंटा वाजायला लागली. कॉलेजला जातांना कचरापेटील्या एका कागदाने तिचे लक्ष वेधले. जवळ जाऊन बघितले तर रफबुकच्या मुखपृष्ठाचा तो भाग होता. रफबुकचे तुकडे कचरापेटीत विखुरले होते.

त्या दिवशी पासून पुष्पाने तिचे महत्वाचे होमवर्कचे कागद देवाच्या लाकडी घराच्या पाठीमागे आणि देवाच्या पोथ्यांमध्ये ठेवायला सुरूवात केली. कारण सोवळे नेसल्यावर ती देवाला किंवा पोथ्यांना हात लाऊ शकत असे.

आठवड्यातून चारदा तरी देवदत्त त्याचा कार्यभाग अतीशय निष्ठूरपणे उरकत असे. त्यात दयामाया किंवा प्रेमाचा लवलेश पण नसायचा. बाहेर फिरायला जाणे तर नव्हतेच.

MSc च्या दुसर्या वर्षाला असतांना देवदत्तची तिसर्या नंबरची बहीण, ललीता, बाळंतपणाला घरी आली. तिचं पहिलचं बाळंतपण असल्यामुळे ती नगरहून माहेरी आली होती. त्यामुळे पुष्पाचे घरातले काम वाढले होते. सगळ्यांच्या डिमांड्स पुरवता पुरवता ती थकून जायची. अभ्यास हवा तसा होत नव्हता. MSc

हे Mathematics मध्ये करत असल्यामुळे गणितं सोडविण्याची practice करणं भाग होतं.

Delivery च्या दोन आठवडे आधीच ललीताचा नवरा, सासू आणि सासरे पण मुक्कामाला आले. त्यामुळे पुष्पाची आणि पुष्पाच्या सासूची खूपचं धावपळ आणि दगदग होत असे. पण पुष्पाचे सासरे मूग गिळून स्वस्थ बसल्याने पुष्पाच्या सासूची चिडचिड वाढली होती.

बाळंतपण झाल्यानंतर सुद्धा ललीताचा नवरा व सासू सासरे जाण्याचे नांव काढीनात. पैसे पण आता पुरेनात. शेवटी पुष्पाच्या आजेसासूनी एका रात्री जेवतांना फर्मान काढले आणि स्पष्ट शब्दात ललीताला आणि तिच्या घरच्यांना नगरला परतायला सांगितले.

“बाळंतपण झालयं व्यवस्थीत. आता नगरला परतायचं आणि तिथेच बारसं करायचं. देवदत्त परवाच्या बसचे टिकीटं काढून आण. गुरूवार आहे चांगला दिवस आहे परतायला. खरं तर उद्या निघायला पण हरकत नव्हती. उद्या बांधाबाध करा आणि परवा निघा नगरला जायला. काय ललीते... समजलं का मी काय म्हणतेय ते.” आजीच्या आवाजातली जरब पुष्पाने पहिल्यांदाच ऐकली होती. “आणि अनघाबाई आता कामं करायला शिका... सासरी काही आई येणार नाहीये काम करून द्यायला. हे काही वसतीगृह नाहीये... लग्नाचं वयं झालयं... काय?”

आजेसासूननी एका दगडात दोन पक्षी मारले होते. पोथीत गणिताचे कागद दिसल्यानंतर म्हातारीला काय चाललयं ते लगेच कळलं होतं. पुष्पाने सासूकडे नजर टाकली... सासूने फक्त डोळे मिचकावले. पुष्पाला लक्षात आलं की ही सगळी सासूची करामत आहे.

दुसर्या दिवशी घरात शांतता होती. गुरूवारी सकाळी मंडळी नगरला जायला निघाली. पुष्पाचे सासरेच फक्त बसस्टॅन्डवर ललीताला आणि त्यांच्या व्याहयांना सोडायला गेले होते.

पुष्पाने आणि तिच्या सासूने सुटकेचा श्वास सोडला.

MSc final च्या परिक्षेला तीन महिने असतांनाच पुष्पाला दिवस गेल्याचे लक्षात आले. ललीता आली असतांना गोळ्या नियमीत घेतल्या न गेल्याने ही वेळ आली होती. तिला परिक्षा संपे पर्यंत काहीही नको होतं पण आता जे नको व्हायला ते झालेलं होतं.

पुष्पाच्या सासूला आणि आजेसासूला खूपच आनंद झाला होता. पुष्पाला तसं माहेर नसल्यामुळे घरीच बाळंतपण करायचं ठरलं होतं. आता देवदत्तची पंचाईत झालेली होती कारण पुष्पा आजेसासूच्या खोलीत झोपायला जायची. त्यामुळे अभ्यास पण व्यवस्थीत होत होता.

परिक्षा संपली... यथावकाश निकाल पण लागला. परत एकदा पुष्पाला फर्स्टक्लास मिळाला होता. ह्या वेळीस मात्र सासऱ्यांनी पण कौतुक केलं. देवदत्तनी मात्र ऐकून न ऐकल्यासारखं केलं. पुष्पाला अपेक्षितपण नव्हतं. आता तिचं सगळं लक्ष येणाऱ्या बाळावर होतं.

"देवा... मुलगा होऊ दे नाहीतर माझा नवरा दरवर्षी मला प्रेग्नंट केल्याशिवाय राहणार नाही" पुष्पा रोज देवाकडे हीच प्रार्थना करायची.

बाळंतपण झालं आणि आकाश जन्माला आला. पुष्पाचा जीव भांड्यात पडला. पुष्पाच्या सासू सासऱ्यांचा आणि आजेसासूचा आनंद ओसंडून चालला होता.

बारशासाठी पुष्पाच्या सासूनी पुष्पासाठी छान महागाची साडी आणली होती आणि स्वतःसाठी लुगडं. बारशाच्या दिवशी संध्याकाळी चार वाजता पुष्पा तयार व्हायला लागली. तीने नवीन साडीची घडी उघडली आणि तिच्या तोंडतून किंचाळीच बाहेर पडली. तिची किंचाळी ऐकून सासू आणि आजेसासू धावतच तिच्या खोलीत आल्या.

पुष्पा तोंडावर हात ठेऊन बेडवर पडलेल्या साडीकडे बघत होती. सासूनी साडी उचलून बघताच काय घडलयं ते तिच्या लगेच लक्षात आलं.

आजेसासूनी ते बघितल्यावर ती म्हणाली... “आत्ता काही गाजावाजा करू नकोस. तू ते नवीन लुगडं पुष्पाला नेसवं आणि तिला तयार कर तसं. नाही साडी तर नऊवारीत करेल बारसं. आणि उद्या सकाळी ह्या प्रकरणाचा सोक्षमोक्ष लाऊ. आत्ता शांत रहा. आणि पुष्पा तू रडणं थांबव.”

दुसर्या दिवशी सकाळी पुष्पाला आजेसासूच्या खोलीतून आवाज ऐकू येत होते. पुष्पाचे सासरे, देवदत्त आणि अनघाची कानऊघाडणी सुरू होती. “येत्या पंधरा दिवसात हिचे लग्न जमायलाचं हवं नाहीतर तुम्हीसगळे दुसरीकडे राहण्याची व्यवस्था करा. ह्यापुढे हिचे नखरे आणि वाह्यातपणा खपवून घेतल्या जाणार नाही. ही सगळी वेड लागल्याची लक्षणं आहेत. शहाण्या माणसाची नाहीत. एव्हढ्या महागाची साडी कात्रीनी कापून ठेवायची हे वेड लागल्याचंच लक्षण आहे. स्वतंच्या पोरीला सांभाळता येत नाही हा शंढपणा आहे... काय? ऊद्या ही त्या बाळालापण इजा करायला मागेपुढे बघणार नाही. दळभद्री पोरगी. ते काही नाही येत्या पंधरा दिवसात पोरगा सापडायलाच हवा. तुसते बैलासारखे माना डोलाऊ नका. कामाला लागा” आजेसासूचा आवाज चढलेला आणि कठोर होता.

त्या दिवसापासून बाळं सतत आजेसासूंजवळ असायचं. तंबी दिल्यानंतर मुलगा शोध मोहीम जोरात चालली होती. सामान्य रूप, स्थूलपणा आणि बेताचं शिक्षण असल्यामुळे चांगला मुलगा मिळणं कठीण होतं. शेवटी एक डोंबिवलीचं स्थळ मिळालं. मुलगा डिप्लोमा होल्डर होता. ठाण्याला कुठल्याशा कारखान्यात कामाला होता... पण घरची भरपूर शेती होती आणि एकुलता एक होता. त्यांना हुंडापण नको होता. लग्न व्यवस्थित करून हवं होतं. डिसेंबर मध्ये लग्न होऊन अनघाची बोळवण झाली.

ह्या सगळ्या गडबडीत पुष्पाला परत दिवस गेलेत. देवदत्तनी ह्यावेळेस सरळ सांगितलं... अबॉर्शन करायचंच. त्याच्या हट्टापायी पुष्पाला अबॉर्शनला सामोरे जावे लागले. तिला खूप त्रास होत होता पण तिने नेहमी प्रमाणे मन घट्ट केले.

अबॉर्शन करून ती घरी आली. आजेसासूच्या कुशीत ती खूप रडली. आजेसासूंनी आणि सासूने तिची समजूत घातली.

आठवडाभरानी आजेसासू वारली. पुष्पाचा एक खंदा सपोर्ट गेला. पुष्पा सतत रडत होती. लहान बाळाला, आकाशला कळत नव्हतं की आपली आई का रडते आहे.

आता सोवळ्यात सैपाक करतांना आकाशला पुष्पाची सासू सांभाळायची. आकाशला कळत नव्हतं की आपल्याला आईकडे का जाउ देत नाही. आई सैपाक करत असतांना आकाश तिच्या समोर बसून राहत असे. पुष्पा दुरूनचं त्याला शिकवत असायची...

“झाडं कसं असतं... काढं बरं झाड तुझ्या पाटीवर...”

आकाशला कळलं होतं की सकाळी दोन तास आणि संध्याकाळी दोन तास आपल्याला आईजवळ जाता येत नाही. चुलीच्या धुराचा पण त्याला त्रास व्हायचा म्हणून तो दूरच बसायचा.

आकाश बालकमंदीरात जायला लागला होता. पुष्पा त्याला कडेवर घेऊन बालकमंदीरात न्यायची आणि आणायला पण जायची.

खरं तर तिचे सासरे जाऊ शकत होते. त्यांची वैद्यकीय प्रक्टीस तशी बंदच झाली होती. तरी पण त्यांचे रूटीन सुरूच होते.

आकाश पाच वर्षाचा होईपर्यंत पुष्पाचे आणखीन दोन अबॉर्शन्स झालेले होते. पुष्पा आता लवकर थकत पण होती. पण देवदत्तला त्याची काही पडली नव्हती.

पाचव्यांदा जेव्हा दिवस गेले आणि पुष्पा तिच्या सासूबरोबर डॉक्टरांकडे गेली तेव्हा डॉक्टरीणबाईंनी देवदत्तला फोन करून ताबडतोब दवाखान्यात यायचं फर्मान सोडलं.

सकाळचे 11.30 झालेले होते. चिडलेला देवदत्त तणतणत डॉक्टराच्या दवाखान्यात आला.

"काय हो तुम्ही बायकोला काय जनावर समजता कायं? तुम्हाला हवं तेव्हा हवं तसं उपभोगायचं आणि नंतर अबॉर्शन करायला लावायचं... काही लाज, लज्ज्या काही वाटते का... तिच्या तब्ब्येतीचं कोण बघणार? तिला सहन होतयं की नाही. अहो अबॉर्शन म्हणजे कानातला मळ काढणं नाहीये... बाईच्या जिवाशी खेळ असतो. आणि आता ह्यावेळेस अबॉर्शन शक्यच नाही. तिच्या जीवाला धोका आहे. मी हे writing मध्ये देणार आहे. उद्या तुम्ही तिच्यावर बळजबरी केली, तिचं अबॉर्शन करून घेतलत आणि तिला काही झालं तर मीच हे डॉक्यूमेंटस् पोलिसांच्या हवाली करीन... मर्डर केस होईल तुमच्यावर. हेच तुम्हाला सांगायचं होतं. You may go now." डॉक्टरीण बाईंचा एकंदरीत आवेश अन् अवतार बघून देवदत्तला घाम फुटला. त्याच्या पायतली शक्तीचं गेली होती जणू. हळू हळू चालत तो दवाखान्यातून बाहेर पडला.

सात महिन्यांनी प्रकाश जन्मला. काही महिन्यातचं इन्फेक्शन मुळे ओव्हरीचं मेजर ऑपरेशन करावं लागलं.

पुष्पाच्या सासूने चुलीवर सोवळ्यात सैपाक करायला नकार दिला होता. स्वयंपाकघरातून चूल काढून टाकली होती. सासर्यांनी दोन दिवस त्रागा केला पण तिसर्या दिवशी निमूटपणे गॅसवरचं जेवणं जेवले.

"पुष्पा, आता सोवळं आणि चूल दोन्ही संपलयं. काळजी नको आता."

दोन मुलांना सांभाळतांना पुष्पाची दमछाक व्हायची. "आत्ता तर आयुष्याची सुरूवात आहे... अजून तर खूप लांबचा पल्ला गाठायचायं...मी जगेन का तो पर्यंत?"

एक दिवस रात्री देवदत्तची कंबर दुखत होती. पुष्पा नी बामची डबी घेतली आणि त्याच्या कमरेला बाम चोळायला

गेली... देवदत्तने तिचा हात झुरळासारखा झटकून टाकला आणि खेकसला... “ह्यापुढे मला परत कधीही हात लावायचा नाही”

त्या वाक्याने जणू काही पुष्पाच्या भोवती एक लक्ष्मण रेखा ओढल्या गेल्याचं पुष्पाला जाणवलं.

आजेसासूच्या वर्षश्राद्धाला आलेल्या तिच्या पाचही नणंदांनी आणि त्यांच्या पोरानी महिनाभर राहून गोंधळ घातला आणि पुष्पाला सळो की पळो करून सोडलं. सासूच्या सांगण्याकडे सर्वांनी सोईस्कर पणे दुर्लक्ष केलं. पुष्पाला येणार्या संकटाची चाहूल लागली होती.

आता हे “माहेरवासिणीचं” प्रकरण पुढे वाढत जाणार ह्याची चिन्ह दिसू लागली होती. आता एकट्या देवदत्तच्या पगारावरच सगळी मदार होती. पण पाचही बहिणींनी त्याला “दादा दादा” करून आणि पोरांनी “मामा मामा” करून गुंडाळले होते.

पुष्पाने हातभार लावायला म्हणून गणिताच्या ट्यूशन्स घेणे सुरू केले होते. बाहेर नोकरी करायची नाही असं नवर्यानी आणि सासर्यानी निक्षून बजावल्यामुळे ट्यूशन्स घेण्या व्यतरिक्त इलाज नव्हता.

ट्यूशन्सचे सगळे पैसे घरातल्या गरजा पुरवतांनाच खर्च व्हायचे. आकाश, प्रकाश लहान होते... त्यांच्या आवडी निवडी पुरवायला पण होत नसे. देवदत्त तर प्रकाशला जवळ सुद्धा करत नव्हता.

एकंदरीतच पुष्पाच्या शब्दात “आयुष्याचा पुरता खेळ” झालेला होता. आकाश आता मिडल स्कूल ला जायला लागला होता तर प्रकाश पहिलीत.

“निदान ह्या दोघांची शिक्षणं पूर्ण होई पर्यंत तरी मला जगायला हवं” पुष्पा सतत आपल्या मनात विचार करायची... “मी जे भोगलं ते ह्या दोघांना भोगायला नको”. सासू सासरे गेल्या नंतर जो काही तमाशा होणार होता त्याचे स्वरूप पुष्पाने

बघितले होते त्यामुळे मुलांचं शिक्षण संपे पर्यंत तरी सासूने तरी तग धरायला हवा असं तिला सतत वाटायचं.

"बुडत्याला काडीचा आधारच सही" पुष्पा पुटपुटायची. कोणाला काही सांगायची सोयचं नव्हती. मैत्रीणी कधीतरी वर्षाकाठी एखद्या वेळेसच भेटायच्या. सगळ्यांच्या तब्येती छान झाल्या होत्या. पुष्पा कुढण्या शिवाय काहीच करू शकत नव्हती.

अवघ्या तीस वर्ष वयाच्या पुषाला झालेल्या आणि होत असलेल्या शारिरीक आणि मानसिक त्रासामुळे पन्नाशी गाठल्याचं वाटायला लागलं होतं. देवदत्तनी झिडकारल्याचं पण दुःख होतं... की त्याने फक्त शरिरसुखासाठी आपला वापर केला आणि त्याच्या मनात आपल्या बद्दल यःकिंचीत देखील भावना नाहीत. पुष्पा आणखीनच अंतर्मुख झाली होती. घरकाम, ट्यूशन्स आणि मुलांचा अभ्यास ह्यातचं तिचा दिवस संपायचा.

एक दिवस संध्याकाळी बाहेर फिरून आल्यानंतर पुष्पाचे सासरे नेहमीप्रमाणे संध्याकाळच्या त्यांच्या संध्येसाठी आले नाहीत म्हणून पुष्पा त्यांना बोलायला गेली. ते त्यांच्या खोलीत निजलेले दिसले. त्यांना उठवणं प्रशस्त वाटेना म्हणून पुष्पाने सैपाकघरात येऊन सासूला सांगितले.

सासू त्यांना उठवायला गेली तर सासर्यांनी मान टाकलेली होती. सासू धीराची बाई असल्याने तिने देवदत्तला डॉक्टरांना बोलवून आणायला सांगितले... आणि सगळ्या मुलींना कळवायला सांगितले... पण हे ही निक्षून सांगायला सांगितले की आत्ता येऊ नये. तेराव्यालाच यावे. आत्ता गोंधळ नकोय.

डॉक्टरांनी हार्ट अटॅकनी मृत्यू झाल्याचं निदान केले. सगळी व्यवस्था करून दुसर्या दिवशी सकाळी अंत्यविधी पण आटोपला. पुष्पाला आश्चर्य वाटलं की काहीही गडबड नाही, रडारड नाही, गोंधळ नाही... आणि सासूने धीराने सर्व व्यवस्थित हाताळलं.

"जे होणार होतं ते झालं. ते बदलता येणार नव्हतं. रडून काय होणार होतं. काळ कोणासाठीही थांबत नाही. पूर्वी बेंद्र्यांच प्रस्थ होतं. काळ बदलला आता कोणीही विचारत नाही ना... मग?"

तेराव्याला पाचही पोरी आल्या. गडबडीत दिवस गेला. दुसर्या दिवशी सकाळीच मोठ्या नणंदेनी "घराची आता वाटणी करायला हवी आता... दादा" असे सुतोवाचं केले. दुसर्या नणंदेनी "हो ना" म्हणताच सासूने आवाजाची पट्टी चढवली आणि म्हणाली...

"तुमच्या बापाचं घर समजल्या का वाटणी करायला. घर माझ्या वडलांनी दिलेल्या पैशातून बांधलयं. बेंद्र्यांकडे कुठे होता पैका... खोली बांधायची पण ऐपत नव्हती. आणि आता घर माझ्या कडे आलयं कायद्यानुसार. मला जे हवं ते मी करणार. तुम्ही आज संध्याकाळ पर्यंत आपापल्या घरी जाण्याचे बघा. इथे गोंधळ घालायचा नाही... आणि देवदत्त कडे बघू नका. तो काही करणार नाही. उठा आता".

आपल्या आई कडून असं काही ऐकायला मिळेल ह्याची कल्पनाच नसल्याने सगळेच हादरले. संध्याकाळ पर्यंत एक एक करून सगळ्या मुली आपापल्या गावाला गेल्या. देवदत्त चेहरा पाडून बसला होता.

दुसर्या दिवशी सासू कागपत्रांचे एक बोचकं घेऊन "मी मुधोळकरांकडे जातेय" सांगून बाहेर पडली. मुधोळकर वकील सासूच्या नात्यात असल्याचं पुष्पाला माहिती होतं. पुढले पंधरा दिवस सासू सतत मुधोळकरांकडे जात होती. पुष्पाला आश्चर्य वाटत होतं पण विचारायचं कसं म्हणून ती गप्प होती.

पंधरा दिवसानंतर एक दिवस रात्री जेवतांना सासू "मी माझं मृत्यूपत्र तयार केलयं" असं एकदम म्हणाली. ते ऐकताच देवदत्तचा हात ताटातचं थांबला आणि तोंडचा आ वासला गेला.

सासूने पुढे सांगायला सुरवात केली... "मी हे घर आकाश आणि प्रकाश च्या नांवावर केलयं. चारच दागिने ऊरलेत. बाकी सगळे पोरींच्या लग्नात कामास आलेत. ते चार दागिने पुष्पाच्या

नांवावर केलेत. आकाश प्रकाश अठरा वर्षाचे होतील तेव्हा त्यांना घराचा ताबा मिळेल. तो पर्यंत माझ्या नांवावर घर राहील... अन् मी मध्येच गेली तर मुधोळकर घराचे व्यवहार बघतील पोरं अठरा वर्षांचे होई पर्यंत. बाकी कोणालाही एक छदाम सुद्धा मिळणार नाही".

सासूचे बोलणे ऐकताच देवदत्तचा चेहरा पार पडला. अर्धवट जेवण टाकून पुष्पाकडे आणि पोरांकडे जळजळीत नजर टाकून तो उठला आणि गच्चीवर जाऊन बसला.

"येऊ दे राग त्याला. मला काहीही वाटणार नाही. त्यालाच सांगू दे त्याच्या बहिणींना. कळू दे त्यांना. सगळं फुकटचं हवं असतं. बापानी सवयचं तशी लाऊन ठेवली त्यांना." सासू कडाडली.

पुष्पाला लक्षात आलं की जोपर्यंत सासू धडधाकट आहे, तोपर्यंत आपल्याला आधार आहे. ज्या दिवशी सासू आजारी पडेल किंवा जाईल त्या दिवशी नंतर आपले हाल कुत्रा पण खाणार नाही. हा विचार येताचं पुष्पाचं मनं आणखीनच खिन्न झालं. पण ती आता काहीही करू शकत नव्हती. सासू जेमतेम साठीला पोचली होती.

"आकाश प्रकाश चं शिक्षण होई पर्यंत तरी म्हणजे आणखीन पंधरा वर्ष तरी सासू टिकायला हवी... नाहीतर माझं काही खरं नाही." पुष्पा आंघोळ करतांना पुटपुटली. आंघोळ झाल्यावर आरशात आपला चेहरा बघितल्यावर तिला धक्काच बसला. तिच्या डोळ्यखाली काळे डाग पडले होते. चेहर्यावर सुरकुत्या दिसत होत्या आणि चेहरा ओढलेला होता.

"नाही... मला अजून जगायचयं. निदान मुलांसाठी तरी..." पुष्पा आपल्याच प्रतिबिंबाला उद्द्येशून जोरात म्हणाली. "मला काहीतरी करायला हवं आता."

संध्याकाळी रोज सासूबरोबर देवळात जाणे हाच एक विरंगुळा होता. रोज सकाळ पासून घरकाम, पोरांचा अभ्यास, ट्यूशन्स, स्वयंपाक ह्यातचं दिवस जायचा.

घरी आता TV आला होता पण नवर्‍याने त्याचा ताबा घेतला होता आणि तो TV बघत असतांना कोणीही तिथे आलेलं त्याला खपायचं नाही. मुलं तर त्याच्या वाटेला जातच नव्हती. सूड म्हणून घरखर्चासाठी पैसे देणं पण जवळ जवळ बंदच केलं होतं. ट्यूशनच्या पैशातनंच घरखर्च व्हायचा.

"तू तुझ्या मैत्रीणींना का नाही जात भेटायला कधी?" सासूबाई विचारत होत्या.

"कोणत्या तोंडानी जाऊ? काय सांगू त्यांना की माझी अशी अवस्था का झाली आहे म्हणून" पुष्पाला रडूचं आलं.

"हे बघ स्वतःकडे पण लक्ष द्यायला लाग जरा. कोणी नाही तर अपणच आपली काळजी घ्यायची असते". सासूबाई समजवत होत्या.

"कळतयं पण मला इच्छाच होत नाही काही करण्याची. मुलांचे शिक्षण झाले की संपलं."

"अगं अजून तर तू 35 ची पण नाही झालीस... आता पासून असा विचार कसा करतेस? जरा धीर बांध आणि थोडं जशाच तसं ठेवायला शीक"

"मी तसं कधीच केलं नाही आजपर्यंत".

"अगं प्रत्येक गोष्टीला सीमा असते. कृष्ण सुद्धा शिशुपालाचे 100 अपराध होई पर्यंतच थांबला ना. तू पण जरा डोळे दाखवायला शीक. नाहीतर मी गेल्यावर ह्या पोरी आणि हा दिवटा तुझी पुरती वाट लावतील."

"____"

"मन रमवायला काही तरी नवीन करायला लाग".

"बरं बघते" म्हणून पुष्पानी विषय संपवला. पण नवीन शब्द ऐकून पुष्पाचे मनं भूतकाळात गेले. नवीन आता डॉक्टर

पण झाला असेल. लग्न पण झालेलं असेल. कुठे असेल कोण जाणे.

"आकाश हुषार आहे. तो होऊ शकेल डॉक्टर पण त्याच्या शिक्षणासाठी एव्हढा पैसा कुठून आणणार... त्याचा बाप तर ढुंकूनही बघत नाही पोरांकडे... बघू... अजून वेळ आहे. प्रकाश मेहनती आहे... लवकर जाण आलीये त्याला." पुष्पाचे विचार धावत होते... "सायकल घ्यायची आहे आकाशला त्याचे पैसे जमवायला हवे."

सायकल वरून पुष्पाला लतादिदी आठवली. लतादिदीनी सायकल चालवायला शिकवली होती. पण सायील वापरायला कधीच मिळाली नव्हती. लतादिदीचे लग्न झाले त्याला पण जायला मिळाले नव्हते. नंतर तर संबंधच तुटला होता. आत्यानी पण कधी विचारपूस केली नव्हती. पुष्पाने सुस्कारा सोडला आणि मनातून विचार काढून टाकले.

सायकलसाठी देवदत्तला पैसे मागायला तिला नको वाटले. "ऊगीच भीक मागितल्या सारखे कशाला... तो परत काहीतरी टाकून बोलेल त्या पेक्षा नकोच सेकंडहॅन्ड स्वस्तात मिळेते का ते बघू" असा विचार करत ती डोळे पुसत कामाला लागली.

नाशीकच्या सप्तश्रृंगी मंदीर च्या रस्त्याला प्रकाशनी गाडी वळवली. उज्वला लॉन्सच्या जवळच्या उजव्या हाताच्या railway under-bridge मधून त्यानी गाडी घेऊन डाव्या बाजूला रेल्वेलाईन ला समांतर जाणार्या रस्त्यावर घेतली.

"इकडे कुठे शाळा आहे. हा चुकीचा रस्ता आहे. कुठं नेताय मला" पुष्पानी back seat वरून विचारलं.

"नवीन शाळा ह्याच बाजूला बांधली आहे. येईलच एव्हढ्यात" प्रकाश उत्तरला.

गोदावरी नदीवरच्या पुलाच्या थोडं अलिकडे उजव्या बाजूला प्रकाशने गाडी वळवली. हवेत एकदम गारवा जाणवला. रस्ता

लहान होता आणि रस्त्याच्या दोन्ही बाजूला गर्द वनराई होती. पाचच मिनीटात गाडी उजव्या बाजूला असलेल्या एका मोठ्या गेट समोर थांबली. गेट च्या दोन्ही बाजूला 8 फूट ऊंच काटेरी तारांचे कुंपण होते.

गेटवरचा सिक्यूरिटी गार्ड गाडीजवळ आला. प्रकाशने नांव सांगितल्यावर हातात असलेल्या कागदावर नजर टाकली, मान डोलावली आणि त्याने गेट उघडायची व्यवस्था केली.

“हे गेट कशाला लावलयं शाळेनी?”

“मुलांनी घरी पळून जाऊ नये म्हणून. मुलं आजकाल सिनेमा बघायला पळून जातात ना... म्हणून.”

“त्यांना कसं समजलं” चेहेरा लपवत पुष्पा पुटपुटली.

गेट च्या आत पण गर्द वनराई होती. गाडी गेट मधून आत आल्यावर एका विस्तृत रस्त्याने त्या वनराईतून अर्धा किलोमिटर आत गेल्यावर एक दुमजली L आकाराच्या काटकोनी बिल्डिंगसमोर आली. बिल्डींगच्या बाजूला असलेल्या कारपार्क मध्ये गाडी पार्क करून आकाश आणि प्रकाश खाली उतरले. बाहेर हवेत चांगलाच गारवा होता. नदीच्या पाण्याचा आवाज पण येत होता. पुष्पा पण गाडीतून उतरून चारी बाजूला बघत होती.

“बाकी मुलं कुठयं दिसत नाही कोणी”

“अगं शाळा सुरू झालिये. आपण उशीरा आलोय ना.”

“मग आता?”

“आता काही नाही चल आत शाळेत” आकाशनी पुष्पाचा हात धरला आणि तिला बिल्डींगच्या पायर्यांकडे नेऊ लागला. आकाशच्या डोळ्यात पाणी आले... ह्याच आईनी त्याचा हात धरून त्याला शाळेत नेले होते... आणि आज तो तिला हॉस्पिटल मध्ये शाळा म्हणून हात धरून घेउन जात होता.

फॉयर ला जाणार्या चार पायर्या चढून ते आत गेले. Reception च्या counter वरच्या बाईनी...

"Welcome Dr. Bendre" असे म्हणत guest entry book समोर केले. आकाश लिहीत असतांनाच एक तिशीतला स्मार्ट well dressed माणूस तिथे आला आणि हात पुढे करत म्हणाला...

"Dr. Bendre, my name is Ketan, Ketan Gadre. I look after the administration of the hospital. My dad will meet you shortly. Please follow me."

एव्हढ्यात पुष्पाने समोर जात केतन चा हात पकडला आणि त्याला म्हणाली...

"अरे नवीन, तू इथे कसा काय आलास. तू मुंबईला जाणार होतास ना. बरं झालं आता परत तू मला बॉयॉलॉजी शिकवायला सुरूवात कर. अरे हे लोक मला घरातून बाहेर जाऊच देत नव्हते. आता मात्र मी नाही तुला सोडणार." असे म्हणत पुष्पाने केतनला घट्ट मिठी मारली.

आकाश आणि प्रकाशला फारच awkward वाटायला लागले. पण केतनला ते नवखे नव्हते.

"हे बघ आपण biology नंतर शिकू. पहिले आपण खाऊ. मला खूप भूक लागलेली आहे. काय... चला जाऊ आपण"

"तू घरून डब्बा आणलेला आहेस वाटते नवीन"

"नाही इथे कॅन्टीन आहे. चला लवकर" म्हणत त्याने reception वरच्या बाईला room 12 असे हळू आवाजात सांगितले.

पायऱ्या चढून दुसऱ्या मजल्यावर जाताच केतन पुष्पाला 12 नंबरच्या खोलीत घेऊन गेला. खोली हॉटेलच्या रूम सारखी well-furnished होती. दोन खिडक्या होत्या त्या उघड्या होत्या पण बाहेरून grill लाऊन सिक्यूअर केल्या होत्या.

खुर्ची समोर करत केतन ने पुष्पाला बसायला सांगितले.

"तू कुठे चाललास?" पुष्पाने खुर्चीत बसत विचारले.

"कुठेही नाही" केतन शांतपणे म्हणाला

एव्हढ्यात एक पांढरा स्वच्छ uniform घातलेला 20-22 वर्षांचा मुलगा एक ट्रे घेऊन आला आणि त्याने दोन गरम वाफाळलेल्या उपम्याच्या dishes टेबलवर ठेवल्या आणि दोन पाण्याचे ग्लास.

एक बशी भरलेली होती ती केतनची पुष्पासमोर ठेवली आणि त्याने दुसरी कमी भरलेली बशी स्वतःकडे ओढली.

"चला खायला सुरूवात करा" असं म्हणत त्याने पहिला घास खाल्ला. पुष्पाने खायला सुरूवात केली.

"Since you had briefed Dad that she hasn't eaten anything for last couple of days... we made the arrangement. Now the nurse will come give her a sleeping pill. Once she is rested then we can go to Dad's office"

आकाशनी मान डोलावली.

"काय सांगतो आहेस रे त्यांना तू नवीन?"

"हेच की तुझं अंग गरम आहे. ताप असण्याची शक्यता आहे. तुला खाल्ल्यावर औषधाची गोळी देतील म्हणजे तुझा ताप उतरेल. समजलं का?"

"बरं... तू आतापासूनच डॉक्टरकी करायला लागलास काय रे" पुष्पा उद्गारली. तिचा जवळ जवळ सगळा उपमा खाऊन झाला होता.

तेव्हढ्यात एक nurse आत आली. ती पण तरूण आणि पांढर्या शुभ्र uniform मध्ये होती.

"कसा होता उपमा... छान होता ना. आवडला का?" नर्सने हासत विचारले.

पुष्पाने मान डोलावली.

"ही गोळी घ्यायची आता..." म्हणत नर्स ने एक टॅब्लेट पुष्पाच्या हातावर ठेवली

केतन नी लगेच commanding tone मध्ये सांगितलं...
"चलं घे ती गोळी पटकन... मग नंतर biology शिकायचयं ना."

पुष्पानी मान डोलवत गोळी गिळली आणि पाणी प्यायली.

"आता मी ह्या लोकांना सोडून येतो. तू पड थोड्यावेळ. ही
बसेल तुझ्याजवळ. आणि तू थोड्यावेळानी हिचं temperature
बघ का... मी येतोच" असं म्हणत पुष्पाला काही बोलायची संधी
न देता केतन रूमच्या बाहेर आला...आणि आकाश व प्रकाशला
"come let us go" म्हणाला.

पण तेव्ढ्यात समोरून डॉ गद्रे च येताना दिसले.

"Good Morning Sir. I am seeing you after a long
time. You have changed a lot" आकाश हात पुढे करत
म्हणाला.

डॉ गद्रे हासले आणि आपल्या टकला वरून हात फिरवत
म्हणाले "you must be referring to this Dr. Bendre.
Good to see you. Albeit, I would have preferred
to meet you on a better errr on a more pleasant
note".

"Yes, this is quite unexpected and unfortunate to
say the least" आकाश म्हणाला.

"So, Ketan... what is the status?"

"Sir, she has eaten, and she has been given a
sedative as we had discussed. But for some reason
she thinks that I am you... Naveen" केतन नी सांगितले.

सगळे तोपर्यंत रूम 12 च्या दरवाज्यात येउन ठाकले होते.

"That is interesting... how come she knows my
name? Did you tell her?" आकाश, प्रकाश कडे बघत डॉ
गद्र्यांनी विचारलं.

"No sir, she has absolutely no idea. She thinks
she has come to the school. We told her that the

school has shifted to a new place. That is all". आकाश म्हणाला.

डॉक्टर रूम मध्ये येताच नर्स उठून उभी राहिली.

"हे कोण? नवीन हेडमास्तर आहेत का... नवीन कोण रे हे?"

"नांव काय ह्यांचं?" डॉक्टरांनी विचारलं

"पुष्पा काळे" "पुष्पा बेंद्रे" पुष्पा आणि आकाश एकदमच म्हणाले.

"काळे बेंद्रे... हे काय प्रकरण आहे" डॉक्टर हसत म्हणाले. आकाश आणि प्रकाशला पण हसू आवरलं नाही.

"काळे बेंद्रे काय... मी काय काळी दिसते काय... पुष्पा काळे नांव आहे माझं... हे बेंद्रे कुठून आलं मध्येच... आणि नवीन तू पण हासतोस काय मला..." पुष्पाचा चेहेरा रडवेला झाला होता.

"आपल्या शाळेचं नांव काय आहे ते सांगा बघू"

"तुम्ही हेडमास्तर असून तुम्हालाच माहिती नाही... आश्चर्यच आहे... नूतन विद्यालय"

डॉ गद्रे एकदम आश्चर्यचकीत झालेले दिसले. "My God!!!" ते पुटपुटले.

"बरं बरं आता विश्रांती घ्या नंतर बोलू" असं म्हणत डॉ गद्रे नी बाहेर निघण्याची खूण केली.

पुष्पा काही म्हणायच्या आतचं नर्स सोडून सगळे बाहेर पडले.

"Come Dr. Bendre, let's go to my chamber."

डॉ गद्रे च्या room मध्ये गेल्यावर डॉ गद्रे नी त्यांना बसायला सांगितलं. केतन नी फोन करून चहा पाठवायला सांगितला.

"Dr. Bendre... this is, as you would know, a typical case of Amnesia. Of course, in this case, it is partial Amnesia. She has no memories beyond school days. I need to understand every minute detail if her life. This is, as you know quite curable... but I can't say the period... it may take few days or few months or couple of years. This is not a "mental case" as such... you know what I mean. So, to begin with, I will need all minute details of her life. Also, this case is little complex coz the patient knows me quite well. She was my classmate for 6 years... from 5th to 10th. She used to teach me math and I used to teach her biology... in 9th and 10th grade. Perhaps I was the only one in the class with whom she used to open up. She was a very closed person. Never used to let out her feelings. So, I will try...definitely... but I need detailed info."

"Sir, you only are our hope. Since you knew her, it becomes easy and difficult at the same time. She used to talk about a "Praveen" all the time since she hit her head, but now we know it was you... Naveen that she was talking about. So, where should I start?" Aakash paused and looked at Prakash.

࿇

"डॉक्टर आकाश, पुढचे दोन तास तुम्हा दोघांकडून मी सगळा past समजून घेणार आहे. Please be open and honest in your narration. Let me start with you. तुम्हाला नको असेल तर Prakash can sit in other room." डॉ गद्रे आकाशला म्हणत होते.

"उममम... नाही बसू दे त्याला कारण माझ्यापेक्षा तोच जास्ती घरी राहिलेला आहे. I will be frank in my narration Sir." आकाशला आता जेट लॅग जाणवायला लागला होता.

"Alright... let me record our conversation..." डॉ गद्र्यांनी रेकॉर्डिंग सुरू केलं.

"मला जे काही आठवतयं लहानपणा पासून ते हे की आई सगळंकाही मुकाट्याने सहन करायची. कोणी काहीही बोललं तरी ती ऐकून घ्यायची. Most of the time ती सोवळ्यातचं असायची. चुलीवरचा स्वयंपाक असायचा. धुरामुळे डोळे चुरचुरायचे... पाणी यायचं. ती रडत ही असेल पण समजायचं नाही. मी जरा दूर बसायचो पाटी पुस्तक घेऊन. लिहून झालं की पाटी तिच्याकडे सरकवायची. ती तपासून परत माझ्याकडे पाटी सरकवायची. असा अभ्यास चालायचा. शाळेत सोडायला आजी यायची तर घ्यायला आई. वडील तिससटपणे वागायचे... आईशी तर फारच तुटकपणे आणि रागानी. त्यांना बहुतेक आई आवडत नव्हती आणि आता पण तीच परिस्थिती आहे."

"वडील घरात पैसे द्यायचे नाहीत. सगळा घरखर्च आईच्या ट्यूशनच्या पैशातून चालायचा. मला नवीन सायकल घेऊन द्यायला पण पुरेसे पैसे नव्हते. आजीच्या नात्यातल्या वकिलांनी त्यांच्याकडची जुनी सायकल दिली मला... मी नववीत गेलो तेव्हा. तीच सायकल पुढे प्रकाशनी पण वापरली. नवी खेळणी कधी आणलीच नाही आमच्यासाठी. पण आमच्या आत्यांचे मुलं आले की वडील त्यांच्यासाठी खेळणी आणत. पाच आत्या आहेत. ते एक प्रकरणचं आहे. त्या पाच आत्यांनी आणि वडीलांनी आईला खूपच छळलं. मी मेडीकलला... ग्रॅन्टला जाईपर्यंत जरा कमी होतं त्रास देणं पण नंतर खूपच वाढलं... Prakash knows it better. माझ्या आणि प्रकाशच्या शिक्षणासाठी आजीने पैसे दिले... वडिलांनी नाही. आजी was very supportive of mother. आजीनी खूपच सांभाळून घेतलं आईला. नाहीतर आई जगलीच नसती... एव्हढा मनःस्ताप तिला दिला गेला. Also, physical torture. She had to face abortion 3 times in a very short time even before she turned thirty.

तिचं ovary चं operation पण झालं. ती मनातल्या मनात कुढायची खूप."

"She insisted on my higher education. Luckily, I got a fee waiver and assistantship. That helped. लग्नाचं पण तीने कुठलचं objection घेतलं नाही. फक्त एव्हढचं म्हणाली "treat her with respect". कधीही interfere केला नाही कशातचं. विरक्तपणा आला होता तिला... even before I went to 10th standard. कळायचं... बरेचदा छताकडे बघत बसून असायची."

"As a family, आम्ही कधी बाहेर गेलोच नाही. ती तिच्या मैत्रीणीं बरोबर एक दोनदा बाहेर गेलेली. पण ऐकदा बाबा तिच्यावर खूप ओरडले ती मैत्रीणींबरोबर कुठेतरी day trip ला गेली होती. तेव्हापासून ती घरीच असायची. प्रकाशचं लग्न झाल्यावर मात्र ती एका हॉस्पिटलच्या ब्लड बॅन्क मध्ये honorary काम करायला जायला लागली. नंतर ती त्यांचे ब्लड कॅम्प पण organize करायची. She was happy then. First Aid पण शिकून घेतलं. ट्यूशन्स आणि हे काम... she was fully occupied. कधी काळी फॅमिली मध्ये लग्न समारंभ असेल तर जायची... पण बाबा बरोबर असायचे. So much control was exercised by him that he even used to check her phone records... even her emails. He had her password. तिला काहीच freedom नव्हतं." आकाश थांबला. डॉ गद्र्यांनी रेकॉर्डिंग थांबवलं.

"Take a break Doctor Aakash. You have a fatigue due to your long journey. Have a cup of tea. I will speak to Prakash. The more details I have, the better. Prakash... should we?"

"दादा ने सगळं सांगितलचं आहे. Like he said तिला काहीच freedom नव्हतं. एकदा वहिनी नी... दादाच्या मिसेसनी,

आईला तिची साडी नेसायला सांगितली. आई नको म्हणत असतांना पण वहिनींच्या आग्रहामुळे ती नेसली. शिफॉनची साडी होती ती. त्या दोघी बाहेर पडतचं होत्या. बाबांनी आईची साडी बघितली आणि आईला खूप ओरडले... "डोकं फिरलयं का... अब्रू चव्हाट्यावर आणायला निघालीस का... असं सगळं. अर्थात आई शांतपणे मागे फिरली, नेहमीची साडी नेसली, डोळ्यातलं पाणी लपवत ती आणि वहिनी बाहेर पडल्या. I don't think वहिनी त्यानंतर परत कधी घरी आली आहे. I mean it was quite insulting. माझ्याशी तर बोलायचेच नाही. मला avoid चं करायचे. And as दादा said, आत्या लोकांनी खूपचं छळलं. आजारी झालं की आमच्याच घरी येऊन राहयचं... कधी कधी तिघं तिघं यायचे "आजारपणात". बाबा आई ला सांगायचे... "नीट काळजी घे. त्यांना काहीही झालं तर बघचं तू"... she was completely petrified. खूप कष्ट पडायचे तिला. आणि वडील पैसेच द्यायचे नाहीत... "तुझ्या ट्यूशनचे आहेत ना... ते वापर" असं म्हणायचे. आई मनानी खचली होती." प्रकाश थांबला.

"आता जो incident घडला तो जरा detail मध्ये सांग"

"माझं लग्न माझ्या मनाविरूद्ध झालं. माझ्या मिसेसचे वडील कॉरपोरेटर होते आणि त्यांचा political clout होता. वडील PWD मध्ये होते... त्यामुळे कॉरपोरटर ह्या लोकांशी संबंध यायचाच. ह्यांनी माझ्या वडलांना pressurize केलं. वडील बाहेर एकदम शंढ. त्यामुळे हो म्हणाले.

"मिसेस माझी फार आढ्यतेखोर आहे. सगळ्यांना तुच्छतेनीच वागवते आणि वागवायची. आजीनी घर माझ्या आणि दादाच्या नांवावर करून ठेवलेलं... हिला समजलं तर पूर्ण घरं आपल्याच नांवावर हवं म्हणून भांडायची. आई बिचारी हिचं बोलणं पण सहन करून घ्यायची. माझं engineering झाल्यावर मला State Bank मध्ये नोकरी लागली. तर मला सारखी छळत असते की इंजीनिअर बॅन्केत काय करतो... काय सांगणार. स्वतः

एका को ऑपरेटीव्ह बॅन्केतच आहे. तिच्या वडीलांनीच लाऊन दिलयं तिला. तिच्या वडीलांचा शेअर आहे म्हणतात त्या बॅन्केत. दोन दिवसांपूर्वी आई माझ्या मुलाला म्हणाली... जा वही पुस्तक घेऊन ये, मी शिकवते तुला गणीत. तर तो म्हणाला... "तुला कुठे येणार आहे गणीत..."

आई त्याला म्हणाली... "अरे मी गणीतचं शिकवते. तुझ्या बाबाला पण शिकवलयं"

मुलाने माझ्या मिसेसला विचारले... "हो आई?"

As always माझ्या मिसेस नी वाकडचं उत्तर दिलं..." कोणास माहीत. खरं खोटं देवच जाणे. मॅट्रीक तरी झाल्याय का कोणास माहीत"

"That was rather too much for mother, I guess. ती तरातरा तिच्या खोलीत गेली तिचे MSc चे certificate ची फ्रेम आणली आणि मिसेसच्या अंगावर फेकत म्हणाली... "वाच... वाचता तरी येतयं का देव जाणे की बापानी पैसे देऊन पास करवून घेतलयं. तो स्वतः तरी कुठे मॅट्रीक झालाय पास" असं सुनाऊन ती जायला वळली आणि तिचं डोकं दाराच्या फ्रेमवर आपटलं आणि ती खाली पडली. She was unconcious... मी आवाज ऐकून तिथे आलो होतो त्यामुळे मी लगेच तिला उचललं... बेडवर नेलं तोंडावर पाणी शिंपडलं अणि डॉक्टरांना फोन केला. डॉक्टर येई पर्यंत आई शुद्धीवर आली होती. तिला पाणी पाजलं... पण she was behaving very odd. "मला शाळेत जायला उशीर होतोयं. प्रवीण बॉयॉलॉजीचं सांगणार आहे... असं सगळं continuous सुरू होतं. डॉक्टरांनी हॉस्पिटल मध्ये न्यायला सांगितलं... तेव्हा दादाला फोन केला. She did not sleep, nor she ate anything for last 2-3 days. Now we are here. My dad has not even enquired. आजी होती तोपर्यंत ती आईची आणि आई तिची काळजी घ्यायची. नंतर सगळा आनंदी आनंदच आहे... courtesy my father. एक

शंढ अन् स्वार्थी माणूस आहे. Now we know that it was not Praveen, it was Naveen... you Doctor. So, her life is in your hands"

रेकॉर्डींग बंद करत डॉक्टर उत्तरले... मी तिच्यावर ट्रीटमेंट करीन पण किती वेळ लागेल हे आत्ता सांगता येणं कठीण आहे. It is partial loss of memory. It may take couple of days to couple of years. You have to be patient. Dr. Aakash understands what I am saying. आता तुम्ही घरी जा. तिचे काही कपडे आणि सगळी पुस्तकं घेउन या उद्या. मी आज तिच्याशी interaction start करेन. Tomorrow I will brief you on the progress, if any."

आकाश आणि प्रकाशनी डॉक्टरांचे आभार मानले आणि ते घरी परतायला निघाले. बाहेर आकाशात ढग जमा झालेले होते. गोदावरी वरून थंड वारा येत होता... आकाशला झोप येत होती... "आत्ता जर झोपलो तर रात्री त्रास होईल" असा विचार करून आकाश झोपायचे टाळत होता.

"घरी गेल्यावर जरा आईचे वह्या पुस्तकं शोधू... जरा वेळ जाईल" आकाश पुटपुटला. बाहेर पाऊस सुरू झाला होता. प्रकाशने सुरू केलेल्या वायपर्सच्या rhythmic आवाजात आकाशचे डोळे मिटले आणि तो पेंगायला लागला.

"कोण तुम्ही... कुठे आणलयं मला?" पुष्पाला जाग येताचं तिने आजू बाजूला बघितले आणि बाजूला बसलेल्या नर्सला विचारले.

नर्सने पुष्पा जागी झालेली बघताच डॉक्टर गद्र्यांना intercom वरून फोन करून पुष्पा जागी झाल्याचं सांगितलं.

पुष्पाला बसतं करून तिला पाणी दिलं आणि "डॉकटर येतीलच एव्हढ्यात" असं म्हणाली.

"डॉक्टर? काय झालयं मला... मी तर शाळेत आलेली होते. नवीन पण होता माझ्या सोबत."

"डॉक्टर आले ना की त्यांनाच विचारायचं. आता शांतपणे बसून किंवा पडून रहायचं". नर्सच्या आवाजातली जरब ऐकताच पुष्पा शांतपणे बेडवरच एका बाजूला मांडी घालून बसली.

तेव्हढ्यात इंटरकॉम वाजला... डॉक्टरांनी नर्सला पुष्पाला घेऊन सेशन चेंबर मध्ये यायला सांगितले.

"चला... आपल्याला डॉक्टरांच्या ऑफिसमध्ये जायचयं" नर्सनी पुष्पाला हाताने धरून उठवले.

"कशाला?"

"गप्पा मारायला... डॉक्टर छान गप्पा मारतात."

"कोण डॉक्टर... काय नांव आहे त्यांचं?" पुष्पाने चपला घालता घालता विचारलं

"डॉक्टर नवीन गद्रे"

"हा हा हा... काही ही काय तो तर अजून दहावीपण पास नाही झालायं... डॉक्टर म्हणे"

कॉरिडॉर मधून चालत दोनच मिनीटात ते सेशन चेंबर जवळ आले. नर्सने दार उघडून पुष्पाला पहिले आत जायला सांगितले. स्वतः आत शिरून तिने आतून दरवाजा लॉक केला. लॉक होताच बाहेरच्या बाजूला दरवाज्याच्या वर असलेला लाल दिवा लागला... की डॉक्टरांचे पेशंट बरोबर सेशन सुरू आहे.

आत मंद दिवे लागले होते. अगदी मंद आवाजात संतूरचा आवाज येत होता. सेशन चेंबर मध्ये काही फुलझाडांच्या कुंड्यापण ठेवल्या होत्या. मधोमध एक मोठं ऐसपैस टेबल, एक महाराणीचा असतो तसा reclining कोच आणि एक वेताची उंच बॅकची खुर्ची होती. टेबलवर रेकॉर्डीग मशीन ठेवलेलं होतं. त्याचा रिमोट वेताच्या खुर्चीच्या बाजूला असलेल्या टीपॉय वर ठेवला होता.

ते एकंदरीत बघून पुष्पा बावचळून गेली. "इथे गप्पा मारणार आहे तो माझ्याशी?"

"हो. तुम्ही ह्या कोचावर असे ह्या बाजूला पाठ करून पाय लांब करून बसायचं" नर्सने बजावलं

"बरं" पुष्पा घाबरत म्हणाली. तिला काय चाललयं हेच कळत नव्हतं.

"बाथरूमला जायचयं का"

"नाही नाही. अत्ता नाही" पुष्पा घाई घाईत उत्तरली.

तेव्हढ्यात डॉक्टर आत आले...

"काय म्हणतोय पेशंट?"

"उठल्यावर पाणी प्यायल्या. बाथरूमला नाही जायचं म्हणतात"

"That's fine. You take your seat. म्हणाल्या जायचं तर मी बेल वाजवीनचं"

"यस सर" म्हणून नर्स आतल्या ॲन्टेचेंबर मध्ये निघून गेली.

डॉक्टर वेताच्या खुर्चीत बसले, रेकॉर्डर सुरू केला आणि तारीख, वेळ आणि पेशंटचं नांव सांगितलं.

"ही पुष्पा बेंद्रे कोण. मी पुष्पा काळे आहे बेंद्रे नाही. आणि तुम्ही कोण. नवीन कुठायं? पुष्पाने एकदम आवेशात विचारले.

"डॉक्टर हासले आणि म्हणाले की मी नवीन गद्रे... डॉक्टर नवीन गद्रे. तू ज्याला नवीन म्हणते आहेस इथे आल्यापासून, तो माझा मुलगा... केतन गद्रे. थोडासा माझ्यासारखा दिसतो तो. पण माझ्या हनुवटीवर हा तीळ आहे, तुला आठवत असेल तर... तो त्याच्या हनुवटीवर नाहीये."

पुष्पा डॉक्टरांची हनुवटी निरखून बघत होती. मनात तिच्या द्वंद्व सुरू होते... हा नवीन असेल तर मग हा एव्हढा वयस्क का दिसतो... आणि ह्याचा मुलगा... म्हणजे ह्याचं लग्न पण झालंय... केव्हा झालं आणि मला कसं नाही माहीत... हा डॉक्टर कधी झाला... माझ्या बरोबरच तर होता... मग मी नापास तर नाही झाले..."

Watching Pushpa getting confused, डॉक्टर म्हणाले... "काय विचार येत आहेत मनात... की हा एव्हढा म्हातारा कसा

दिसायला लागला... हा डॉक्टर कधी झाला... ह्याचं लग्न कधी झालं?" डॉक्टर स्मित हास्य करत होते.

"तुला... तुम्हाला कसं कळलं मी काय विचार करते ते" पुष्पा घाबरलेली दिसत होती.

"कारण मी डॉक्टर आहे म्हणून. ही काही शाळा नाहीये हे तुझ्या लक्षात आलं असेलच. हे हॉस्पिटल आहे... माझं. आता काही दिवस तू इथेच राहणार आहेस. आमच्या बरोबर. तुझी तब्येत बरी होईपर्यंत"

"क...क...काय झालयं मला" पुष्पाने घाबरत विचारलं...

"सांग बघू तू काल कुठे होतीस ते?"

"मी? मी कुठे असणार... आत्याकडे?"

"नाही... तू आत्याचं घर खूप पूर्वीच सोडलसं. आता तू आपल्या स्वतःच्या घरी राहत होतीस"

"स्वतःच्या घरी? कुठे?"

"हेच. ह्या साठीच तू इथे आली आहेस कारण तुला कालचं, परवाचं काहीच आठवत नाहीये. तेच आपल्याला शोधायचयं आणि हरवलेली आठवण परत आणायची आहे"

पुष्पा आता पुरती गोंधळली होती. तिला काय चाललयं हेच कळत नव्हतं. "मला बाथरूमला जायचयं"

"बरं नर्स घेऊन जाईल... सावकाश जायचं घाई करायची नाही" डॉक्टरांनी बेल दाबून नर्सला बोलावलं... "बाथरूम"

"चला..."

बाथरूम झाल्यावर नर्सने "हात धुवा नीट" म्हणून order सोडली

हात धुतांना पुष्पाचं लक्ष समोरच्या आरशात गेलं आणि ती मटकन खालीच बसली. नर्सने तिला धरून परत उभं केलं.

"ती ती... ती कोण... मी अशी कशी दिसते आरशात? हा कुठला वेगळाच आरसा दिसतो..."

"वेगळा नाही. तुम्ही तशाच दिसता आता. मला बघताय ना... मी आरशात कशी दिसते... फरक आहे का?"

"नाही"

"नाही ना... मग वेगळा आरसा कसा असेल.? चला"

पुष्पाला घेऊन नर्स परत सेशन चेंबर मध्ये आली. पुष्पा रडायला लागली होती...

"What happened?"

"Sir she saw herself in the mirror and could not believe that it is she" नर्स म्हणाली आणि आतल्या खोलीत निघून गेली.

"रडायला काय झालं?"

"मला काय झालयं... मी अशी का दिसायला लागली... म्हातारी."

"कारण आता तू आहेसच तशी दिसायला. मधला काळ निघून गेलायं तो तुला आठवत नाहीये"

"का?"

"तेच तर शोधायचयं आपल्याला. तुला आणि मला. मदत करशील ना मला हा प्रॉब्लेम सोडवायला?"

"हो"... रडता रडता पुष्पा उत्तरली.

"रडते कशाला... रडून काय होणार. रडू नकोस. आपण सोडवू हा प्रॉब्लेम. आता रोज दोन तास तू माझ्याबरोबर ह्या खोलीत बोलायचं... कायं?"

"हो"

"रडू नकोस... चूप. आता नर्स बरोबर परत रूम मध्ये जायचं. चहा घ्यायचा. नंतर आठ वाजता जेवायचं आणि मग नर्स बरोबर एक चक्कर मारून यायची. आज पाऊस आहे बाहेर. आज चक्कर नाहीये. मग नर्स औषध देईल. ते घ्यायचं अन् दहा वाजता झोपायचं. उद्या उठल्यापासून काय करायचं ते नर्स सांगेल... समजलं का?"

"हो... तू खरचं नवीनच आहेस. तुझं "समजलं का" पालूपद अजून तसचं आहे. पुष्पा परत रडायला लागली.

"आता काय झालं?"

"काही नाही म्हणत पुष्पाने डोळे पुसले आणि आत आलेल्या नर्स बरोबर ती आपल्या रूम कडे चालू लागली.

रात्री औषध घेऊन झोपायला गेल्यावर पुष्पा उशीत तोंड खुपसून ओक्सा बोक्शी रडायला लागली. एक तर तिच्या जीवनात काय झालं होतं ते तिला आठवत नव्हतं आणि नवीन आता आपल्याला मिळणार नव्हता हे तिला जास्त दुखाऊन गेलं होतं.

रडता रडता पुष्पाला कथीतरी झोप लागली.

आईचे काही निवडक कपडे आणि वह्या पुस्तके घेऊन आकाश आणि प्रकाश दुसर्या दिवशी संध्याकाळी डॉ गद्रेंना भेटायला गेले.

"Good... मी हे सगळं तिची मेमोरी trigger करण्यासाठी वापरणार आहे. इथे तर ती हॉस्पिटलचाच uniform घालेल... पण हे कपडे आणि पुस्तकं बघून कदाचित तिची मेमोरी ट्रिगर होऊ शकते. मी ट्राय करेन. सध्या तर एकच सेशन झालयं त्यात तिला हे समजलयं की तिची मेमोरी लॅप्स झालली आहे. Age wise she is still in 9th grade, but she knows that she is now quite aged to be in 9th grade. So, there is this huge confusion in her mind. But since she recognizes me... it helps to build the trust."

"मी उद्या परत जातोयं सर. But I will be in touch with you. जे काय असेल ते मला नक्की सांगा... please."

"Oh... no worries. I will be updating you both. If I want you to visit, I will inform you Prakash"

डॉक्टरांचा निरोप घेऊन दोघंही निघाले. निघण्याच्या अगोदर डॉक्टरांनी पुष्पाला सेशन चेंबर मध्ये आणायला सांगितलं होतं.

ती तिथे शांतपणे पोझीशन घेऊन बसलेली आकाश अन् प्रकाशने बघितली... आणि ते निघाले. दोघांच्याही डोळ्यात पाणी होतं.

"एकदम composed दिसत होती ना" प्रकाश नी विचारलं

"हमम... that is because of Dr. Naveen. ती त्यांच्यावर फिदा होती... प्रेम करत असेल त्यांच्यावर... कारण he, being quite a soft person, would have shown compassion to her... when she had no one to love her in that tender age. आता तेच असल्यामुळे ती निर्धास्त आहे म्हणून ती composed दिसते" आकाशनी समजावलं.

"बघू काय होतं ते. सध्या तरी she is with good people. मानसिक त्रास नाहीये. I will put the entire blame on father. He is good for nothing" प्रकाश म्हणाला.

"He was suppressed by his father for a long time and then manipulated by all the 5 aunts and their kids. He has his own flaws. Forget it. We all have our follies".

दुसर्या दिवशी रात्री आकाशनी परतीची flight पकडली. "Don't know when I will be seeing her again" फ्लाईट टेक ऑफ होत असतांना भरदाव पाठीमागे जाणार्या दिव्यांकडे बघत आकाश पुटपुटला.

दुसर्या सेशनला डॉक्टर गद्र्यांनी पुष्पाला कोचावर रेलल्यानंतर समोर भिंतीवर दिसणार्या घड्याळ्याच्या हलणार्या लोलकाकडे बघून concentrate करायला सांगितलं.

"मला सांग आता तुझ्या मनात तुला काय दिसतयं, वाटतयं किंवा आठवतयं?"

"हत्ती... साखळदंडानी बांधलय त्याला"

"तुला हत्तीच का आठवला गं?"

“त्याची सोंड पण त्या लोलकासासखी हलते ना...”

“बरं... आता आणखीन काय मनात येतयं”

“पिंजर्यातला पोपट”

“तो का?”

“त्या घड्याळात आवाज करणारी चिमणी असेल म्हणून. आत्याच्या शेजारी जे राहतात ना त्यांच्या घड्याळात आहे ती”

“बरं... आता काय विचार येतोय”

पुष्पाचा चेहरा त्रासीक झाला... हाताची बोटं एकमेकात आवळली गेली... डोळे आक्रसले गेले...

“युद्ध सुरू झालयं ना. आता बातम्या लागतील.”

“कोणतं युद्ध”

“अरे... असं काय करतो युद्ध सुरू नाही का... 1971चं... सगळं कसं लाल लाल झालयं... आकाश पेटलयं जणू”

आकाशचं नांव येताच डॉक्टरांनी विचारलं...

“आकाश... कोण आकाश”

“असे काय करतोस... आकाश म्हणजे आभाळ... लाल झालयं”

डॉक्टरांचा विरस झाला.

“बरं मला सांग काल काय जेवलीस”

“काल... नेहीमीचचं रे. आत्यानी काल भरीत केलं होतं. का रे?”

“Factorial Zero is equal to what?”

“Simple... One”

“आणि Factorial 10?”

“3628800”

“तुला किती मुलं आहेत”

“कशी असतील... माझं अजून लग्न कुठं झालयं... ही ही ही”

“तू कार मध्ये केव्हा बसली होतीस... concentrate करून सांग”

पुष्पाच्या चेहर्यावर बरीच चिडचिड होत असलेली दिसली... मध्येच चेहरा फुलला... मग परत डोळे आक्रसले...

"काय गं... कार मध्ये केव्हा बसली होतीस तू"

"कार? नाही बसले... कार... रेल्वेलाईन... थंड हवा... खूप झाडं आहेत... कार...?... काssssर..."

पुष्पाला पेंग आली होती. Indication that she was tired.

डॉक्टरांनी सेशन थांबवलं आणि पुष्पाला तिच्या रूमवर न्यायला सांगितलं.

काही गोष्टी clear होत्या. "Her mathematical brain seems to be intact. I have to expose her to her MSc math and check. Elephant and parrot denote she being restricted/chained up... not able to have freedom. War denotes her fight against all odds"

डॉक्टरांनी कॉमेंट्स टाकून रेकॉर्डर बंद केला. आवरून ते घरी जायला निघाले. कॅम्पस मोठं होतं घर हॉस्पिटल पासून अर्धा मैल लांब होतं गोदावरीच्या almost काठावर. आजू बाजूला गर्द झाडी होती. हॉस्पिटलच्या property वर 3 golf carts ठेवल्या होत्या... येणं जाणं करायला. डॉक्टर चालतच यायचे आणि जायचे. डॉक्टरांच्या मिसेस डॉ. रेणूका मात्र गोल्फ कार्ट वापरायच्या. केतन दोन्ही.

घरी चालत जाता जाता डॉक्टराच्या मनात एक विचार आला... त्यांनी रेणूकाला विचारायचे ठरवले. "Let us try" डॉ स्वतःशीच पुटपुटले... अंधार पडला होता... सात वाजले होते.

"तिची rational memory active आहे असं दिसतयं कारण मॅथेमॅटिक्स चे प्रश्न, अर्थात सोपे होते, त्याचे तिने पटकन उत्तरं दिले. मला तिचे squired skills ची टेस्ट घ्यायची आहे. ती जर बरोबर येत असेल तर मग I will know where to concentrate. कारण मला असं वाटतंय की जे जे काही तिच्या

बाबतीत वाईट घडलयं ते प्रसंग, त्या घटना her memory is shielding those. May be this case will take more time than I thought. कारण जिथे लागलं होतं त्याचा स्कॅन नॉर्मल आलायं... no internal damage... no hairline crack or a fracture or a blood clot... nothing. So, this is what I think"

"ट्राय कर... no harm in trying. पण given her background, she needs love and affection, and remember she was loving you. अर्थात तुला काही कल्पनाच नव्हती आणि त्या वयात तर मुलांना तशी कल्पना येणं शक्यच नव्हतं. तू जर तिच्याशी informal जर राहिलास तर ती लवकर open up होईल असं मला वाटतं"

"ते अगदी unprofessional होईल. नको... आणखी काही complications व्हायचे."

"अरे नाही होणार. कारण once the memory returns, आताचे... what should I say... feelings नक्कीच बदलतील. They will be more friendly than passionate. बघ तू. तुला जसं comfortable वाटेल तसं. Age obviously matters ना".

"हममममम बघू गं. आत्ता तर सेशन्स सुरू केलेत. पुढच्या आठवड्या पासून एक दिवसा आड करणार आहे. नंतर आठवड्यातून दोन वेळा... idea is to make her long for the session... so that she stretches her memory."

❧

दुसऱ्या दिवशी डॉक्टरांनी प्रश्नांचा सूर बदलला... थोडं informal व्हायचं ठरवलं.

"अगं तू मला सांग की तुला साडी नेसता येते ना?"

"साडी?"

“हो... हे पहा तुला ओळखता येतात का हे कपडे...” डॉक्टरांनी पुष्पाला तिच्या साड्या, ब्लाऊझेस दाखवले.

त्या बघितल्यावर पुष्पा बराचवेळ त्या साड्यांवर हात फिरवत होती... कुठेतरी तिच्या मेमोरीत ओळख असल्याची जाणीव होत होती.

“तुला साडी नेसता येते का गं”

“नाही मी कधीच तर नेसले नाही रे. आजपर्यंत”

“असं कर एक साडी घे ह्यातली, तिकडे सिस्टरच्या रूम मध्ये जाऊन नेसून ये जा. बघ जमतयं का... नेसायला. ट्राय तर कर”

पुष्पा एक साडी हातात घेऊन बराच वेळ विचार करत होती. शेवटी डॉक्टरांनी दाखवलेला... साडी, ब्लाउझ चा सेट घेऊन ती सिस्टरच्या रूम मध्ये गेली आणि 10 मिनीटात व्यवस्थित साडी नेसून बाहेर आली.

डॉक्टरांनी मनातल्या मनात समाधानाचा सुस्कारा सोडला. वरकरणी मात्र म्हणाले... “आता कसं जमलं नेसायला”.

“माहिती नाही. साडी उलगडली आणि सगळं आपोआप होत गेलं. तुला आवडली का मी साडीत?”

Doctor was completely thrown off guard. He had not expected this.

“का गं? मला सांग साडी नेसल्यावरून तुला कोणी नांव ठेवली आहेत का. टाकून बोललयं का?”

“--------” पुष्पा डोळे बंद करून कोचावर बसून होती... चेहर्यावर राग, भिती, घृणा, pain ह्याच्या छटा दिसत होत्या. शेवटी तिने डोळे उघडले आणि म्हणाली... मला काहीच आठवत नाहीये... फक्त यमदूताचा चेहरा दिसत होता.”

डॉ गद्रे एक क्षण हादरलेच. हे प्रकरण खूपचं complex आहे हे त्यांना लगेच लक्षात आलं. It was a result of emotional built up of agony, anger and frustration. Beneath the cool outer surface, there was an active volcano waiting to be burst. त्याची झलक तिने जस्ट डोके आपटण्या पूर्वीच दाखवली होती.

रेणूका बरोबर सांगत होती... "जरा प्रेमानी घे म्हणून." डॉ च्या मनात कालचे संभाषण आले.

"बरं आणखीन काय आठवतं साडी बघितल्यावर..."

"मला आत्ता नाही काही आठवत. मी ह्या साड्या माझ्याजवळ ठेऊ का?"

"का गं... आवडल्या तुला ह्या?"

"जाऊ दे. नको."

"अगं ठेव त्या. तुझ्याच आहेत त्या"

"माझ्या?"

"हो तुझ्याच"

बराच वेळ तशीच पुष्पा बसली होती विचार करत.

"काय विचार करतेस?"

"हाच की जर हे कपडे माझे आहेत तर मला का नाही आठवत. मला साडी नेसता येते हे पण मला आठवत नव्हते"

"बरं जाऊदे. आज रेणूकानी तुला घरी जेवायला बोलावलं आहे रात्री. तर तू अशीच चल माझ्याबरोबर."

"रेणूका कोण आहे?"

"डॉक्टर रेणूका. माझी बायको."

पुष्पाचा चेहेरा पडला. डोळ्यात पाणी जमा झालं.

"काय झालं... रडू का आलं?"

"तुला वेड घेऊन पेडगांवला जायला छान जमतं. जसं काही तुला कळतचं नाही की मला रडू का आलं?"

"नाहीच कळलं... तू सांगशील तर कळेल ना"

"जाऊ दे. आता काय उपयोग सांगून."

"ठीक आहे. चला. मी आवरतो मग निघू. तो पर्यंत काही आठवतयं का बघ."

"--------"

डॉक्टरांचं आवरे पर्यंत पुष्पा खाली मान घालून पायांकडे बघत बसली होती.

आवरून झाल्यावर डॉक्टर पुष्पाला घेऊन चालत चालत घरी पोचले.

“अरे तू चालवत आणलं तिला... गोल्फकार्ट होती ना”

“काय झालं चालली तर... तेव्हढाच व्यायाम...” डॉक्टर बेफिकीरीनंच म्हणाले.

“ये गं ये आत... जातांना मी सोडीन तुला कार्ट मधून. कसं वाटतयं इथे. करमत नसेलच ना”

“नाही तसं काही नाही. काहीच आठवत नाही तर करमायचं कायं... पण बाकी लोक आहेत... ते बोलतात.”

“ये बस इथे कोचावर माझ्याजवळ... तुला काय देऊ... संत्र्याचा ज्यूस की लिंबाचं सरबत. आपण लिचीचा ज्यूस घेऊ या का...अगं सुमन दोन लिची ज्यूसचे ग्लास घेऊन ये आणि केतन ला काय हवं ते बघ.”

पुष्पा लिचीचा ज्यूस प्रथमच पिणार होती त्यामुळे तिला तो कसा असतो, दिसतो हे पण माहिती नव्हतं.

सुमनबाई, स्वयंपाकीण बाईंनी दोन ज्यूसचे ग्लास ट्रे मधून आणून टीपॉयवर ठेवले.

पुष्पाच्या आतात एक ग्लास देत रेणूका म्हणाली... “घे ना. आवडतो की नाही ते सांग”

पहिल्याच सिप नंतर पुष्पाला ज्यूस आवडला आणि तिने छान आहे म्हणून सांगून टाकले.

“तू सांग ना तुझ्याबद्दल काही. मला काहीच माहिती नाही. तुला काय काय आवडतं... नाही आवडतं. म्हणजे सुमन तुझ्या आवडीचं बनवेल आज.”

पुष्पाला रडूच कोसळलं आणि ती रडायलाच लागली.

“का गं काय झालं रडायला... कोणाची आठवण आली का?”

"नाही हो... आज पर्यंत आयुष्यात कोणीच कधीच मला विचारलं नाही की मला काय आवडतं. मलाचं दुसर्यांच्या आवडी आणि नखरे सांभाळावे लागले. मी एक आश्रित आहे. आईवडील मी तीन वर्षांची असतांना ॲक्सिडेंट मध्ये गेले. आजी खेड्यावर गेली आणि मी आत्या कडे आलीये. तिला दोन मुलं आहेत... एक मुलगा आणि एक मुलगी. मी घरातल्या सगळ्या कामात मदत करते आणि शाळेत जाते. मला कसची आलीये आवड निवडं... एका आश्रित मुलीला काय आवडी निवडी चा हक्क असणार. आता तर मी कोण आहे हेच आठवत नाहीये... त्यामुळे मी तुमच्याकडे आश्रित म्हणून आलिये."

रेणूकानी पुष्पाच्या पाठीवरून हात फिरवला आणि तिचं सान्त्वन केलं. "अगं तू आश्रित नाही तू फॅमिली आहेस. तू नवीनवर प्रेम करत होतीस ना शाळेत, अजूनही करतेस ना... त्याला कुठे कळतयं काही... तेव्हा तू फॅमिली सारखीच आहेस रडू नको.

तेव्हढ्यात सुमनबाई... "बाई माझा हात कापला" असं सांगत आल्या. त्याच्या बोटातून रक्त येत होतं. पुष्पा लगेच उठली... सुमनबाईंचा हात घेऊन तो सिंकमध्ये पाण्याखाली धरला आणि रेणूकाला "तुमच्याकडे फर्स्ट एड बॉक्स असेलच ना... देता का" म्हणून विचारले.

रेणूकाने बॉक्स दिल्यावर एकदम व्यवस्थित बोट क्लीन करून, मलम लाऊन एक छोटं बॅडेज पण बांधून दिलं.

"अरे वा... छान ड्रेसिंग करतेस की कुठं शिकलीस..."

पुष्पाचा चेहरा पडला होता... "काय शिकली आहे मी?" तिला काहीचं आठवतं नव्हतं

"बरं ते जाउदे... मला पोळ्या कराव्या लागतील आता कारण सुमनला नाही जमणार. तू बस किचन मध्ये माझ्याजवळ"

जेव्हा रेणूकानी कणीक भिजवायला घेतली तेव्हा पुष्पा अचानक पदर खोचून पुढे आली आणि तिने कणीक भिजवायला सुरूवात केली. कणीक भिजवून झाल्यावर तिने पोळ्या पण केल्या.

"आत्याकडे तूच करते का पोळ्या..."

"नाही"

"मग तुला पोळ्या कशा येतात... छानच करतेस... मऊ आहेत एकदम"

"मला नाही माहित"

सुमनचं बोट कापायचं ठरवल्या गेलं होतं कारण डॉक्टरांना बघायचं होतं की पुष्पाला पोळ्या करणं आठवतयं का... आता तर तिला फर्स्ट एड येतयं हे पण समजलं होतं. त्यामुळे तिचे acquired skills ची मेमोरी अजूनही शाबूत होती.

त्यामुळे डॉक्टरांना आता specific areas of concentration ची कल्पना आलेली होती.

जेवण झाल्यावर पुष्पाच्या समोर तिचेच पुस्तकं ठेवलेली होती. पुष्पा पुस्तकं हातात घेऊन बघत बसली होती.

तेव्हढ्यात केतननी तिच्या समोर एक problem ठेवला आणि म्हणाला... मला काही हे जमलं नाही सोडवायला... MSc चा तो problem तिच्याच वहीतून घेतलेला होता.

पुष्पाने दोन मिनीट विचार करून तो problem सोडवायला घेतला. दहा मिनीटे ती तो problem एकाग्र चित्ताने सोडवत होती.

Now Dr. was absolutely sure that her acquired skills memory was intact.

डॉक्टरांच्या मनात आता एक plan तयार झालेला होता. "This case might take some time, but this is possible to accomplish" डॉक्टर हळूच रेणूकाला म्हणाले.

जेवणं झाली. रेणूका पुष्पाला घेउन तिच्या रूमवर सोडून आली. पुष्पाला आज पहिल्यांदाच खूप छान वाटतं होतं. तिला रेणूका खूपच आवडली होती. साडी बदलून ती शांतपणे झोपी गेली.

"हो सर ती हॉस्पिटल मध्ये आणि ब्लडबँकेत ऑनररी काम करायची."

"हो... ती गणीत आणि सायंसच्या ट्यूशन घ्यायची... काय... oh ok... good. I am sure of that Sir"

"Yes, I agree Sir that first couple of days her behavior was odd because of the shock. But it is a relief to see that she has now understood that her partial memory is lost."

"But of-course Sir, you may please try whatever you think is the best. She is in your care, and I know she is safe. Thank you, Sir, for informing me... it is such a relief... Yes, certainly Sir. Thank you so much."

आकाशने फोन ठेवला. "Apparently, her initial shock is gone. Her acquired skills memory is intact. So, this a real good news. He plans to engage her in some daily work... so that she will recollect something" आकाश संजनाला सांगत होता. He had a smile on his face.

"I am sure she will return to normal. Don't worry Aakash"

"I know that Sanjana... But when... I am not sure of that... Neither is Dr. Gadre."

༄

"सर, प्रकाश बेंद्रे आलेत. पाठवू का त्यांना?"

"पाठव"

"Sorry Sir, without appointment आलोयं. काही महत्वाचं बोलायचं होतं म्हणून आलोयं"

"No Problem. बोला"

"As always, आमच्या घरी आमच्या आत्यांचा ताफा आलायं. आईचं कळल्यावर "सहानुभूती" व्यक्त करायला जमल्या सगळ्या. My wife hates them all आणि ती त्यांच्या दिमतीला बिलकूलच जात नाही. So she went off to her parents. रात्री सगळ्या आत्यांच्या गप्पा सुरू होत्या तेव्हा मला काही गोष्टी समजल्या की माझ्या सगळ्यात लहान आत्या ने आई ला कसं छळलं होतं. She had destroyed my mother's workbook while she was appearing for her MSc exams. तिने ते फाडून आमच्या घराजवळ अहलेल्या कचरा पेटीत टाकून दिलेलं होतं. Apparently, she said that she had seen mother noticing the torn workbook while on her way to the college. तसचं आकाशच्या बारशाच्या दिवशी आईला घेतलेली नवीन साडी या छोट्या आत्याने फाडून टाकली होती. अर्थात त्यासाठी तिने बोलणी खाल्ली पण she said… she enjoyed torturing my mother. ही ती साडी आहे…" असं म्हणून प्रकाश नी एक प्लॅस्टीकची कॅरीबॅग डॉक्टरांच्या टेबलवर ठेवली. "May be this will be of some help."

"Thank you Prakash. बघू कसा उपयोग करता येईल ते. पण इथे येऊन हे inputs दिल्यामुळे नक्कीच आम्हाला केस सोडवायला मदत होईल. मी आकाश शी बोललोय आणि तशी एक ईमेल पण पाठवली आहे त्याला."

"हो, कळवलय आकाश नी. I am aware."

"मी काही मदत लागली तर फोन करेनच."

"Thank you Sir…" प्रकाश डॉक्टरांना thanks देऊन निघाला. समोरून नर्स पुष्पाला घेऊन येत होती. पुष्पाने निर्विकार चेहऱ्याने प्रकाशकडे बघितलं आणि ती पुढे गेली. तिच्या डोळ्यात कुठलेच ओळखीचे भाव नव्हते. प्रकाशच्या डोळ्यात पाणी

आलं पण त्याने फक्त मान हलवली आणि पायर्या ऊतरायला सुरूवात केली.

“हे बघ, मी न्यूरॉलॉजी ची डॉक्टर आहे... सायकीअॅट्रीची नाही. मला असं वाटतं की पुष्पाला जर love, affection जर continuously मिळत गेलं तर perhaps her shock might wane away quickly. पण जर तुला वाटत असेल की जुने incidences तिच्या डोळ्यासमोर परत जर घडवले तर that might help trigger her memory... तर तू ट्राय करू शकतोस... पण not immediately. आपण ठरवलयं ना की तिला routine कामात गुंतवायचं... मग let us do that. I hope you have informed Dr. Aakash in writing. तू बोलला त्याच्याशी हे तू सांगितलं मला.”

“हो. ईमेल केली त्याला. He replied too.”

“काय काय कामात पुष्पाला गुंतवणार. कारण hers is not a mental case per say. Just that it is some sort of Amnesia. पण तरीही the work should not be too overwhelming. काय विचार आहे तुझा?”

“हे बघ, पुष्पाचे strong areas काय आहेत... ट्यूशन्स, हॉस्पिटल assistance work आणि स्वयंपाक. All three are aquired skills. तर तेच द्यावेत. कॅम्पसवर असलेल्या स्टाफची लहान मुलं असतील तर त्यांची ट्यूशन ती घेऊ शकते... we need to explore this. त्यात तिचा वेळ जाईल. हेड नर्सच्या मदतीला तिला ठेवता येईल... a few hours in a day. आणि स्वयंपाकाचं... मला वाटतं हॉस्पिटलच्या किचन मध्ये she can help in the evening... कारण load कमी असतं. What do you think”.

"ठीकचं आहे. तिला आठवड्यातून निदान दोनदा तरी इथे घरी घेऊन येत जाऊ. I know you are apprehensive... but trust me... it will help. आणि तू पण जरा informally वाग तिच्याशी... she might open out more."

"ठीक आहे. प्रयत्न करतो. मला complexities नको आहेत काही."

"अरे नाही होणार काही complexities"

"बरं. उद्या बोलतो तिच्याशी. सांगतो तिला."

"Better way, call her here for dinner. तेव्हाच सांगू... मी सांगते व्यवस्थित. तू, मला माहिती आहे, official tone वापरशील"

"बरं. ठीक आहे. तसं करू" असं म्हणून डॉक्टर डायनिंगटेबल वरचा आपला ग्लास ऊचलला. खुर्ची मागे सरकवत उठले आणि आपल्या study मध्ये जाऊन बसले... आणि journal हातात घेऊन वाचायला लागले.

दुसर्या दिवशी रात्री पुष्पाला घेऊन डॉक्टर घरी गेले. ह्यावेळेस पण तिला चालवतचं नेलं होतं.

डायनिंग टेषलवर जेवणं सुरू असतांना रेणूकानी विपय काढला.

"पुष्पा, तुझी memory पूर्ववत व्हायला किती दिवस लागतील हे तर काही सांगता येत नाहीये. तर तोपर्यंत तूझा मुक्काम इथेच राहील. नुसतचं बसून तुला करमणार नाही... आणि काही आठवणार पण नाही. तर तू काहीतरी काम करायला घे... म्हणजे तुझा वेळ जाईल... आणि काम करता करता तुला काही आठवेल सुद्धा."

"काय काम करू मी. मला आवडेल करायला काम"

ठरवल्या प्रमाणे रेणूकानी पुष्पाला तीन प्रकारची "कामं" समजावली. पुष्पाच्या डोळ्यात एक चमक आली होती.

"मी करेन ही सगळी कामं. तुम्हाला कसं कळलं की मला काय करायला आवडेल ते?"

"आम्ही अंदाज बांधला. मागे तू आली होतीस तेव्हा तू काय काय केलं होतंस?"

"बॅन्डेज बांधलं होतं, पोळ्या केलेल्या आणि प्रॉब्लेम सोडवलेला."

"तीच कामं आम्ही ठरवलीत तुला द्यायची... ट्यूशन्सचं ठरवू केव्हा आणि कशा घ्यायच्या पण हॉस्पिटल मध्ये उद्यापासून सुरू करता येईल तुला काम."

पुष्पा आनंदात रूमवर परतली. तिला रेणूका आता खूपच आवडायला लागली होती. खूप छान बोलायची, वागवायची... पुष्पाला आवडी सांभाळायची.

दुसर्‍या दिवशी पासून पुष्पाची "ड्यूटी" सुरू झाली. डॉक्टरांनी सगळ्या स्टाफला समजाऊन सांगितलं हा treatment चा च एक भाग आहे आणि पुष्पाशी व्यवस्थित वागायचं आणि तिच्यावर लक्ष पण ठेवायचं.

सकाळी 9-12 पुष्पा हेड नर्सला assist करायची. 12-1 lunch break असायचा. 2 ते 5 वेगवेगळ्या पोरांच्या ट्यूशन्स. 5-6 tea break. 6-7 डॉक्टरांबरोबर alternate day ला सेशन. 7-8 हॉस्पिटल किचन. 8-9 dinner. 9-10 एक फेरफटका किंवा काही बैठे खेळ कॅरम सारखे... आणि 10 वाजता बेड...झोपणे. पुष्पा busy झालेली होती.

❧

पुष्पाला आता हॉस्पिटल मध्ये येऊन चार महिन्यांच्यावर झाले होते. औषधं, treatment सुरू होती पण पुष्पा अजूनही नववीच्या नंतरचा period आठवू शकत नव्हती. हॉस्पिटल

मध्ये आल्यापासूनचा period तिला आठवत होता. पण ती हॉस्पिटल मध्ये कशी आली हे तिला आठवत नव्हतं.

"डॉक्टरांनी प्रकाशला सांगून तिचे जुने आणि गेल्या काही वर्षातले फोटो मागवून घेतले होते. सेशनच्या वेळेस त्यांनी ते पुष्पाला दाखवले पण होते. परंतू पुष्पा कोणालाही ओळखू शकली नाही. फक्त तिने recent photographs मध्ये स्वतःला ओळखलं होतं.

"Let us try something else..." डॉक्टर रेणूकाला म्हणतं होते.

"Ok... कर try."

पुष्पा आता हॉस्पिटल मध्ये रमली होती. ती सगळ्या पेशंट्सशी अतीशय आपुलकीनी बोलायची. पेशंट्सना पण पुष्पा आवडायला लागली होती. काही डिफीकल्ट केसेसचे पेशंट्स पुष्पालाच रिस्पॉन्स द्यायचे. तिला सगळ्या पेशंट्सचे औषधं, सेशन टायमिंग्स, treatments... पाठ झालेलं होतं. Even हेड नर्स पण तिच्यावर विसंबून रहायला लागली होती.

किचनमध्ये पण पुष्पा ने पोळ्या करण्याचं जणू contract चं घेतलं होतं. तिच्या केलेल्या पोळ्या सगळ्यांना आवडायच्या म्हणून सकाळी आणि संध्याकाळी पुष्पा पोळ्या करून देण्याची in charge होती. "सगळी ट्रिक कणीक भिजवण्यावर आहे" पुष्पा कॉम्प्लीमेंट्स मिळाल्यावर म्हणायची.

डॉक्टर हे सगळं नोट करत होते. एका संध्याकाळी बसून अगदी सुरूवातीपासूनच्या नोट्स वाचून अन् ऐकून डॉक्टरांनी 2-3 शॉक प्लॅन्स बनवले.

पहिल्या प्लॅनला त्यांनी प्रकाशला सांगून पुष्पाच्या वर्कबुक सारखेच वर्कबुक फाडून घरासमोरच्या कचरा पेटीत टाकायला सांगितले. प्लॅन असा ठरवला होता की डॉक्टर गद्रे रेणूका आणि

पुष्पाला कार मधून "फिरवून" आणणार होते. ते त्यांची कार बेंद्र्यांच्या घरासमोरून नेणार होते आणि कचरा पेटी समोर दोन मिनीटं थांबणार होते. त्यावेळेस कचरापेटीत फाडलेले वर्कबुक पुष्पाच्या नजरेत पडायला हवे होते. प्रकाशला प्लॅन पटला होता. He was prepared for the action.

ठरल्या प्रमाणे डॉक्टर गद्रे रेणूका आणि पुष्पाला घेउन निघाले. पुष्पा खिडकीतून बाहेरचा नजारा बघत होती. तिच्या चेहर्यावर "ओळखीचे" असे काहीच भाव नव्हते.

बेंद्र्यांच्या घरासमोर गाडी आली. पुष्पानी घराकडे नजर टाकली पण काहीच प्रतिक्रीया दर्शवली नाही. डॉक्टरांनी गाडी थोडी पुढे नेऊन कचर्याच्या पेटीसमोर थांबवली. कचर्याच्या पेटीत अगदी वरती वर्कबुकचे तुकडे दिसत होते. सुरूवातीला पुष्पा फक्त त्या कचरापेटी कडे निर्विकार पणे बघत होती. डॉक्टर गाडी पुढे घेणार एव्हढ्यात गाडीचा दरवाजा उघडून पुष्पा बाहेर पडली आणि त्या कचरापेटीकडे जाऊन वर्कबुकचे तुकडे तिनी उचलायला सुरूवात केली. रेणूकापण तिच्या पाठोपाठ उतरली आणि पुष्पाच्या जवळ जाऊन ऊभी राहीली.

"काय झालं पुष्पा... काय करतेस तू हे"

"वर्कबुक माझं... हे हे... हे माझं वर्कबुक... मला... मला... मला माहिती आहे... कोणी फाडलं... ती... ती... कैदाशीण... मला त्रास देते सारखी..." म्हणून पुष्पानी रेणूकाला मिठी मारली.

"बरं बंर... आपण कार मध्ये बसून बोलूया का... चल" असं म्हणून रेणूकानी पुष्पाला कार मध्ये बसवलं, स्वतः बसली आणि डॉक्टरांनी एक smile देत गाडी पुढे घेतली.

"ती... ती ती कैदाशीण... अरे नवीन... ती त्या फोटोत आहे... मी बघितलयं तिला त्या फोटोत..."

"बरं... आपण घरी गेलो की बघूया का... आणखी काही आठवतयं का..."

"आणखीन... असे काहीतरी अंधूक फ्लॅशेस येत होते नवीन... मला भिती वाटते".

"अगं भितेस कशाला... मी आहे ना तुझ्या जवळ" रेणूका म्हणाली...

"अं... हो..." म्हणत पुष्पाने रेणूकाचा हात घट्ट पकडून ठेवला आणि ती हॉस्पिटल येई पर्यंत डोळे मिटून शांत बसलेली होती.

हॉस्पिटलमध्ये आल्यानंतर डॉक्टरांनी फोटो अल्बम पुष्पा समोर ठेवले. फोटो बघता बघता बरेचदा पुष्पा थांबायची... मध्येच अचानक तिने फोटोतल्या एका मुलीवर बोट ठेवले आणि म्हणाली... "ही... हीच ती कैदाशीण... मला छळ करायला आलीये ती. हीच होती माझं वर्कबुक फाडणारी... आणि... आणि... काय होतं... कुठलं कार्ड... फाडून टाकलं... फाडलं... फाडलं..."

पुष्पा रडायला लागली होती. रेणूकानी तिचं सांत्वन केलं. घरी नेलं... समजूत काढली... जेऊ घालून तिला तिच्या रूमवर आणून झोपवलं

"तुझी शॉक treatment ची सुरंवात तर चांगली झाली... आता what is next?..."

"आता लगेच नाही... आता पुढच्या महिन्यात हेड नर्सच्या मुलीच्या मुलाचं बारसं आहे... कालचं हेड नर्सनी दोन दिवस सुट्टी घेणार म्हणून सांगितलयं... आता त्या बारशाच्या दिवशी second try. हेड नर्सला पण सांगितलाय प्लॅन"

"Oh ok...I can imagine the plan." रेणूका हसून म्हणाली.

प्लॅन केल्यानुसार हेडनर्सच्या मुलीनी पुष्पाचीच बारशाला फाडलेली साडी दाखवून "रडायला" सुरूवात केली. पुष्पाच्या समोरचं हे नाट्य सुरू होतं. पुष्पाचं सगळं लक्ष त्या साडीवर होतं. तिने पुढे होत ती साडी हातात घेतली... तिचे डोळे आक्रसले... चेहर्यावर, राग, खिन्नता, आश्चर्य असे भाव दिसायला लागले...

आणि ओठ थरथरायला लागले... आणि तिने किंचाळायला सुरूवात केली... "सासूबाई..." म्हणत जोरात ओरडली... आणि मटकन खाली बसली.

हेडनर्स, रेणूका आणि डॉक्टर सोडून सगळे खोलीतून बाहेर गेले.

पुष्पा ओक्साबोक्शी रडत होती. हेडनर्सनी तिला पाणी दिलं आणि जवळ घेऊन पाणी पाजायला लागली.

"मी म्हणत होते ना फाडलं... बघा त्या कैदाशीणीनी काय केलं. माझी नवीन आणलेली साडी फाडली... हलकट मेली..."

डॉक्टरांनी परत फोटोंचे अल्बम समोर ठेवले आणि विचारलं... "ह्यातले कोण आहेत?"

पुष्पानी परत त्याच मुलीवर बोट ठेऊन "कैदाशीण" म्हणून सांगितलं आणि दुसर्या एका फोटोतल्या एका वयस्क बाईवर बोट ठेऊन ती हळूच म्हणाली "सासूबाई"...

पुष्पाने नंतर डोळे मिटले आणि डोके हेडनर्सच्या खांद्यावर ठेऊन ती रडू लागली.

पुढले काही दिवस पुष्पा आपल्या कोषात गेली होती आणि she looked very sad. डॉक्टरांच्या सेशन्स मध्ये पण ती सारखी रडायला लागायची.

"नवीन... मला खूपच त्रास होतोयं रे... जेव्हा काहीच आठवत नव्हतं तेव्हा मी खूप आनंदी होते रे. आता फ्लॅशेस येतात मनात अंधुकसे... खूप दुःख आलयं अचानक मनात. असं वाटतं की तू हे थांबवावं... मला नकोय काही आठवायला... न आठवताच मी सुखी होते रे."

डॉक्टरांना कल्पना होती की आठवायला लागलं की pain will return back and Pushpa will resist the comeback of memory.

त्यांनी पुढचे experiments पुढे ढकलायचे ठरवले. "Too many shocks may disturb her otherwise and I don't want to take a chance" त्यांनी आकाश आणि प्रकाशला कळवले.

आता पुष्पा परत सावरली होती. तिच्या कामात ती परत व्यस्त झाली होती. हॉस्पिटल मध्ये येऊन आता वर्ष झालेलं होतं. रेणूकाने तिला जवळ जवळ एक फॅमिली मेंबरच बनवलं होतं. बरेचदा पुष्पा डॉक्टराच्या घरी जेवायला असायची. रेणूकाशी गप्पा करण्यात पुष्पाचा चांगला वेळ जायचा आणि तिला आनंद वाटायचा.

पुढची shock treatment ही ध्यानी मनी नसतांना घडली... डॉक्टराच्या घरी जेवण झाल्यावर TV वर लागलेल्या सिनेमातला रेपचा सीन बघून पुष्पा अस्वस्थ झाली आणि पुढच्याच सीन मध्ये अबॉर्शनचे डायलॉग ऐकताच... "मला माहिती आहे तो राक्षस... दैत्य... खूप अत्याचार केले माझ्यावर... काळीज नसलेला राक्षसी दैत्य आहे तो" असं ओरडायला लागली... आणि आपल्या हातात तोंड लपधून रडायला लागली.

रेणूकानी TV बंद करून पुष्पाला मिठीत घेऊन शांत करायला लागली. डॉक्टरांनी तिला पाणी दिलं आणि शांतपणे फोटो अल्बम समोर ठेवले...

भीत भीत पुष्पाने अल्बम मधले फोटो निरखायला सुरूवात केली आणि देवदत्तच्या फोटोवर बोट ठेऊन... राक्षस... दैत्य असं म्हणाली. तो फोटो recent फोटो होता आणि त्यात पुष्पा आणि देवदत्तचं होते. पुष्पानी फोटो निरखून बघितला आणि अल्बम ढकलून दिला. डोळे बंद करून ती बसली राहिली.

रेणूकाने तिला नेहमीप्रमाणे रूमवर सोडले. पण आज पुष्पाला एक झोपेची गोळी देऊन पुष्पा गाढ झोपेपर्यंत रेणूका तिच्या खोलीत बसून होती.

दुसर्‍या दिवशीच्या सेशन मध्ये... "नको रे नवीन माझी memory परत आणू. नाही जायचयं मला परत दुःखाच्या घरात, दुःखाच्या गावी." पुष्पा डॉक्टरांना विनवू लागली.

"हे बघ आज ना उद्या तुझी memory परत येईलच ना. मग"

"आली तरी मी सांगणारच नाही मग काय होईल"

"म्हणजे तुझी memory आलेली आहे आणि तू लपवून ठेवते आहेस का?"

"नाही रे बाबा. तुझ्यापासून आणि रेणूका पासून मी कसं लपवेन काही. मी फक्त म्हणाले की memory आली आणि मला जर परत दुःखाच्या दुनियेत जायचं नसेल तर?"

"तो प्रश्न नंतरचा आहे. एकदा तू पूर्ववत झाल्यावर तू तुझं decision घेऊ शकतेस ना... कुठं रहायचं ते... घरात रहायचं की हिमालयातल्या गुहेत"

"बरं... सध्यातर तुझ्याजवळ आहे ना... बस तर मग. रेणूका छान आहे. तू लकी आहेस. ती पण. माझी संधी गेली कारण मी जन्मतःच अनलकी निघाले ना. म्हणून तर माझ्या नशीबात दैत्य आला. माझ्यावर पण अशीच जबरदस्ती व्हायची... माझी अडचण असली तरी... अंधूक आठवणी येतात... अंगाची आग होतेयं असं जाणवतं. अबॉर्शनचं पण काहीतरी अंधूकसं जाणवतं..." पुष्पा कुठेतरी हरवली होती.

डॉक्टरांना जाणवत होतं की memories हळू हळू परत यायला सुरूवात झाली आहे. पण since memories were associated with pain, he had to take it slowly to avoid any crash.

TV चा incident होऊन तीन महिने उलटले होते. आता पुष्पाला regularly flashes येत होते... पण अजूनही सगळं "अंधुक" च होतं. डॉक्टरांनी पुढला exeriment करायचा ठरवला.

एका रात्री डॉक्टरांच्या घरी जेवतांना रेणूका म्हणाली... "उद्या घरी पूजा आहे. पूजा तर केतन करेल पण नैवेद्य सोवळ्यात करायचा असतो आणि माझी अडचण आहे. तुला सोवळ्यात नैवेद्य करायला जमेल का?"

ताडकन पुष्पा उत्तरली... "न जमायला काय झालं करीन की त्यात काय."

"मी सुमनला सगळं काढून ठेवायला सांगेनच. तू साडे दहाला ये... येशीलना एकटी?"

"हो... येईन ना. त्यात काय?" पुष्पा उत्तरली.

दुसर्या दिवशी पुष्पा जेव्हा पोचली तेव्हा सगळी तयारी करून ठेवली होती सुमनबाईंनी. गॅस पण ओट्यावरून खाली जमिनीवर काढून ठेवलेला होता. सोवळ्याची सिल्कची साडी पण टेबलवर काढून ठेवलेली होती.

पुष्पाने सोवळ्याची साडी नेसून खाली बसून स्वयंपाक सुरू केला होता. एव्हढ्यात पुष्पाच्या ट्यूशनचा एक लहान मुलगा तिथे पाटी पुस्तक घेउन आला. पुष्पाला आश्चर्यच वाटलं.

"काय रे आत्ता कशाला आला?"

"मला गावाला जायचयं अन् त्याच्या अगूदर हे गणितं सोडवून शाळंत मास्तरनां दाखवायचयं... म्हणून तुम्हाला शोधत आलू"

पुष्पाला हसूच आलं... "बरं काय सोडवायला सांगितलयं सांग"

मुलाने पाटी फरशीवरून पुष्पाकडे ढकलली.

"अरे पण तू कसं सोडवशील ते पहिले दाखव ना... मग मी सांगते" म्हणत पुष्पाने परत त्या मुलाकडे पाटी सरकवली. मुलाने गणित "सोडवायचा" प्रयत्न करून ती पाटी परत पुष्पाकडे सरकवली.

पुष्पा "सोडवलेले" गणित बघून हासली आणि म्हणाली... "अरे असं नाही सोडवायचं... दे पेन्सिल दे...सरकव इकडे फेकू नकोस"

एव्हढं म्हटल्यानंतर पुष्पाचा चेहरा एकदम बददला... तिने त्या मुलाकडे टक लाऊन बघितले. तिच्या डोळ्यात पाणी जमा झाले कशाचाही विचार न करता. पुष्पा ऊठली... त्यामुलाजबळ आली आणि त्याला घट्ट पकडले आणि "आकाश" म्हणून जोरात ओरडली आणि तिची शुद्ध हरवली.

रेणूका, सुमन आणि डॉक्टर हे दरवाज्या जवळ उभे राहून सगळं बघतच होते. रेणूकानी पटकन पुढे जाऊन पुष्पाला सावरले आणि कोचावर नेऊन झोपवले. तिच्या तोंडावर पाणी शिंपडले आणि तिला शुद्धीवर आणण्याचा प्रयत्न करू लागली.

डॉक्टरांनी इंजेक्शन देण्याची तयारी केलीच होती तेव्हढ्यात पुष्पा शुद्धीवर आली.

"काय झालं मला...मी का झोपली आहे" पुष्पा विचारती झाली.

डॉक्टरांनी फक्त "आकाश" असं म्हटलं

पुष्पा ताडकन उठून बसली... "कुठाय तो" म्हणून विचारलं

डॉक्टरांनी अल्बम पुढे केला... पुष्पानी जुन्या फोटोत छोट्या आकाशला ओळखून त्या फोटोवर हात फिरवत... "आकाश" म्हणत रडत बसली... त्याच्याच बाजूला असलेल्या प्रकाशच्या फोटोवर हात फिरवून डॉक्टरांकडे अपेक्षेनी बघितलं...

"तूच आठव आणि सांग..."

"आकाश, आकाश, आकाश... प्र... प्र प्रकाश... प्रकाश..." तिच्या डोळ्यातून घळाघळा अश्रू बाहेर पडायला लागले.

"कुठे आहेत ते"

"आज आता एव्हढचं. आता जेवायचं आणि विश्रांती घ्यायची. उद्याच्या सेशन मध्ये पुढचं. तोपर्यंत आणखीनही काही आठवेल तर बघ"

जेवण झाल्यानंतर पुष्पा झोपली. तिला खूप थकवा आलेला होता. संध्याकाळी उठल्यानंतर पण थकवा जाणवत होता. रेणूका

येऊन तिला बाहेर फिरायला घेऊन गेली. थोडसं खाऊन पुष्पा परत झोपली.

दुसर्या दिवशी उठल्यावर तिला बरं वाटत होतं. नेहमीची आपली कामं केल्यावर संध्याकाळी ती सेशन ला गेली.

“काय काय आठवतयं आता.? कुठपर्यंत आठवतयं”

“तू 10 वी पास झाल्यावर मुंबईला निघून गेलास. मी एकटी पडली. कारण तुझ्याशिवाय मला समजून घेणारं कोणीच नव्हतं. कॉलेज मध्ये गेल्यावर पण अभ्यासाव्यतरिक्त काहीच करू शकत नव्हते... ना गाणं, ना नाटक, ना बॅडमिटन...घरकाम आणि कॉलेज. बस. फारनलला आल्यावर आतेभावानी जबरदस्ती करायचा प्रयत्न केला. तो फसला. आत्यांच्या मिस्टरांच्या ओळखीचे होते... त्यांच्या मुलाशी लग्न लाउन दिलं. त्याच्या मनात दुसरीच होती. म्हणून तो माझ्यावर राग काढायचा... अंगावर पण... ओरबाडायचा सगळं... रेप करायचा माझ्यावर... रोजचं. आकाश नंतर अबॉर्शन झालेत... मग नाईलाजास्तव प्रकाश झाला. नणंदा खूप छळायच्या. सासूचं चांगली होती म्हणून निभावलं... तुझी खूप आठवण यायची... रोजच. पण सांगणार कोणाला... BSc केलं MSc केलं. पण नंतर चूल अन् मूलचं होतं... पुढे अंधारच दिसतोय... काहीच नाही आठवत... पुढंच.”

“हममम. आठवेल आठवेल. हळू हळू सगळं आठवेल”

“काय करायचयं आठवून... तू परत पाठवशील मला इथून. मी विसरले सगळं म्हणून मी इथे आले. इथे तू भेटशील हे माहिती नव्हतं नाहीतर खूप आधी आले असते. बघ सगळं विसरली पण तुला नाही विसरली मी. आठवल्या नंतर परत पाठवणार ना मला तू?”

“आपण बोललोय ना ह्यावर... मग परत परत कायं?”

“किती दिवस झाले मला इथे येऊन?”

“दिवस? पावणे दोन वर्ष होतील आता”

"ह्या वेळात मला भेदायला कोणीच आलं नाही ना?"

"आले तरी तू ओळणार होतीस का?"

"तू सरळ उत्तर का देत नाहीस... आणि पुढचं का मला सांगत नाहीस... मला नाही आठवत आहे तर"

"मला काय माहिती पुढचं?"

"सगळं माहिती आहे... मला ज्यांनी इथे आणलं त्यांनी सांगितलचं असेल ना..."

"तुलाच आठवायचं आहे आणि आठवेलच तुला लवकर"

"नाही आठवणार मी. मला इथेच राहचयं" एव्हढं म्हणून पुष्पा उठून बसली. "मला थकवा वाटतोय रे... मला रूमवर जायचयं"

नर्सला बोलावून पुष्पाला रूमवर पाठवलं आणि त्यानी प्रकाशला फोन लावला.

"मला वाटतं एक शेवटचा experiment करावा लागेल. कारण her fear of pain is forbidding her from recollecting her memory. हे जे experiments आहेत ते तिच्या unknowingly memory trigger करतात. ती आपणहून आठवणारच नाही"

"अरे तिला आयुष्यात love, affection, respect, recognition हे काहीच मिळालं नाही घरच्यांकडून. बाहेरून थोडं फार मिळालं असेल नसेल... पण इथे आपल्याकडून तिला ते मिळतयं आणि she considers us as her family. तुझ्यावर तर ती प्रेम करतेच, तू तुसडेपणाने वागतोस तरीही"

"तुसडेपणानी काय... मी professional वागतो."

"तिच्या दृष्टीकोनातून बघ ना जरा. मग कळेल तुला. वागला जरा प्रेमानी तर काय होणार आहे... she will feel better. तुझा ego जरा बाजूला ठेव आणि look at her as a human being. अरे ती बरी झाल्यावर तुझ्याकडून नाही अपेक्षा ठेवणार. She will realize her place."

"बरं ठीक आहे. प्रयत्न करतो. प्रकाशशी बोलून मी परत एकदा सिच्यूएशन समजाऊन घेतली आहे. This will be the last act"

"शनिवारी संध्याकाळी आपल्याला नवीनच्या एका मित्राकडे जायचयं. त्याची बायकोपण मॅथेमॅटिक्सवालीच आहे... म्हणून तू पण चल आमच्याबरोबर. मजा येईल तुला" रेणूका पुष्पाला सांगत होती.

"पण मी ओळखत नाही कोणाला तिथे"

"म्हणून तर नेतोय तुला ओळख व्हायला"

"बरं... येईन मी" पुष्पाला संकोच वाटत होता... पण इलाज नव्हता.

शनिवारी संध्याकाळी नवीनच्या कारनी तिघंही नवीनच्या "मित्रा" कडे गेले.

नवीनच्या मित्राच्या घरी त्याचा मुलगा, सून आणि 6-7 वर्षांचा नातू पण होता. मित्राची बायको पण मॅथेमॅटिक्सच्या ट्यूशन्स घ्यायची. पुष्पा आणि रेणूका तिच्या बरोबर गप्पा मारत होत्या. नवीन, नवीनचा मित्र आणि त्याचा मुलगा लिव्हींगरूम मध्ये गप्पा करत होते. सून मात्र तिच्या खोलीतच होती.

त्यांचा नातू तिथेच वहीत काहीतरी लिहीत बसला होता... तो उठला आणि त्याच्या वडिलांकडे गेला...

"बाबा मला ही सम सोडवून द्या. मला नाही येत."

"अरे ये इकडे मला दाखव, मी सोडवून देते" नवीनच्या मित्राची बायको म्हणाली.

"तुला मॅथ तरी येतं का?" नातवानी विचारलं

"म्हणजे काय. मी मॅथ शिकली आहे. तुझ्या बाबाला पण मी मॅथ शिकवलयं. विचार त्याला"

तेव्हढ्यात त्या नातवाई आई तिथे आली... तिला बघून तो नातू म्हणाला... "आई खरचं आजीनी बाबांना मॅथ शिकवलयं का. तिला मॅथ येतं का?"

"काय माहीत. असं ती म्हणते... खरं खोटं देवालाच माहीत... मॅट्रिक तरी झाल्या आहेत का कोणास ठाऊक?" असं तिने खोचक पणे म्हटलं.

पुष्पाचा चेहेरा बदललेला होता. तिच्या चेहेर्यावर राग, तिरस्कार असं सगळ्याचं मिश्रणं होतं. तिचा श्वास जोरात चालला होता. नाकपुड्या फुगल्या होत्या... ती जोरात ओरडली...

"मॅट्रिक पास काय... चांगली MSc झाली आहे फर्स्टक्लास मध्ये. समजलीस काय... तू तर साधं BA पण कसंबसं पास केलयं अन् तुझा बाप तर मॅट्रिक सुद्धा झालेला नाहीये. थांब जरा दाखवतेच तुला प्रुफ" असं म्हणून पुष्पा खुर्चीवरून उठली आणि जमिनीवर कोसळली.

रेणूकानी तिला लगेच सांभाळल्यामुळे तिचं डोकं जमिनीवर आपटलं नाही.

पाणी पाजल्यावर आणि तोंडावर पाणी शिंपडल्यावर पुष्पा शुद्धीवर आली... ती थकलेली वाटत होती. गळून गेल्यासारखी ती डोळे मिटून बसली होती.

मित्राच्या सुनेनी एका बाऊल मध्ये सूप आणलं... ते रेणूका पुष्पाला चमच्यानी भरवायचा प्रयत्न करत होती.

थोड्यावेळानी पुष्पा सावरली...

"काय झालं... कुठे आहे मी... तुम्ही कोण सगळे..."

डॉक्टर गद्रेंच्या चेहेर्यावर एक मोठ्ठं smile होतं. रेणूका पण smile देत होती.

"आता आपण जेऊ आणि मग घरी जाऊ. उशीर नको. नंतर बोलू सावकाश... काय" नवीन म्हणाला

पुष्पाला काय चाललयं हे न कळल्यामुळे तिने फक्त मान हलवली. जेवतांना पण ती गप्प होती.

निरोप घेउन निघाल्यानंतर कार मध्ये पुष्पा म्हणाली... मला आठवतयं सगळं आता. तिथे मी गोंधळली होती. काय झालं तिथे. मी काही केलं का?"

"नाही गं. तुला जरा एक्झरशन झालंय म्हणून चक्कर आली होती. पण आता तुला सगळं आठवायला लागलयं हे छान झालं" रेणूका म्हणाली.

"छान की वाईट कोणास माहित... नाहीतर परत येरे माझ्या मागल्या" पुष्पानी सुस्कारा टाकला आणि तिने डोळे मिटले. ती हॉस्पिटल मध्ये येई पर्यंत काहीच बोलली नाही.

रेणूकाने तिला तिच्या रूमवर सोडले. झोपेची गोळी दिली आणि ती झोपल्यावर घरी गेली.

"Congrats Dr Naveen Gadre... you did it".

"No... you did it actually. She trusted you more."

"Ok... we did it. But actually she is the one who did it."

"Yes... उद्याला सेशन घेऊन मग मी Dr Aakash ला कळवीन"

"आजचं हे बहुतेक शेवटचं सेशन असेल तुझं. कारण आता सेशन्स ची जरूर राहिलेली नाही" डॉक्टर पुष्पाला सांगत होते... "काय काय आठवतयं... काय काय वाटतयं ते सांग"

बाहेर अंधारून आलेलं होतं. काळेकुट्ट ढग केव्हापण फुटून पाण्याचे लोट वाहवणार होते. थंड वारं सुटलं होतं. विजांचा लखलखाट पण होत होता.

सेशन चेंबर मध्ये डॉक्टर पुष्पाचं शेवटचं सेशन घेत होते.

"काय फरक पडणार आहे तुला मी काय आठवतयं आणि काय वाटतयं सांगून. तुला काय पडली आहे का माझी. तुझं काम होतं ते तू केलयं झालं संपलं" पुष्पा म्हणाली

"मला काय वाटतं ते आपण नंतर बोलू सेशन संपलं की. आता मी विचारलेल्या प्रश्नांची उत्तर दे."

"सगळं आठवतयं... मिळालेला धुत्कार, उपहास, अपमान, दुःख व वेदना... शारिरीक आणि मानसीक. तोंड दाबून बुक्क्यांचा मार, बोललं की होणारं मिसअंडरस्टॅन्डींग..." पुष्पाचा आवाज वितळत गेला. "अवहेलना, मानसिक यातना, दुर्लक्ष...सगळंच मिळालं... खूप. काय काय नाही मिळालं... प्रेम, लाड, प्रणय, श्रृंगार, मान, सन्मान, recognition... ह्यातलं काही नाही मिळालं. झालं समाधान ऐकून."

"हे बघ मी हे सगळं professionally विचारतोय"

"कळतयं मला म्हणून तर मुलगा डॉक्टर असून सुद्धा त्याने मला तुझ्याकडे आणून सोडलं आणि तो गेला परत ना"

"कसं शक्य होतं त्याला तुला treat करणं. तेच सांगायचा प्रयत्न करतोयं की emotions involve झाले की treatment बरोबर होत नाही. आणि त्याच्याकडे एव्हढा प्रपंच नाहीये इथे भारतात. असता तरी त्याने दुसर्‍या डॉक्टरला सांगितलं असतं. जरा समजून घे"

"जन्मभर दुसर्‍यांनाच समजून घेत आलियं रे... मला कोण समजून घेईल? आता तर काय... परत त्याच वातावरणात. कशाला रिपेअर केलं मला... होती डिफेक्टीव्ह तर तशीच छान होती. अज्ञानात सुख होतं रे. का मला परत माझ्या आठवणी जाग्या करून दिल्या. नको होत्या मला त्या. सुखी होते ना मी. नाही बघवलं तुला. मला सुधरवता आलं नसतं तर तू फेल झाला असतास ना... तुझा ईगो हर्ट झाला असता ना... कायरे?"

"हे बघ, तुझा स्टुडंट फेल झालेला तुला चालला असता का?"

"तू ना... जाऊ दे. बदललाचं नाही आहेस. ऊगीच वाद घालतोस. बरं बाबा तू करेक्ट आहेस. मी मूर्ख. बावळट. बरं झालं तुला मी नाही मिळाली नाहीतर तू हे सगळं उभारूच नसता शकला... मी unlucky च आहे ना."

"त्याचा काय संबंध येतोयं. तुला काही आठवत नाहीये असं काही आहे का? तुला काही दुखतयं का?"

तेव्हढ्यात ठगांचा मोठ्ठा गडगडात झाला आणि वीज पडली त्याचा लखलखाट झाला. जोरात पाऊस कोसळायला लागला आणि लाईट गेले.

डॉक्टरांनी रेकॉर्डींग बंद केलं. परत जोरात ढगांचा गडगडात झाला. पुष्पाने घाबरून जाउन डॉक्टरांना मिठी मारली. लाईट गेल्यावर जनरेटर चालू झाल्यामुळे लगेच दिवे आले.

"अगं घाबरतेस काय... फक्त ढगांचा गडगडाटच तर होतोयं" डॉक्टर मिठी सोडवत म्हणाले. पण पुष्पाने मिठी सोडली नाही.

"नवीन, तुला आठवतयं का रे... आराधना... त्यातलं रूप तेरा मस्ताना. त्या गाण्यात मी तुला आणि मलाच बघत होते... तो दिवस आज आलायं रे."

"अगं सोड मला हे काय चालवलयं तू"

"नाही आज मी सोडणारच नाहीये. आज शेवटचा दिवस आहे. सगळ्याच दृष्टीनी. ह्यानंतर मी तुला परत कधीच नाही काही मागणार... कारण रेणूका साठी. पण आज जर तू मला दिलं नाहीस तर आजचा माझा ह्या जगातला शेवटचा दिवस असेल. तू बघच नवीन. आज तू मला जे हवयं इतक्या वर्षांचे ते देणार आहेसच."

"अगं तू हे काय चालवलयं... सोड मला. कोणी येईल आत तर काय म्हणेल"

"कोणी कसं येईल नवीन... सेशन सुरू आहे. बाहेर लाल दिवा आहे. कोणीच येणार नाही. तू मला सुधरवलयं ना त्याची शिक्षा म्हणून तू आज मला जे हवयं ते देणार आहेस. मी नाही म्हणून

ऐकणार नाही. हे पहिलं आणि शेवटचचं असेल. माझ्या तृप्तते साठी. जन्मभर काहीच नाही मिळालं पण आज जे मिळेल त्यानी सगळं भरून निघेल. नाही तर राहील माझी डेड बॉडी. कारण I have nothing to lose".

डॉक्टरांनी पुष्पाला तिच्या रूमवर सोडलं आणि ते आपल्या चेंबर मध्ये आले तेव्हा 8.30 वाजून गेले होते. सेशन चेंबर आवरून त्यांनी टेप्स आपल्या बॅग मध्ये ठेवल्या. नर्सला फोन करून पुष्पाला जेवणानंतर झोपेची गोळी द्यायला सांगितली. हॉस्पिटल मध्ये एक चक्कर मारून सगळं एकदा चेक केलं आणि त्यांनी मोबाईल काढला घरी फोन करायला की गोल्फकार्ट घेउन ये म्हणून. पण रेंजच नव्हती.

पावसाचा जोर वाढला होता. नदीवरून येणारं गार वारं पण होतं. शेवटी एका नाईट स्टाफची छत्री घेऊन ते चालत घरी गेले. छत्री असून ते पूर्ण भिजले होते.

"अरे कार्ट का नाही घेतली."

"दोन कार्ट्स घरीच आहेत. एक तरी तिथे हवी ना. आणि फोन बंद आहेत. लाईट्स गेलेत."

"मला वाटलचं की तुला उशीर होईल. तू सगळं स्वतः चेक केल्याशिवाय येणारचं नाहीस"

वॉश घेउन डॉक्टर जेवायला बसले.

"झालं का सेशन शेवटचं"

"हो आणल्यायं टेप्स. ऐक. ती मलाच दोष देत होती तिला "रिपेअर" केलं म्हणून. अज्ञानात सुख असतं... नव्हती memory तर सुखी होते म्हणे"

"जाऊ दे रे. तू तिच्या बिचारीच्या दृष्टीनी बघ ना जरा. बरोबरचं तर होतं तिचं म्हणणं. अरे there is a beauty in imperfection also. सगळंच काही परफेक्ट असायला नको.

नसती “रिपेअर” झाली तर आनंदी असती... तुझा सक्सेस ह्या केस मध्ये महत्वाचा नव्हता. You could have let go your success this time. आणि especially when she loves you immensely. एनी वे जाऊ दे. मग आता उद्या डिस्चार्ज का?”

“हो. दोघांनापण कळवीन... लाईट आले की”

“आपण सगळे सेंड ऑफ देऊ या का तिला...”

“नको गं. That will not look good.”

“ठीक आहे.”

साधारण चारच्या सुमारास पुष्पाला घेऊन प्रकाश निघाला घरी जायला.

दुपारी रेणूका येऊन पुष्पाला घरी घेऊन गेली जेवायला. पुष्पाच्या आवडीचा बेत होता. “भेटायला येत जा... केव्हापण ये. तू फॅमिली मेंबर आहेस. संकोच करू नकोस कशाचाच... आणि काहीही problems आले तर सांग. फोन नंबर आहेत तुझ्याजवळ आता.” रेणूका सांगत होती.

“हो... काहीही लागलं तर लगेच सांगायचं किंवा यायचं इथे. संकोच करायचा नाही.” डॉक्टरांनी पण री ओढली... आणि पुष्पाकडे बघून smile पण केलं.

“येईन मी नक्की” पुष्पाच्या डोळ्यात पाणी होतं. तिने फक्त रेणूकाचा हात हातात घेउन दाबला.

प्रकाश आल्यावर त्याने पुष्पाला घट्ट मिठी मारली आणि तो रडायला लागला. पुष्पा शांत होती... “अरे रडू नकोस. मला काहीच झालं नव्हतं. जस्ट memory lapse झाली होती. आता एव्हढ्या वर्षांची memory ह्या नवीन नी दोनच वर्षात परत आणली. बघ कसा हुषार आहे तो.” असं म्हणून नवीनच्या पाठीवरून हात फिरवला... “येते रे मी. येईन परत नक्की” म्हणून ती कार कडे चालू लागली.

डॉ गद्र्यांनी कुठलीच फी घ्यायला नकार दिला. "एक डॉक्टर दुसर्या डॉक्टर कडून पैसे घेत नसतात आणि पुष्पा तशीही फॅमिली मेंबर आहे आमची." अशी पुष्टी जोडली.

कार कॅम्पस मधून बाहेर पडे पर्यंत डॉक्टर बाहेर ऊभे होते. कालच्या पावसाचे effects बाहेर दिसत होते.

आईला घरी आणल्यावर तिला तिच्या खोलीत नेले. खोली होती तशीच होती. "आकाश उद्या यायला निघतोय आई... दोन दिवसांनी पोचेल तो"

"बरं"

प्रकाशनी त्याच्या वडलांना आणि बायकोला आईपासून काही दिवस दूर राहण्याची व शक्यतो बोलणं टाळायची ताकीत दिली होती.

आईला चहा करून आणून दिला. "अरे मला भूक नाहीये. दुपारी जबरदस्त जेवण झालयं. तू काळजी नको करूस." पुष्पा म्हणाली.

प्रकाश मान डोलावून बायकोला ऑफिसमधून आणायला निघून गेला.

सहा वाजायला आले होते. घरात सामसूम होती. पुष्पा उठली सैपाक घरात आली. फ्रिज मध्ये भाजी आणि वरण दिसलं.

तिने कणकेचा डबा काढला कणीक भिजवली आणि 12 पोळ्या करून ठेवल्या. "तिला आल्यावर करायला नको" पुष्पा स्वतःशीच पुटपुटली.

ओटा साफ करून ती परत आपल्या खोलीत आली. आपली बॅग उघडून आपले कपडे आणि पुस्तकं तिने व्यवस्थित लाऊन ठेवले.

दासबोधाचं पुस्तक घेऊन ती वाचत बसली. साधारण 8.30 ला कसल्याशा आवाजाने तिचं लक्ष वेधलं. ती खोलीतून बाहेर आली. नवरा TV लाऊन बसला होता.

काहीतरी बोलायचं म्हणून पुष्पाने विचारलं... "जेवणं झालं का?"

"हो झालं"

"कशा वाटल्या पोळ्या?"

"पोळ्या?" देवदत्तच्या लक्षात आलं की जेवणात आज पोळ्या नव्हत्याचं. पण उगीच कशाला वाद करा म्हणून त्याने "छान चांगल्या होत्या" सांगितलं

"तिथे हॉस्पिटल मध्ये पण मीच करायची पोळ्या. सगळ्यांना खूप आवडायच्या माझ्या केलेल्या." पुष्पा सांगत होती.

"हो का. छान."

"प्रकाश दिसत नाही ते"

"ते बाहेर गेलेत. मी जरा बातम्या बघतो का." देवदत्त म्हणाला.

पुष्पाला कळलं आणि ती "बरं" म्हणून आपल्या खोलीत परत आली. ऊगीच नवऱ्याला disturb करायला नको म्हणून तिने दरवाजा बंद केला आणि ती परत दासबोध वाचायला लागली. वाचता वाचता तिचा डोळा लागला.

कुठल्याश्या आवाजानी तिला जाग आली. तिने दिवा बंद केला, दरवाजा उघडला आणि चाहूल घेतली. प्रकाशच्या खोलीतून भांडणाचा आवाज येत होता. ती अंधारातच पुढे गेली आणि ऐकू लागली.

"...म्हणून काय तू बारा पोळ्या टॉमीला टाकल्या?"

"हे पहा... ती त्या हॉस्पिटलमध्ये होती वेड्यांच्या. तिथे कुठले कुठले लोक असतात. ती घरी येते आणि माझ्या स्वयंपाक घरात जाऊन चक्क पोळ्या करते... मी नाही खपवून घेणार".

"तुझं कुठलं आलयं ते स्वयंपाकघर. जे काही आहे ते तिचंच आहे... आणि राहील. मी खाल्या असत्या त्या पोळ्या. आणि ते वेड्यांचं हॉस्पिटल नाहीये. अन् तिची memory गेली होती. तिला वेड नव्हतं लागलं. तोंड सांभाळून बोल"

“हो का... एव्हढचं जर आहे तर रहा आपल्या आई बरोबर. मी जाते माहेरी”

“जा. खुशाल जा. आहे काय माहेरी तुझा बाप तर नक्कीच चालला आहे जेल मध्ये बॅकेत अफरातफरी केल्याबद्दल. आणि चर्चा ही पण आहे की तू त्याला माहिती पुरवत होती ते... जा. खुशाल जा”

“तुझ्याशी नसतं केलं लग्न तर बरं झालं असतं”

“मला पण तसचं वाटतं... माझा बाप शंढ होता आणि तुझ्या बापानी त्याला गंडवलं... तू पण तशीच, तुझा बाप पण तसाच... जा... पोराला पण घेऊन जा”

काहीतरी फेकल्याचा आवाज झाला. रडण्याचा आवाज सुरू झाला. पुष्पानी तिथून आपला मोर्चा TV रूम कडे वळवला. अंधूक उजेडात नवरा कोचावर झोपल्याचे दिसले. तो पण झोपला नसावा... भांडण ऐकत असावा असा तिला अंदाज आला. ती आपल्या खोलीत परतली आणि हळूच दरवाजा बंद केला.

नवरा खोटं बोलल्याचं तिच्या लक्षात आलं कारण सगळ्या पोळ्या सुनेनी कुत्र्याला टाकल्या होत्या. पण आता पुष्पाला वाईट वाटलचं नाही.

तीने अंगावरचे सगळे दागिने उतरवले. बाथरूम मध्ये जाऊन थंड पाण्यानी चेहरा धुतला. खोलीत येऊन ती शांतपणे झोपली.

नेहमी प्रमाणे पहाटे 5.30 ला जाग आली. ती उठली. बिछाना आवरला. बाथरूमला जाऊन ब्रश केलं आणि खोलीचा दरवाजा उघडून ती बाहेर आली. सगळीकडे शांतता होती. बाहेरचा दरवाजा आवाज न करता तिने उघडला. बाहेर पडून दरवाजा हळूच बंद केला.

मेन गेट वरच्या सेंट्रीनी पुष्पाला ओळखून गेटच्या आत घेतले. बसायला स्टूल दिला आणि डॉक्टरांना घरी फोन लावला. पावणे

सात वाजत होते. पाचच मिनीटात गोल्फकार्ट येतांना दिसली. डॉक्टर आणि रेणूका दोघेही आपल्या नाईट ड्रेस मध्येच येत होते.

कार्ट येऊन थांबली दोघेही पुष्पाजवळ आले... “कायं गं काय झालं?”

“मी घर सोडलयं कायमचं. मला इधेच राहयचयं. मला इथेच सुरक्षित वाटतं. बाहेर वेड्यांचा आणि स्वार्थी लोकांचा बाजार आहे. तुमच्या पाया पडते मी पण तुम्ही मला इथून बाहेर पाठवू नका. मी लागेल तर मोलकरणीचं काम करेन... पण तुम्ही मला बाहेर पाठवू नका... मी हात जोडते... पाया पडते तुमच्या” असं म्हणून पुष्पाने पटकन वाकून त्यांचे पाय पकडले...

“अगं हे काय करतेस...” म्हणून रेणूकाने तिला खांद्याला धरून वर ऊठवलं आणि आपल्या मिठीत घेतलं. पुष्पा हमसून हमसून रडू लागली. डॉक्टरांनी तिच्या पाठीवरून हात फिरवला आणि म्हणाले... “मला माहिती होतं की तू परत येणारच आहेस. आपलं घर खूप मोठं आहे आणि तू तर फॅमिली आहेस.”

“हो ना. वेलकम बॅक... चला जाऊ आता... छान गरम गरम चहा पिऊ” रेणूका पुष्पाला कार्ट कडे नेत म्हणाली.

कार्ट निघाल्यावर पुप्पाने एक उसासा सोडला. डोळे बंद केले आणि एक मोठ्ठा श्वास घेतला... मुक्ततेचा... डोळे उघड्यावर तिला दिसत होतं उगवणारं सूर्याचं ताजं बिंब... “आता सगळंच नवीन होणारं... मुक्त होणारं...” पुष्पाच्या चेहर्यावर एक स्मितहास्य उमटलं होतं

अरे... मी परमेश्वर...... गॉड

काल रात्री माझ्या स्वप्नात देव (परमेश्वर) आला. साधा शर्ट पॅट च घालून आला होता.

मी विचारले की कोण तू... तर म्हणाला अरे... मी परमेश्वर, देव!!

मी म्हणालो... पण तू असा शर्ट पॅट घालून... तू तर पीतांबर, मुकुट, दागिने घातलेला असतोस...

हासला तो... म्हणाला... अरे ज्यावेळेस लोकांनी मला घडवला त्यावेळेस लोक जे कपडे घालायचे, जसे रहायचे तसं मला सजवले. पण आता मला लोकांमध्ये वावरायचं असतं तर पीतांबर घालून कसं चालेल... I will be mobbed you know.

ऑं... तुला ईंग्लीश पण येतयं...

हो... मग तुम्ही लोक सतत OMG...म्हणत असता... तर मला कसं समजतं ते... परत हासला.

तू लोकांमध्ये वावरतोस...इथे पृथ्वीवर...? स्वर्गात नाही रहात?

अरे काय सांगू... दर सेकंदाला I get thousands of requests from all over... सगळं manage करायला on the spot च असाव लागतयं... remote, work from home possible होत नाही.

पण तू एव्हढे problems create च का करतोस... in the first place. तू जर problems च क्रिएट केले नाहीस तर लोक तुला त्रास नाही देणार ना...

Look at it this way... मी problems create करत नाही... तुम्हाला ते problems वाटतात... अडथळे वाटतात. Let us say की तुझ्या जाण्याच्या रस्त्यावर ट्रेन चा ट्रॅक आहे... either you can go, or the train can go. So when the train is going the road will be blocked... right? तसचं तुला जेव्हा अडथळा येतो... तेव्हा basically I am stopping you from crashing with something...समजलं?

हो आलं लक्षात... पण तू जर पृथ्वीवरच जर असतो तर तू नेहमी का दिसत नाहीस... देवळात राहतोस का?

देवळात नाही... एका जागी बसून जमत नाही... पण तुला जर मला भेटायचं असेल कधी तर you got to look within yourself. मी प्रत्येकाच्या innermost mind मध्ये असतो. तुला जर so called problems आले तर you use your intellect... right... well, that is I who is guiding you from within... got it?

च्यायला... हे असं आहे तर... मग when I worship you daily... why don't you acknowledge?

करतो ना acknowledge... तू जर शांतपणे मेडीटेट करून जर तुझा innermost आवाज ऐकलास तर तुला कळैलच की मी respond करतोयं...

I will try... पण तू आता आज कसा काय आलास?

अरे झोपण्यापूर्वी तूच नाही का आठवण केलीस... म्हणाला नाही का तू... अरे देवा, नारायणा, परमेश्वरा... where are you... म्हणून मी आलो... बोल काय बोलायचयं सांगायचयं?

काही नाही... तू अत्ता सगळे clarify केले... so I don't have anything to ask... except... परत कधी भेटशील?

तूला हवे तेव्हा... just think of me and hear my voice from within. You will see me... in others as well.

चल... मला कॉल येतोय... रिंग वाजते आहे बघ...

पण हा तर माझ्या फोन चा रिंग tone आहे!!

परमेश्वर हासला परत... चल...येतो मी... take care... bye... म्हणत गेला पण.

रिंग वाजतचं होती... then I realized की माझा अलार्म वाजत होता...

उठलो, ब्रश केला, देवघरातला दिवा ऑन केला... दत्ताच्या फोटोतल्या विष्णूनी एक broad smile केल्याचं जाणवलं... मी thank you god म्हणत हात जोडले. 🙏🙏

NEVER रिटर्न कॉल

आज कंपनी च्या WA group वर बातमी कळली... फणी गेल्याची. शॉक च बसला.

फणी आणि मी एकाच दिवशी कंपनी जॉईन केली. फणी माझ्याहून 2 वर्ष्यांनी लहान पण माझ्याहून वयानी मोठा दिसायचा.

आख्खी फॅमीली Born n brought up in घाटकोपर, त्यामुळे मराठी, हिंदी एकदम perfect, तमिळ मात्र कामचलाऊ.

विक्रोळीच्या ऑफिस ला गेलो की exact 5.30 ला बाहेर आणि मोर्चा घाटकोपरच्या Priya बार ला. 9 पर्यंत बीअरच्या 5-6 बाटल्या, मटण सूखा आणि झींगा फ्राय रिचवून, फणी चे खास "सुन तो सही" जोक्स ऐकून मी असल्फा ला पक्या कडे आणि फणी घरी. पक्या जेवायची वाट बघत असायचा... मग फणी चे जोक्स पक्या कडे ऊगाळायचे.

फणी ला बायको Chennai ची मिळाली. तीची मराठी आणि हिंदीची बोंब. मणी "साला शादी के पहीले सोचना मंगता था" ।।

तिला सतत चेन्नाईची ओढ तर फणी "बंबई छोडके कायको जानेका" । ऑफिसच्या कुठल्याशा पार्टीत फणी च्या बायकोने GM ला सांगीतले की चेन्नाईला opportunity असेल तर फणी ला चान्स द्या. As luck would have it, next year Phani was transferred to Chennai.

फणी ने खूप ट्राय केला पण बदली कॅसल झाली नाही. “साला चेन्नाई मे घाटकोपर का जनता और Priya bar कहां मिलेगा।” Priya bar मध्ये account होता आणि discount पण मिळायचा.

चेन्नाईला गेला तरी almost every quarter आम्ही Priya मध्ये भेटायचो. 1990 ला Deolali च्या Training course मध्ये शेवटची धमाल केली.

नंतर मी भारताच्या बाहेर आणि फणी दुसर्या कंपनीत. 2007 ला चेन्नईला गेलो होतो... तेव्हा फणी ला भेटलो. खूप जाड झाला होता... थकलेला पण वाटला... “सच बोले तो, बंबई छोडनेके बाद ईंटरेस्ट हीच निकल गया... साला Wify is freaking out here और मै boring”

But that night we freaked out... same old fashioned drinks n eat n jokes. Phani was freaking out in hindi, marathi...

15 दिवसां पूर्वीच फणीचा मेसेज होता...साले फोन पे बात करते है... मी लिहीले 1 july को कॉल करता हूं... पण... फणीला never रिटर्न कॉल आला...

माझे चुकलेच... लगेच कॉल करायला हवा होता. You never know... की केव्हा काय होईल. माणूस जीवंत असे पर्यंत बोलून घ्यावे... one can’t take it for granted की पुढे वेळ आहे... मग बोलू... कदाचित मी सुद्धा नसू शकतो... Bucket list मद्ध्ये हे पण add झालय आता...

फणी गेला... पण एक रुखरुख लाऊन की मला त्याच्याशी बोलता आले नाही... All I can now tell him is RIP फणी.

10 व्या मजल्यावरची खिडकी

अकरा वाजले तशी शांतीने धुवायच्या कपड्यांचे बोचके ऊचलले आणि ती नदीच्या वाटेनी चालू लागली. सासू काहीतरी बडबडत होती पण शांतीने दुर्लक्ष केले.

"थेरडीच्या थोबाडाला येक कुलूपच लावायले हवं. झोपेत पन थोबाड सुरू असते तिचं" शांती पुटपुटली.

"दिन्या असायले हवा नदीवर. आज त्याले ठनकावतेच जरा" शांती ने सासूचा विषय मनातून काढून टाकत स्वतःच्या मनसुब्यांकडे वळली. "असा कसा मलं भेटत नाई त्ये बघत्येच मी". शांती कपड्याचे बोचके डोक्यावर सांभाळत नदीची वाट भरभर चालू लागली.

ऊन आता डोक्यावर यायला लागलं होतं पण हवेत उष्मा नव्हता. पंचगंगा नदीच्या किनाऱ्यावर सह्याद्रीच्या कुशीत वसलेलं भोरेवाडी कुठल्याही नकाशात दिसलं नसतं. दोनशे लोकांच्या खेड्यात एक भणगे पाटलांचे घर सोडले तर बाकी ऐसपैस पसरलेल्या झोपड्याच होत्या. पाटलांची अमाप शेत जमीन होती आणि भोरेवाडीतले सगळेच पाटलांकडे कामाला होते.

नदी दृष्टीपथात येताच शांतीची नजर दिन्याला शोधू लागली. नदीवर कपडे धुवायला ह्या वेळेस कोणीच येत नसे. निवांत वेळ मिळायचा म्हणून शांतीनी अकरा वाजताची वेळ निवडली होती.

शांतीची दिन्या दिसत नाही म्हणून आणखीनच चिडचिड झाली आणि दिनूवरचा राग ती कपड्यांवर काढून कपडे धूवू लागली. अर्धे कपडे धूवून झाले होते तेव्हा शांतीला दिन्या दिसला. थोड्या अंतरावर शांतपणे नदीत डुंबत होता.

शांतीने कपडे धुण्याचे थांबवले आणि ती दिन्याच्या दिशेने चालू लागली.

“कायरं ए... भवान्या मलं टांग द्येतोस का... लपून छपून डुंबाले लागला आता” शांतीने किनार्या वरून दिन्याला खडसावले.

“ए बये... मी काय म्हनून लपून छपून काय पन करीन... तुझी कायं भिती पडली का.” दिन्या पाण्यातून बाहेर येत म्हणाला.

दिन्याला तसं बघताच शांतीच्या जणू पायातले त्राणचं गेले. पिळदार कमवलेलं शरीर आणि धष्टपुष्ट बांधा आणि ओलं शरीर बघून शांतीची छाती धडधडायला लागली.

“नायं तर कायं. मला तू कवापासून हवायं अन् तू मलं कटवतोयं. मला बगून निगून जातोयं” शांतीनी बळ एकवटून आवाजात जरब आणत म्हटलं.

“ए बया... आता तुझं लगीन झालयं. आता तुला दादला आलायं. माझा नाद सोड आता. आन् येड लागलयं का तुला. तुझा सासरा पाटलाचा मुकादम हायं. त्याला कळलं तर तो पाटलाले सांगून माझी अन् माझ्या बा ची ऐसी तैसी करलं आणि हाकलून देईल आम्हालं... तुला समजत नाई का” दिन्या तडकून म्हणाला.

“आरं दिन्या माझ्या राजा, त्येच सांगत्ये ना... इथं नाई कोणी बगायला. मला तूच हवायं. माझा दादला हायं मच्छर. मला तुझ्याशीच लगीन करायचं होतं पन माझ्या बा नी ह्या मच्छरशी लाऊन दिलं. मला तूच हवायं रे राजा”

“बरं बरं आपन नंतर बघू...” म्हणतं दिनू नी शांतीला कटवलं आणि तो घरी जायला निघाला.

“नंतर म्हंजे कवा रं रांडीच्या?” शांतीने तडकून विचारलं

"मी म्हातारा झाल्यावर"... दिनू तिला आणखी डिचवत म्हणाला आणि खेड्याकडे चालायला लागला.

"आरं राजा कदीपन असं कायबी वंगाळ इच्छा करू नगसं... खरं व्हतयं कदी कदी" शांती पाठमोर्या दिनूकडे बघून ओरडली पण दिनू लक्ष न देता निघून गेला.

शांती चरफडत परत आपल्या कपड्यांकडे वळली.

दिनू ला खेड्यात राहण्यात काहीही स्वारस्य नव्हतं. शिकायसाठी म्हणून त्याला कोल्हापूरला त्याच्या काकाकडे ठेवलं होत. अभ्यासात यथा तथाच होता पण शाळा करता करता आखाड्यात जाऊन जरा शरीर कमवलं होतं. पोरींची आता आपल्याकडे नजर जाते हे त्याच्या लक्षात आलं होतं.

बारावी झाल्यानंतर बापाने त्याला सांगितलं... "आता लयं झालं... ये परत आन् जरा कामाले लाग". बापाने दिनूला पाटलाकडे काम करायला सांगितले. पण दिनूला शहरातचं जायचं होतं. शेवटी दिनूच्या मामानी, जो मुंबईला गोदीत काम करायचा, दिनूला आपल्याबरोबर गोदीत नोकरी मिळवून दिली होती. दिनूला आता लवकरात लवकर मुंबई गाठायची होती.

शांती आणि तो लहानपणा पासून एकत्रच वाढले होते. शांती उफाड्याची असली तरी दिनूला ती आता गावंढळ वाटायची... त्याचा दृष्टीने ती शहरातल्या पोरींसारखी टकाटक नव्हती. त्याला शहरातल्या पोरी आवडायला लागल्या होत्या. आणि आता तर शांतीचं लग्न पण झालेलं होतं. शांतीला जरी ते सोईस्कर वाटत असलं तरी दिनूला ती जोखीम नको होती. त्याला तर आता शहरातलीच पोरगी हवी होती.

तसा पण दिनू आज संध्याकाळी कोल्हापूरला जाणार होता आणि उद्या ट्रेन नी मुंबईला. त्यामुळे शांतीच्या फंदात न पडता तो सरळ घरी निघून आला होता.

मुंबईला गोदीत कामाला लागून आता महिना झाला होता. दिनू ने सतरा ठिकाणी फिरून एक स्वतातली खोली भाड्यानी घेतली होती. गोदी जवळच एका पाच मजली जुन्या बिल्डींगच्या गच्चीत एका कोपर्यात अॅसबेसटॉसचे पत्रे लाऊन एक 10×10 ची खोली आणि एक 5×5 चं संडास कम बाथरून तयार केलेलं होतं. घर मालकाचा जुना लाकडी पलंग आणि टेबल त्यात समाविष्ट होतं. दिनू नी ती खोली भाड्यानी घेतली होती.

"थोडं पैसे जमवलं की मंग जरा बरी खोली घेऊ" दिनू ने मनात विचार केला. "सध्याला जरा जम बसू द्येत".

गोदीत तसं सगळं काम शारिरीकचं होतं. आखाड्यात जायची काही आवश्यकताच राहिली नव्हती. पण

दिवसभराच्या कामानी दिनू एव्हढा थकून जायचा की रात्री बाहेरच जेऊन घरी यायचा आणि आला की लगेच झोपून जायचा. हळू हळू जशी कामाची सवय व्हायला लागली तसा तो रूळायला लागला.

तो राहात असलेल्या भागात सगळा कामगार वर्गचं होता. त्यामुळे दिनूला त्यांच्यात फार स्वारस्य नव्हते. सुट्टीच्या दिवशी फोर्ट, चर्चगेट भागात फिरून आल्यानंतर दिनूला "चकाचक" चांगल्या भागात रहायला जाण्याची इच्छा झाली होती. पण सध्या तरी पैसे नसल्यामुळे आहे तिथेच राहाणे भाग होते.

आपल्या खोलीत पलंगावर पडल्यावर त्याला पलंगाच्या बाजूला असलेल्या खिडकीतून रस्त्याच्या दुसर्या बाजूची 10 मजली इमारत दिसायची. त्यात राहणार्या लोकांकडे काय चाललयं ह्याचा आढावा घेत दिनू त्याचा रात्रीचा वेळ घालवायचा. एक दोन घरातल्या पोरी जरा बर्या वाटायच्या. त्या बाल्कनीत येण्याची दिनू वाट बघत असायचा... वाट बघता बघता त्याला कधीतरी झोप लागायची. गर्मी, घाम आणि खाडीचा वास ह्यामुळे दिनू बेचैन व्हायचा. घरची, नदीची, त्या मोकळ्या वातावरणाची खूप आठवण यायची. आता त्याला शांतीची पण उणीव भासायला लागली होती.

गर्मी मुळे तसा तो उघडाच झोपायचा. पण आपल्या पिळदार बॉडीचा त्याला फार अभिमान वाटायचा आणि ती दाखवायला म्हणून तो टाईट शर्ट किंवा बनियन घालायचा. आतापर्यंत तर कोण्या पोरीची ओळख पण झालेली नव्हती.

“व्हईल व्हईल... जरा दमानं घे” दिनूने आपल्या मनाची समजूत घातली होती.

आताशा दिनूला समोरच्या बिल्डींग मधला 10 व्या मजल्यावरचा एका खिडकीतला दिवा त्रासदायक वाटायला लागला होता. आतापर्यंत दिनूचे लक्ष गेले नव्हते कारण तो लवकर झोपायचा. पण आता त्याला जाणवायला लागले होते की झोपल्यावर त्या खिडकील्या दिव्याचा उजेड दिनूच्या चेहर्यावर पडतोयं ते.

दुसर्या बाजूला डोके करून झोपायचा प्रश्नच नव्हता कारण मग दक्षिणेकडे पाय झाले असते आणि दिनूच्या मनाला ते पटत नव्हते. एकाच कुशीवर कितीवेळ झोपणार... ते पण शक्य नव्हते.

दिनूला वाटायचे की त्या 10 व्या मजल्याच्या खोलीत कोणीतरी रात्री अभ्यास करत बसतं असेल... असू दे. पण काही दिवसांनंतर दिनूला तो दिवा खूपच खटकायला लागला. कारण त्या दिव्यामुळे दिनूची झोप होत नव्हती. खिडकीला पडदा लावण्याची पण काही सोय नव्हती. झोप झाली नाही की दिवसा दिनूची चिडचिड व्हायची. दमायला व्हायचं. मुकादम ओरडायचा काम नीट होत नाही म्हणून.

आठवड्यात कामामुळे शक्य होत नव्हतं म्हणून एका रविवारी दिनूने ठरवले की आज रात्री त्या 10 व्या मजल्याच्या खोलीत दिवा लागला की त्यांच्याकडे जाऊन चौकशी करायची आणि विनंती पण की रात्री 12.30 नंतर दिवा बंद करत जा.

“सांगून बघायला काय हरकत आहे. फार तर नाही म्हणलं तो” दिनू ने विचार केला.

ठरवल्या प्रमाणे त्या रविवारी रात्री 11.00 वाजता दिनू आपल्या बिल्डींगमधून खाली उतरला. रस्ता ओलांडून समोरच्या बिल्डींगमध्ये शिरला. बिल्डींग जुनीच होती पण बिल्डींगला लिफ्ट होती. लिफ्टपण तशी जुनीच होती. रात्रीचे अकरा वाजले असल्यामुळे बिल्डींगमध्ये काहीच वर्दळ, हालचाल नव्हती. कुठून तरी टीव्ही वर चाललेल्या कार्यक्रमाचा आवाज येत होता.

दिनू लिफ्टमध्ये चढला लोखंडी जाळीचं दार ओढून घेतलं आणि 10 व्या मजल्याचं बटन दाबलं. कुरकुरत रडत खडत लिफ्ट वर जाऊ लागली. सातव्या मजल्यापर्यंत गेल्यावर लिफ्टने वर जायला नकार दिला.

चरफडत दिनू लिफ्टमधून बाहेर आला आणि त्याने जिने चढायला सुरूवात केली. 10 व्या मजल्यावर पोचल्यावर तिथल्या पॅसेज मध्ये अंधारच होता. पण एका दाराच्या खालून दिव्याचा एक कवडसा बाहेर येत होता.

"हेच ते घर असावं" असं मनाशी म्हणत दिनूने त्या घराच्या दरवाज्यावर ठकठक केलं.

आतून काहीच आवाज न आल्याने परत दिनूने जोरात दरवाज्यावर ठकठक केलं. तरीही आतून काहीही प्रतिसाद न आल्याने दिनूने दरवाजा आत ढकलून उघडायचा प्रयत्न केला...

दरवाजा आत ढकलल्या गेला. कर्रर... आवाज करत दरवाजा उघडला. आत एक जख्ख म्हातारा एका खुर्चीवर बसला होता आणि तो उठायचा प्रयत्न करत होता. आजूबाजूला पुस्तकाचा ढीग पडला होता. पुस्तकांवर खूप धूळ आणि कोळीष्टके साठली होती. जमिनीवरही धुळीचा थर साचला होता. खोलीत एक दमट कुबट वास पण येत होता.

दिनू तत्परतेने समोर गेला आणि त्या म्हातार्याचा हात आपल्या हातात घेत त्याला खुर्चीतून नीट उभे केले.

"आलास... मी तुझीच वाट बघत होतो" म्हातारा हळूच उद्गारला.

"माझी?"

"हो. कारण तू कधितरी येणारच ह्याची मला खात्री होती. पण तसा लवकरच आलास." म्हातारा म्हणाला.

"कशी काय तुम्हाला खात्री होती" दिनू ने अडखळत विचारले.

एव्हाना दिनूच्या लक्षात आले होते की त्याच्या अंगातली शक्ती कमी कमी होत चालली आहे आणि म्हातार्‍या माणसाची शक्ती वाढत चालली आहे. आणि आपला हात दिनू त्या म्हातार्‍याच्या हातातून काढूच शकत नव्हता.

पाचच मिनीटात दिनू जख्ख म्हातारा झाला होता. त्या म्हातार्‍याने आता दिनूचे रूप धारण केले होते आणि दिनूने आता म्हातार्‍याचे.

जवान झालेल्या दिनूने जख्ख म्हातार्‍या झालेल्या दिनूला खुर्चीत बसवले आणि म्हणाला...

"आता तू पण इथे बसायचं आणि कोणी येतयं का ह्याची वाट बघायची. मी चाललो."

असं म्हणून नवीन दिनू दाराबाहेर पडला आणि आपल्यापाठी त्याने दार लोटून घेतले.

आत बसलेल्या जख्ख म्हातार्‍या दिनूच्या कानात शांतीचे शब्द ऐकू येत होते...

"आरं राजा कदीपन असं कायबी वंगाळ इच्छा करू नगसं... खरं व्हतयं कदी कदी"

ब्रीदिंग वॉल्स

"कोणी सांगितलं होतं मुंबईत जॉब घ्यायला. बघायचा असता एखादा कुलू मनाली ला. मुंबईला उकडणारचं ना. कुठं कुठं AC बसवणार आहेस तू?" बायको तणतणत होती.

"अगं तुला नसेल उकडत, पण मला उकडतं ना खूप"

"मग झोपत जा ऑफिसमध्येच. येतो कशाला घरी? जाण्या येण्याची पण झंझट नाही" बायकोचा पारा आता 200 च्या वर गेला होता.

मनोजला मुंबईला शिफ्ट होऊन सहाच महिने झाले होते. नवीन जॉब एकदम मनासारखा आणि पगार पण चांगलाच असल्यामुळे पुण्याचा जॉब सोडून स्वारी मुंबईला शिफ्ट झाली होती. बायकोने, मनालीने पण आपल्या बॉसला आणि कंपनीच्या HR ला गळ घालून आपली पण बदली मुंबईच्या ऑफिसला करून घेतली होती. फक्त फरक एव्हढाच होता की मनोजला फोर्टला जावे लागायचे आणि मनालीला BKC ला. अर्थात ठाण्याहून ऑफिसला जायची एक कसरतच होती. पुण्याला निदान स्कूटरवर टांग मारली की 25 मिनीटात ऑफिसला पोचत होते.

पण मुंबईचे दमट वातावरण मनोजला त्रास देत होते... येता जातांना आणि घरात. AC फक्त बेडरूम मध्येच होता. त्यामुळे आणखीनच चिडचिड होत असे.

"तरी मी सांगत होते की नीट विचार कर मुंबईला शिफ्ट होण्याचा... पण तुला फक्त पोझीशन अन् पगारचं दिसत होता. आता... माझ्या डोक्याशी किटकिट करायची नाही". मनालीने कुकरचं झाकण लावून कुकर गॅसवर आपटला.

मनोजने किचन मधून काढता पाय घेतला. "च्यायला हे उकडण्याचं प्रकरण काही लक्षातच आलं नाही त्यावेळेस अन् ही भवानी पण काही बोलली नाही... जाउदे... आणखी 2 वर्ष... मग बदलू कंपनी" मनातल्या मनात मनोजचे स्वगत सुरू होते.

जेवण झाल्यावर AC लाऊन बेडरूममध्ये मनोज लॅपटॉपवर ईमेल्सला रिप्लाय देत बसला होता. मनाली किचन आवरून मोबाईलवर बोलत बसली होती.

"अरे उद्या संडे आहे. सुट्टी आहे. तुझ्या ईमेल्स कोणीही बघणार नाहीये. बंद कर ते लॅपटॉप."

"अगं पण तू सुद्धा फोनवर बोलत बसली होतीस ना."

"हो. तुझ्याच आईशी बोलत होते. तुला तर कधी त्यांना फोन करायला फुरसत नसते. बीझी असतोस ना खूप."

"उद्या करेन नक्की. काय म्हणत होती ती?"

"बाबांचा निरोप होता. ते म्हणत होते की सोनावाला इस्टेट मध्ये घर पहा. भाड्याचे पैसे देण्यापेक्षा EMI चे पैसे द्यायला सांग त्याला. व्यवहारज्ञान काडीचं नाही... असं ते म्हणत होते".

"बरं बरं... त्यांना फक्त व्यवहारज्ञानचं आहे. बाकी काही नाही."

"बाकी म्हणजे काय रे"

"बाकी म्हणजे... ते हे... ते... जाऊ दे सोड. सोनावाला... एरिया छान आहे. रोजच्या कम्युटिंगला पण सोईस्कर आहे. हममम् बघायला हवं. उद्या बघू."

"हो ना... तुझा उद्या नेव्हर कम्स. नशीब लग्नाला त्याच दिवशी आलास."

"ओके बाई... तू विन ला आलीस... झालं. झोपा आता..."

“का... संपली वाटते बॅटरी. पुण्याला तर रात्री 1-1.30 वाजेपर्यंत सुरू असायची... कट्टा बंद झाला अन् चार्ज गेला ना” मनाली हासत होती.

मनोजने लाईट बंद केला अन् कुशीवर वळला.

“सोनावाला... अडीच तीन करोड तर मिनीमम असतीलच... जास्तच... आणि वर इंटेरिअर. म्हणजे चार करोड तर लागतीलचं. च्यायला EMI किती येईल. मनालीची आख्खी सॅलरी जाईल EMI मध्ये. हमम्म्” विचार करता करता मनोजला झोप लागली.

“दीज आर कॉल्ड ब्रीदिंग वॉल्स... अ‍ॅन्ड वी अ‍ॅट सोनावाला कॉम्प्लेक्स आर द फर्स्ट वन्स टू इन्टॉल देम यू सी”

मनोज त्या सेल्सगर्लच्या चेहर्‍याकडेच बघत होता. मनालीने त्याला हाताने ठोसले तेव्हा तो भानावर आला.

“बट... व्हॉट दीज वॉल्स डू?” काहीतरी विचारायचे म्हणून मनोजनी विचारले. तसं पण त्याला फ्लॅट आवडला होता. मनालीच्या चेहर्‍यावरून पण तसंच जाणवत होतं. बजेट मध्ये पण बसणारा होता. आणि सेल्सगर्ल पण टकाटक होती.

“काय आहे मिस्टर केळकर, ही एकदम लेटेस्ट टेक्नॉलॉजी आहे. ह्या ज्या भिंती आहेत त्या कंपोझिट फायबर्स पासून बनवल्या आहे. त्या मॉड्यूलर आहेत. 5×5 फूटाचे मॉड्यूल्स आहेत. लाईट वेट तर आहेतच पण त्या खूपच स्ट्रॉन्ग आहेत. कॅटॅगरी 5 चं वादळ, 6.5 चा भूकंप हे सगळं ह्या भिंती सहन करू शकतात.”

“आणि मुख्य म्हणजे त्यांच्यात बिल्ट इन टेंपरेचर कंट्रोल, ऑक्सीजन कंट्रोल आणि लाईट कंट्रोल मेकॅनिझम आहे. म्हणजे त्या तुम्ही ठरवलेल्या टेंपरेचरच घरात मेंटेन करतील. तुम्हाला AC ची जरूर नाही. त्या घरातली ऑक्सीजनची लेव्हल मेंटेन करतील जेणेकरून तुम्हाला नेहमीच फ्रेश वाटेल आणि लाईटची

लेव्हल पण मेंटेन करतील... जेणे करून तुमच्या डोळ्यांना एकदम शांत वाटेल".

"सगळं ऑटोमॅटिक?"

"हो... त्यात आर्टीफिशीअल इंटेलिजन्स वापरलाय. आणि त्यात अॅलेक्सा पण आहे. तिचं नांव वॉली"

"पिक्चर सारखं Wall E?"

"नाही नाही... W A L L Y वॉली."

"ओह. आणखीन काही?"

"हो. ह्या भिंतीमध्ये बिल्ट इन टी व्ही पण आहे. तुम्हाला हवं त्या साईझचं मॉड्यूल फिट करायचं. त्यामुळे वेगळे टी व्ही घ्यायची जरूर नाही. आणि भिंतीना कान, नाक, डोळे, तोंड सगळचं आहे... हे बघा मी टेस्ट दाखवते"

"वॉली... केवड्याच्या अगरबत्तीचा सुगंध हवाय आत्ता"

"ओके... केवड्याचा सुगंध" असा भिंतीतून मंजूळ आवाज आला आणि पाठोपाठ केवड्याचा सुगंध.

"वॉली... भटीयार राग ऐकव"

"भटीयार हा सकाळचा राग आहे. आत्ता दुपार आहे. ह्यावेळेस भीमपलासी किंवा मधुवंती तोडी ऐकवू शकते" वॉली उत्तरली. मनोज आणि मनाली एकदम अचंभीत झाले.

"वॉव... दिस इज ग्रेट".

"आणि तुम्ही तुमच्या मोबाईल वरून सगळं कंट्रोल करू शकता. ह्या भिंती जिवंत भिंती आहेत... म्हणून ब्रीदिंग वॉल्स... आणि खिडक्यांची पण जरूर नाही. तुम्हाला हवे तिथे खिडकीचे मॉड्यूल बसवायचे. तुम्हाला हवे तेव्हा ते मॉड्यूल पारदर्शी होईल आणि बाहेरच्या हवेचा तुम्हाला परिणाम जाणवेल. फक्त तुम्हाला खिडकीतून डोके बाहेर काढता येणार नाही."

मनोज अन् मनाली एव्हढे भारावून गेले होते की त्यांनी लगेचच फ्लॅट बुक केला. मनोज त्या सेल्सगर्लमुळे तर आणखीनच भारावला होता.

चार महिन्यातच पझेशन घेऊन मनोज मनाली सोनावाला मध्ये शिफ्ट झाले होते.

मनोजच्या टीम मध्ये निलोफर नावाची एक मुलगी जॉईन झाली होती. पहिल्याच दिवशी निलोफरने लावलेल्या परफ्यूम मुळे मनोज एकदम उत्तेजीत झाला होता. दिवसभर तो निलोफरच्याच अवती भोवती होता.

घरी आल्यावर सोफ्यावर बसल्या बसल्या त्याला मनालीने दिलेल्या फोडणीचा वास आला. मनोजला मनात निलोफरच्या परफ्यूमची आठवण आली.

"निलोफरच्या परफ्यूमचा गंध हवाय ना" वॉलीचा आवाज आला.

मनोजच्या हृदयाचे 5-6 ठोकेच चुकले.

"अं. नाही नाही" मनोजने घाई घाईने उत्तर दिले.

"कोण रे ही निलोफर?" आतून मनालीचा आवाज आला.

"अगं आज एक ट्रेनी जॉईन झालिये"

"मग तू काय तिच्यापाठी दिवसभर हुंगेगिरी केलीस वाटते...ऑं"

"च्यायला नसती झेंगटं. डेंजरस प्रकरण आहे हे. ह्या वॉली बयेला कसं कळलं. आय हॅव टु बी केअरफुल..." मनोज मनातल्या मनात चरफडला.

दहा दिवसानंतर एका संध्याकाळी मनोजच्या कलीग्जनी ड्रिंक्स घ्यायला जायचे ठरवले.

"अरे मी नाही येत रे. मनालीला वास आला तर ती माझा जीव खाईल"

"अरे व्होडका घे... नो वास...नथिंग"

"नको रे. तुला मनालीचा राग माहीत नाही"

"साले लग्नके पहिले समजेला नही क्या"

"पांड्या साल्या हिंदीचा मर्डर नको करू रे... मराठीतच बोलं"

"लग्नाच्या पहिले ट्रेलर असतो. मेन पिक्चर लग्नानंतर सुरू होतं"

"करेक्ट. पण तरी तू चलच"

हो नाही करता करता मनोज ड्रिंक्स घ्यायला गेला. TTMM होतं. रात्री यायला अकरा वाजले.

घरी येऊन सोफ्यावर बसून बूट काढत असतांना मनालीने विचारले... "कायरे आज एव्हढा ऊशीर... आणि फोन का बंद होता"

मनोज काही बोलायच्या आतचं... "हाउ वॉज युअर एक्सपिरिअन्स अॅट ओअॅसिस लाऊंज" म्हणून वॉलीचा आवाज आला.

"म्हणजे तू ऑफिसमधून ड्रिंक्स घ्यायला गेला होतास मनोज. मला न कळवता. व्हॉट द हेल. आय एम नॉट अॅक्सेप्टिंग धीस." म्हणून मनाली रागाने बेडरूम मध्ये चालली गेली.

"वॉली. हाऊ डिड यू नो दॅट आय हॅड गॉन टू ओअॅसिस?" मनोजने विचारले.

"सिंपल. द पेमेंट ट्रान्झॅक्शन इज ऑन युअर मोबाईल." वॉली उत्तरली.

"कॅन यू अॅक्सेस माय मोबाईल"

"येस आय कॅन"

"हाऊ अबाऊट मनाली?"

"नो, आय हॅव नो अॅक्सेस टू हर मोबाईल"

"व्हाय"

"तुमचा मोबाईलवर माझी अॅप आहे. तुमच्या थंबप्रिंटने तुमचा मोबाईल अॅक्सेस होतो. तुमचे थंबप्रिंट्स माझ्या सगळ्या मॉड्यूल्सवर आहेत. त्यामुळे मी तुमचा फोन केव्हाही अॅक्सेस करू शकते" वॉली उद्‌गारली.

"इ का हुई गवा बबुआ" मनोजनी डोक्यावर हात मारून घेतला"

"आय थिंक डॅट एक्सप्रेशन इज इन भोजपुरी लॅन्गवेज. डॅट लॅन्गवेज इज कॉनफिगर्ड इन मी. यू कॅन चेंज द सेटिंग्ज टू अॅक्सेस इट" वॉली म्हणाली.

"नो नीड" म्हणून चिडून मनोज उठला आणि बेडरूम मध्ये गेला. महत् प्रयासानी मनालीचा राग घालवला.

दुसर्या दिवशी मनोजनी ब्रीदिंग वॉल्सची अॅप डिलीट करायचा खूप प्रयत्न केला पण त्या ती अॅप डिलीट करता आली नाही.

कलिगच्या सांगण्यावरून दोन दिवसांनी मनोजनी नवीन फोन घेतला, नवीन सिमकार्ड... नवीन नंबर घेतला. जिथे जिथे जुना नंबर रजिस्टर केला होता तिथे नवीन नंबर टाकला. जुन्या फोन मधला हवा असलेला डेटा ट्रांसफर करून जुना नंबर बंद करून जुना फोन मनोजने दगडावर आपटून आपटून त्याचे तुकडे केले आणि फोन गटारात टाकला. जुना नंबर रात्री बारा वाजता बंद होणार होता. पण मनोजला त्याची चिंता नव्हती. मुख्य काम झालेलं होतं.

घरी आल्यावर घरात काहीही फरक जाणवला नाही. जेवण करून झोपल्यावर रात्री बारा वाजता वॉली चा आवाज आला "शटींग डाऊन ऑल सिस्टीम्स अॅज नो अॅक्सेस टू मोबाईल".

मनोजनी झोपेत काहीतरी ऐकले पण लक्ष न देता तो झोपला. काही वेळानी मात्र तो एकदम जागा झाला. त्याला लक्षात आले की घरतला ऑक्सीजनचा पुरवठा थांबलायं. त्याला श्वास घेता येत नाहीये. मनाली बाजूला दिसत नाहीये. घरात अंधार आहे. मनोज धरपडत, ओरडत मेन दरवाज्याच्या कडे जाण्याचा प्रयत्न करतोय... दरवाजा दिसतचं नाहीये... "हेल्प, हेल्प, हेल्प..." दम घुटमटतोयं...

"अरे कायं झालं... ऊठ आता. सकाळचे नऊ वाजलेत. कशाला आराडा ओरडी करतोयसं... आणि गुरफटून कशाला घेतलयं स्वतःला चादरीत. जा ऊठ. ब्रश कर चहा झालायं" मनाली

उठवत होती. मनोज पलंगावर उठून बसला. AC बंद केलेला होता. बाहेरून आवाज येत होते बोलण्याचे, भांड्यांचे.

"च्यायला... बरं झालं स्वप्नचं होतं" मनोज पुटपुटला

मनोज उठला. ब्रश करून चहाचा मग हातात धरून टीपॉयवर पाय परसून बसला. हातात सकाळचा पेपर घेतला आणि उघडला...

मनोजला जोरदार ठसका लागला. गरम चहाने तोंड पोळले. मांडीवर गरम चहा सांडला आणि मांडी पोळली.

"अरे काय झालं... सावकाश... गरम आहे चहा" मनाली त्याचा कडे येत म्हणाली.

मनोज पेपरच्या फ्रंट पेजवर असलेल्या अ‍ॅड कडे बोट दाखवत डोळे विस्फारून उभा होता...

"सोनावाला कॉम्प्लेक्स अनाउन्सेस ब्रीदिंग वॉल्स कन्सेप्ट फ्लॅट्स. फर्स्ट टाईम इन द वर्ल्ड...... ब्लाह ब्लाह ब्लाह......"

पत्र

सात वाजले. आणखी एक तास सूर्य आकाशात रेंगाळत बसेल. उन्हाळ्यामुळे सूर्य उशीरा पर्यंत असतो. मावळला तरी रात्री 8.00 पर्यंत उजेड असतो. मग मावळतीचे वेध. रोजच रंग फेकत डोंगरामागे जात असतो.

आता झाडांच्या हिरव्या पानांना सोनेरी वर्ख लावत बसलायं. वारा पानांना हलवत डुलवत धावतोय. कधी कधी नसतोच तो वारा... कुठं गायब होतो कोण जाणे... झाडांची पाने देखील बावचळून शांत बसलेली असतात.

सूर्य जरा जास्तीच तापटपणा करतोय... ग्रीष्माचा ऊष्मा जाणवू देतोय. दुपारी बेडरूम च्या पाठी असलेल्या झाडामुळे खोली थंड असते... पण तसे बघायला गेले तर... झाड कुठेच जात नाही... एकाच जागेवर असतयं वर्षोन वर्षे... कंटाळा कसा येत नाही एकाच जागी ऊभे रहायचा... पण कंटाळा येऊन ते झाड तरी काय करणार बिचारे... ते तर वार्या सारखे मनाला येईल तसे नाही ना भटकू शकत... पण वारा तरी कुठे सावली देऊ शकतो?

चला गेला सूर्य डोंगरापल्याड. दिवस निमाला सांज जाहिली. आज पण तेच रटाळ काम केले... आता काही पण करायचा कंटाळाच येतो... कारण कोणाला कशाचीच किंमत वाटत नाही... अर्थहीन झालयं... अहो छान सावली देणारे झाड पण खुश्शाल तोडून टाकतात...

आज घरी यायला जरा उशीरच झाला. दार उघडून घरात पाय ठेवला तेव्हा अस्तालाच निघाला होता सूर्य. जाता जाता एक सोनेरी कवडसा दरवाज्याच्या खालच्या फटीतून पत्र टाकतो तसा सोडून गेला. कोणी सांगावे... उद्या चा काय भरवसा. म्हणतात ना...

उद्या परत उजाडेल... परत निर्रथक कॉल्स, ईमेल्स...आणि कंटाळवाणी संभाषणे... सूर्य परत तापेल...आणि निघून जाईल... वार्याचा काही भरोसा नाही... बाकी... सब कुछ सेम टू सेम... सागर की लहरे कल भी होंगी, बादल फिरसे छाएंगे, बिजली भी रौंधेगी, बारीश भी उमड़ पड़ेगी... हवा का झोंका भी आएगा... पेड़, फूल, पंछी, तितलीयां सब होंगे... मगर हमारी कुर्सी शायद खाली होगी.

हो... पत्रावरून आठवले की आजच्या काळात कोणीच कुणाला पत्र लिहीत नाही. रोज सतत whatsapp वर संभाषण सुरू असतयं. पूर्वी एक अनामिक ओढ असायची... पत्र लिहीण्याची आणि येण्याची सुद्धा. निळ्या रंगाचे इनलॅड लेटर... जे की सगळ्या बाजूंनी लिहीलेले असायचे, किंवा पिवळट रंगाचा लिफाफा.

काही पत्र लोखंडी वायर मध्ये खुपसून, तर काही एका छोट्या बॉक्स मध्ये, तर काही साड्यांच्या घडीत गायब व्हायची. वर्ष दोन वर्षांनी कधीतरी ती पत्र परत वाचली जायची... जणूकाही पोथीचे पारायण आहे अशी. त्या पत्रांवर जमलेली धूळ ही त्या पत्र लेखका/की वरच्या प्रेमाची मोजमाप होती.

तरल शब्दात पत्रातून प्रेम व्यक्त केले जायचे...

तुझा स्पर्श आठवत राहातो...
किती पावसाळे बरसू लागतात
ह्या कुशीवरून... त्या कुशीवर...
ह्या रात्रीतून... त्या रात्रीत...
किती वर्ष ओघळू लागतात

ह्या वाटेतून... त्या वाटेवर...
आठवणींतून... आठवणीत...

पण कुठेही I love you नव्हते लिहीले जात, ना smiley होत्या, ना शब्दांचे short forms होते.

का म्हणून काय विचारतायं... अहो सगळ्यांना सगळ्यांसाठी वेळ होता... आणि आस्था पण. आता का वेळ नाही... हम्म्म.

पत्रांवरून आठवलं... वर्षापुवर्षे पोस्टमन पण तेच असायचे... सगळ्यांचे सगळे माहीत असलेले. आमचे पोस्टमन होते राजाराम. रामभाऊ किंवा राजाकाका नावानी प्रसीद्ध. पावसात पण एका खांद्यावर छत्री सावरत सायकलवर यायचे टपाल द्यायला. मला वाटते की त्यांचे, सायकलचे आणि छत्रीचे वय एकच असावं. आमच्या घरी जरा टेकून, आजोबांशी थोड्या गप्पा टाकून चहा पिऊन निघायचे. चहा बशीत ओतून फुर्र आवाज करत पिऊन झाला की... येतो अण्णासाहेब म्हणून छत्री सावरत सायकल वर टांग टकून निघायचे.

पायपीट गेली, सायकली गेल्या, बाईक्स आणि कार्स आल्या... लाईफ फास्ट झालं पण वेळ मिळेनासा झाला. काय गंमत आहे नाही का... वेळ वाचवायची साधने आलीत पण वेळ मिळेना... अहो आस्थाच संपली ना.

Where there is a will there is always a way... but if there is no will, then there are always some excuses... No priority... no time.